Michael Scott

THE WARLOCK
ẢO THUẬT GIA

Bí mật của Nicholas Flamel bất tử

BIỂU GHI BIÊN MỤC TRƯỚC XUẤT BẢN ĐƯỢC THỰC HIỆN BỞI THƯ VIỆN KHTH TP.HCM

Scott, Michael, 1959-
    Ảo thuật gia : [tiểu thuyết khoa học viễn tưởng] / Michael Scott ; Thanh Tuyền dịch.
- Tái bản lần thứ 1.- T.P.Hồ Chí Minh : Trẻ, 2012.
    440 tr. ; 21 cm. - (Bí mật của Nicholas Flamel bất tử = The secrets of the immortal Nicholas Flamel ser. ; T.5).
    Nguyên bản : The Warlock.
    1. Flamel, Nicolas, 1418 — Tiểu thuyết thanh thiếu niên.   2. Dee, John, 1527-1608 — Tiểu thuyết thanh thiếu niên. 3. Nhà giả kim — Tiểu thuyết thanh thiếu niên. 4. Ma thuật — Tiểu thuyết thanh thiếu niên. 5. Tiểu thuyết huyền bí. 6. Anh em và chị em — Tiểu thuyết thanh thiếu niên. 7. San Francisco (Calif.) — Tiểu thuyết . I. Thanh Tuyền. II. Ts: The Warlock. III. Ts: The secrets of the immortal Nicholas Flamel. IV. Ts: Bí mật của Nicholas Flamel bất tử.

    823.914 — dc 22
    S428

ISBN 978-604-1-01402-2
Ảo thuật gia

8 934974 109983

Michael Scott

THE WARLOCK

ẢO THUẬT GIA

Bí mật của Nicholas Flamel bất tử

THANH TUYỀN dịch

Tái bản lần thứ nhất

NHÀ XUẤT BẢN TRẺ

Riêng dành cho Anna,
vị thông thái và nhà hùng biện

Nicholas Flamel đang chết dần chết mòn.

Đây là thời điểm tôi từng lo sợ bấy lâu nay; lo một đêm nào đó bỗng dưng rốt cuộc tôi trở thành góa phụ.

Nicholas dũng cảm tội nghiệp của tôi. Mặc dù yếu mệt và già đi thấy rõ, lại hoàn toàn kiệt quệ, nhưng ông vẫn ngồi với tôi và Prometheus cả buổi chiều nay, đổ dồn sức mạnh cuối cùng của mình vào chiếc đầu lâu bằng pha-lê, nhờ đó chúng tôi có thể dõi theo Josh đang đi vào giữa lòng San Francisco, đến tận hang ổ của Tiến sĩ John Dee.

Trong kinh hãi, chúng tôi quan sát thấy Dee đã biến thằng bé Jonh thành một kẻ chiêu hồn, một thế lực triệu hồi được người chết, đã thúc giục thằng bé gọi mời Coatlicue, vị Quan chấp chính gớm guốc thường được gọi là Mẹ Các Thần. Chúng tôi cố cảnh báo cậu nhỏ, nhưng Dee quá mạnh đã cắt đứt thằng bé khỏi tay chúng tôi. Và khi Aoife, Niten và Sophie đến được đó, chính Josh đã đứng về phe Dee cùng người đồng hành chết người của hắn, Virginia Dare. Tôi không thể không thắc mắc chẳng biết có phải thằng bé làm thế một cách tự nguyện hay không nữa.

Nhìn thấy Josh – niềm hy vọng cuối cùng của chúng tôi, cơ may duy nhất cho phép chúng tôi đánh bại được các Elder Đen tối để bảo vệ thế giới này – bỏ đi với kẻ thù là một chịu đựng quá sức lớn lao đối với chồng tôi, ông ấy đã ngã xuống bất tỉnh. Ông vẫn chưa tỉnh dậy nổi, mà tôi thì không còn đủ sức để giúp ông khỏe lại. Chút năng lượng ít ỏi còn lại trong mình, tôi buộc phải bảo toàn để dành cho những biến cố sắp tới.

Lần lượt, chúng tôi đã mất đi những người lẽ ra đang chiến đấu bên cạnh: Aoife đã ra đi, mắc kẹt trong một Vương quốc Bóng tối nào đó, vĩnh viễn bị khóa chặt vào cuộc chiến đấu với vị Quan chấp chính kia. Scathach và Joan đang ở trong thời quá khứ xa xôi, không có thông tin gì từ Saint-Germain, và chúng tôi mất đứt liên lạc với Palamedes cùng Shakespeare. Lúc này, Prometheus đã quá yếu sau việc sử dụng chiếc đầu lâu đến mức không còn đủ sức giữ Vương quốc Bóng tối của mình gắn bó với nhau, vương quốc ấy đang bắt đầu phân hủy khắp xung quanh ông.

Chỉ còn lại mỗi Sophie, mà cô bé lại hoàn toàn quẫn trí trước hành động phản bội của cậu em trai. Cô bé đang ở đâu đó trong San Francisco – tôi không thể định vị được, nhưng ít ra cô bé cũng có Niten bảo vệ. Phải tìm cô bé cho bằng được – có nhiều điều cô bé rất cần phải biết.

Thế là mọi chuyện đều đổ ập xuống trên tôi, tôi biết lắm mà.

Hơn sáu trăm tám mươi năm trước, khi còn là một đứa trẻ con, bà ngoại đã giới thiệu tôi với một người đàn ông đội mũ trùm có một cái móc câu thế chỗ vào bàn tay trái. Ông ta đã nói về tương lai của tôi, và cả tương lai của thế giới này. Sau đó, ông bắt tôi phải thề giữ bí mật. Tôi đã chờ đợi cái ngày này cả đời mình rồi.

Bây giờ đoạn kết hầu như đã lơ lửng trên chúng tôi, tôi biết mình phải làm gì.

Trích từ Nhật ký của Nicholas Flamel, Nhà Giả kim. Viết vào hôm nay, thứ Tư, ngày 6 tháng Sáu, bởi Perenelle Flamel, Nữ Phù thủy tại Vương quốc Bóng tối của Elder Prometheus, tiếp giáp với San Francisco, thành phố đã cưu mang tôi

Thứ tư,
ngày 6 tháng Sáu

Chương một

Nhóm anpu xuất hiện trước tiên, các chiến binh cao ráo mình người đầu chó rừng với cặp mắt toàn một màu đỏ ké và hàm răng cong như lưỡi kiếm, mặc bộ giáp bằng thủy tinh đen nhánh, hết sức bóng loáng. Bọn chúng tuôn ra khỏi miệng hang khói mù và dàn khắp Xibalba, một số chiếm các vị trí đằng trước chín cổng liên kết dẫn vào một cái hang rất to lớn, số khác trườn mình qua Vương quốc Bóng tối nguyên thủy, bảo đảm nơi đó không có ai. Như luôn vẫn thế, chúng chuyển động trong im lặng hoàn toàn; câm nín cho tới giây cuối cùng trước khi lao vào trận chiến, lúc ấy người ta mới nghe được những tiếng hú kinh hoàng của chúng.

Chỉ khi nhóm anpu tin chắc rằng Xibalba thật sự không có ai thì cặp đôi kia mới xuất hiện.

Cũng như nhóm anpu, họ mặc bộ giáp bằng thủy tinh và gốm, tuy rằng bộ giáp của họ chủ yếu để trang trí hơn là mang lợi ích thực tế, được mô phỏng theo kiểu mẫu có thể nhìn thấy gần đây nhất trong Vương quốc Xưa của Ai Cập cổ đại.

Ít phút trước, hai người này đã bỏ lại một bản sao gần như hoàn hảo của Danu Talis để xuyên hàng chục Vương quốc Bóng tối tiếp nối nhau, một số các vương quốc này đặc biệt giống hệt trái đất, một số lại hoàn toàn lạ lẫm. Mặc dù theo bản tính tự nhiên cả hai đều hết sức tò mò về vô số các thế giới mình từng thống trị, nhưng họ không mảy may lần lữa nấn ná. Họ phóng mình xuyên qua mạng lưới cổng tuyến phức tạp sẽ mang họ đến một nơi được gọi là Giao lộ.

Chỉ còn chút thời gian ít ỏi.

Chín cánh cổng mở vào Xibalba, cái nào cũng nhỏ hơn các khe hở được chạm khắc rất nguyên sơ vào vách đá đen nhánh kia. Tránh những hố nham thạch đang sủi bọt phun xì xì từng vệt đá nóng chảy dính dính khắp trên đường đi, cả hai băng ngang chiều rộng của Vương quốc Bóng tối từ cổng thứ chín đến cổng thứ ba, Lệ Môn. Ngay cả nhóm anpu, loài chưa từng biết sợ hãi bao giờ, cũng từ chối không chịu tiến đến gần hang động này nữa là. Những ký ức xưa cổ đã ăn rễ sâu vào trong DNA của chúng cảnh báo rằng bên trong hang động này là một nơi mà giống loài của chúng hầu như đã bị tận diệt sau khi vội vã rời bỏ thế giới loài người.

Khi cặp đôi ấy tiến đến gần miệng hang hình tròn, những nét thô thiển và lục cục lòn hòn được chạm khắc phía trên khe hở bỗng lóe lên một làn ánh sáng trắng yếu ớt. Ánh sáng phản chiếu khỏi bộ giáp bóng như gương của họ, rọi sáng không gian bên trong hang động, phết lên cả hai từng vệt màu trắng đen rõ rệt. Trong giây phút ấy – thoáng rất nhanh – họ bỗng thật xinh đẹp.

Không hề liếc ngoái lại, cả hai bước vào miệng hang tối om...

... chưa đầy một tích tắc sau, một cặp đôi ăn vận giống hệt nhau, quần jeans trắng, áo thun trắng, đã nhấp nháy hiện ra trên phiến đá tròn được gọi là Điểm Zero nằm trước Vương cung Thánh đường Notre Dame ở Paris, nước Pháp. Người đàn ông tay nắm tay người phụ nữ, cùng nhau nhanh nhẹn len chân bước ngang qua đống đá nát vụn và những bức tượng vỡ tung nằm bừa bãi khắp quảng trường nơi mà Sophie và Josh Newman đã sử dụng Pháp thuật Cơ bản đánh bại bọn máng xối đá sống dậy của ngôi thánh đường.

Và bởi vì đây là Paris, nên không ai để mắt đến cặp đôi đang đeo kính râm vào buổi tối trời thế này.

Chương hai

Ngọn lửa hoành hành khắp cả tòa nhà. Hàng chục tiếng còi báo động hú hét, thét rít, không khí đặc một màn khói đen đến nghẹt thở, đầy mùi hôi nồng nặc của cao su cháy và nhựa nóng chảy.

"Ra, ra, ngay đi!" Tiến sĩ John Dee tay phải cầm thanh đoản kiếm xẻ toạc cánh cửa bằng gỗ và thép vốn rất nặng nề, cánh cửa bị cắt ngang như thể được làm bằng giấy. "Xuống cầu thang," hắn ra lệnh.

Virginia Dare không chút chần chừ nhảy vào khoảng trống mở toang hoác, những tia lửa kêu rin rít trên mái tóc dài sẫm màu của ả.

"Theo tôi," Dee ra lệnh cho Josh, rồi thụp người len qua cánh cửa đã bị cắt thành từng mảng. Những tua xoắn nơi luồng điện vàng khè của tay tiến sĩ rõ ràng thấy tuôn ra từ lớp da thịt hắn, mùi trứng thối hôi hám đập vào mặt Josh Newman khi cậu vội vã theo sát đằng sau.

Josh cảm thấy buồn nôn tận trong dạ dày mình, không chỉ do đám mây mù lưu huỳnh hôi thối rỉ ra từ Dee. Đầu cậu động bưng bưng và những chấm bé tí xíu đủ màu sắc đập theo nhịp trước mắt cậu. Cậu bị mê mụ, người vẫn còn run rẩy sau cuộc đụng độ bất chợt với vị Quan chấp chính Coatlicue xinh đẹp. Cố gắng hết sức, cậu vẫn không sao hiểu nổi các biến cố vừa xảy ra trong vài phút qua. Cậu chỉ có ý tưởng mơ hồ nhất đối với việc làm sao cậu lại kết thúc tại nơi này. Cậu nhớ mình đang lái xe xuống những con đường ngoại ô... trên đường cao tốc... rồi vào thành phố. Nhưng cậu không có chút ý tưởng nào về việc mình đang đi đâu. Tất cả những gì cậu biết là mình có nhiệm vụ phải đi đâu đó.

Josh cố tập trung vào chuỗi các sự kiện đã mang cậu tới tòa nhà cháy, nhưng càng tập trung, các biến cố kia càng trở nên mù mịt.

Và rồi Sophie xuất hiện. Nổi bật trong tâm trí Josh là sự thay đổi kinh khủng xảy đến bất thình lình cho cô chị song sinh của cậu. Khi Sophie bước vào phòng của tay tiến sĩ vài giây trước, Josh đã thấy rộn ràng... nhưng bối rối. Tại sao chị ấy lại ở đó? Làm thế nào chị ấy tìm được cậu? Chắc hẳn nhà Flamel đã gởi cô tới, cậu nhận ra là thế. Nhưng điều đó không thành vấn đề; cô đã ở bên cậu và có thể giúp cậu mang Coatlicue vào thế giới này. Đó là điều quan trọng nhất.

Tuy nhiên, niềm hạnh phúc của cậu thật ngắn ngủi. Hạnh phúc ấy nhanh chóng biến thành nỗi sợ hãi, kinh tởm và thậm chí là giận dữ trước hành động của cô chị gái mình. Sophie không đến để giúp cậu, cô... ừm, Josh không biết cô muốn *cái gì*. Cậu đã quan sát, đã sửng sốt, khi luồng điện của cô cứng lại thành một bộ giáp bạc trông đầy sát khí bọc quanh thân mình, và rồi cô tàn nhẫn lấy cây roi quất vào vị Quan chấp chính xinh đẹp, không có khả năng tự vệ ấy. Tiếng kêu la đau đớn của Coatlicue làm tan nát cõi lòng cậu, và khi cô ta quay sang Josh, giang rộng hai cánh tay, vẻ đau khổ và bị phản bội trong đôi mắt to kia thật quá sức chịu đựng. Cậu là người đã gọi mời cô ta ra khỏi Vương quốc Bóng tối của cô; cậu chịu trách nhiệm về nỗi đau của cô. Vậy mà cậu không thể giúp gì được cho cô ấy.

Aoife đã nhảy lên lưng Coatlicue, giữ chặt lấy cô trong khi Sophie đánh cô túi bụi bằng ngọn roi kinh khủng kia. Sau đó Aoife kéo vị Quan chấp chính đang bị thương vào trở lại trong Vương quốc Bóng tối của cô. Khi Coatlicue biến mất, Josh cảm nhận một sự mất mát kinh khiếp. Chỉ còn chút xíu, chút xíu nữa thôi là cậu đã làm được một việc phi thường. Nếu Coatlicue được phép trở lại thế giới này, hẳn cô ấy sẽ... Josh nuốt một miệng đầy khói cao su và bật ho, nước mắt giàn giụa. Cậu không rõ cô ấy sẽ làm gì đây nữa.

Cách hai bậc thang bên dưới, Dee ngoảnh lại nhìn cậu, đôi mắt xám mở lớn, dữ dội trong không gian tối sầm. "Đi gần vào chứ," hắn càu nhàu. Hắn hất cằm về phía căn phòng đang cháy dở. "Cậu thấy không? Lúc nào bọn họ cũng gây ra như thế! Cái chết và sự phá hủy luôn theo sát nhà Flamel và thuộc hạ của bọn họ."

Josh lại ho, cố đưa cho được không khí sạch vào phổi. Đây không phải là lần thứ nhất cậu nghe thấy lời buộc tội thế này. "Scathach đã nói vậy rồi."

"Lỗi của Bóng tối là đã chọn sai phe." Nụ cười của Dee sao mà xấu xí. "Một lỗi lầm suýt tí cậu đã mắc phải."

"Chuyện gì xảy ra trên đó vậy?" Josh hỏi. "Mọi thứ diễn ra quá nhanh, và Sophie—"

"Bây giờ gần như không phải là lúc để giải thích."

"Nói tôi nghe xem," Josh gặng hỏi với vẻ tức giận, lúc này không khí hôi thối nhuốm mùi hương cam.

Dee dừng lại. Luồng điện của hắn quá sáng đến nỗi mắt và răng hắn nhuốm màu vàng khè. "Josh, cậu chỉ còn có vài giây nữa là đã thay đổi được cả thế giới này. Chúng ta gần như sắp khởi đầu một quá trình biến trái đất này thành thiên đường. Mà cậu lẽ ra đã là công cụ làm nên sự thay đổi ấy." Khuôn mặt tay tiến sĩ biến dạng thành một chiếc mặt nạ giận dữ cứng ngắc. "Hôm nay nhà Flamel đã phá ngang công việc của tôi. Cậu có biết tại sao không? Bởi vì bọn họ – cùng những người khác giống như họ – không muốn thế giới này trở thành một nơi tốt đẹp hơn. Nhà Flamel phát triển mạnh trong vùng bóng tối, họ tồn tại được trong những vùng ngoài rìa xã hội, sống cuộc đời bí mật, dối trá. Bọn họ lớn mạnh trên nỗi đau, nhu cầu của những người khác. Họ biết rằng trong thế giới mới của tôi, sẽ không có chỗ tối tăm cho họ trú ẩn, không có đau khổ chịu đựng cho họ khai thác. Bọn họ không muốn tôi – và những người khác giống như tôi – thành công. Có lẽ cậu đã giúp chúng tôi đến gần hơn những gì lâu nay chúng tôi chưa từng đạt được."

Josh cau mày, cố hiểu những gì tay tiến sĩ đang nói. Liệu Dee có đang nói dối không? Ông ta có phải là... mặc dù Josh không thể giũ bỏ cảm giác cho rằng có một yếu tố sự thật trong những thứ người bất tử đang nói. Cái gì đã làm nên nhà Flamel?

"Nói tôi nghe chuyện này xem," Dee nói. "Cậu đã nhìn thấy Coatlicue chứ?"

Josh gật đầu. "Tôi đã nhìn thấy cô ấy."

"Và cô ấy xinh đẹp chứ?"

"Vâng." Cậu chớp mắt, nhớ lại. Cô ấy rất đẹp, không giống bất cứ ai cậu từng nhìn thấy trước đây.

"Tôi cũng đã nhìn thấy hình dáng thật của cô ấy," Dee nói khẽ khàng. "Cô ấy là một trong các vị Quan chấp chính quyền lực nhất, một giòng giống cổ xưa, có lẽ thậm chí còn là một giòng giống xa lạ, đã thống trị thế giới này từ Thời trước Thời gian. Cô ấy là một nhà khoa học sử dụng kỹ thuật tiên tiến đến nỗi kỹ thuật đó không thể phân biệt được với pháp thuật. Cô ấy có thể vận dụng cả đến những vật chất thuần khiết." Dee thận trọng nhìn chăm bẳm vào Josh và chậm rãi nói tiếp. "Ngày nay, Coatlicue chắc hẳn có thể tái tạo thế giới này, sửa chữa, phục hồi lại. Nhưng cậu đã nhìn thấy Aoife đã làm gì cô ấy rồi phải không?"

Khó khăn lắm Josh mới nuốt xuống được. Cậu đã quan sát Aoife nhảy lên vị Quan chấp chính kia và kéo lê cô ấy trở lại lối vào Vương quốc Bóng tối của cô ấy lúc đó còn đang để ngỏ. Cậu gật đầu một lần nữa.

"Và cậu cũng nhìn thấy chị gái mình làm gì cô ấy rồi chứ?"

"Vâng."

"Sophie đã quất vào người cô ấy – và đó không phải là một ngọn roi thường đâu nhé. Tôi dám đánh cuộc ngọn roi đó là công cụ của Perenelle, được dệt từ những con rắn rút ra từ tóc của Medusa. Một cú chạm nhẹ nhất của ngọn roi đó cũng đủ gây đau đớn." Dee chìa bàn tay đặt lên vai cậu bé, và Josh cảm thấy sức nóng chảy xuống cánh tay mình. "Josh, bây giờ Sophie không còn chút gì thuộc về cậu hết. Cô chìm sâu dưới câu thần chú của nhà Flamel. Là con rối, là nô lệ của bọn họ. Bọn họ sẽ tận dụng cô tối đa, hệt như họ đã lợi dụng rất nhiều người trong quá khứ."

Josh gật đầu lần thứ ba. Cậu biết từng có các cặp song sinh trước mình, và cũng biết không ai trong số họ còn sống sót.

"Cậu có tin tôi không, Josh Newman?" Dee hỏi bất chợt.

Josh nhìn tay Pháp sư, há miệng định trả lời, nhưng rồi lại thôi.

"À." Dee mỉm cười. "Một câu trả lời hay đấy."

"Tôi đâu đã trả lời."

"Đôi khi không trả lời đã là trả lời rồi," người bất tử nói. "Hãy để tôi nêu câu hỏi theo một cách khác nhé: cậu có tin tôi hơn tin nhà Flamel không?"

"Có," Josh nói ngay. Về điều đó thì cậu không nghi ngờ gì.

"Và cậu muốn gì?"

"Cứu chị tôi."

Dee gật đầu. "Tất nhiên là cậu muốn thế rồi," hắn nói,

không thể nén một thoáng khinh miệt trong giọng nói mình. "Cô cậu là giống người mà."

"Chị ấy bị thần chú, phải không? Làm sao tôi phá vỡ câu thần chú đó được?" Josh hỏi dồn.

Đôi mắt xám của Dee hóa thành một thứ đá màu vàng chạch. "Chỉ có một cách, cậu phải giết chết bất kỳ ai đang kiểm soát cô – hoặc Nicholas hoặc Perenelle. Hoặc cả hai."

"Tôi không biết làm thế nào..."

"Tôi có thể dạy cậu," Dee hứa hẹn. "Tất cả những gì cậu phải làm là tin cậy vào tôi."

Kính nổ sâu tận trong tòa nhà, những âm thanh nhỏ xíu, khua lanh canh, gần giống như tiếng nhạc, và rồi cánh cửa ra vào bên trên họ bật mở ra cùng với sức nóng và một luồng không khí ập xuống giếng cầu thang. Một loạt những cú nổ ầm ầm làm rung chuyển cả tòa nhà, và những đường nứt nẻ như mạng nhện giăng trên các bề mặt trát vôi vữa. Tay vịn cầu thang bằng kim loại chợt nóng lên không sờ vào được nữa.

"Ông chứa thứ gì trên đó vậy?" Virginia Dare từ bên dưới giếng cầu thang hét toáng lên. Người bất tử được kẻ viền một luồng điện màu xanh lá trong trong mờ mờ hất mái tóc đen mịn của cô ta ra khỏi lưng và hai bờ vai như một chiếc áo choàng.

"Chỉ một ít dành cho mấy cuộc thử nghiệm hóa chất nho nhỏ...," Dee cất tiếng.

Một cú nổ như sấm dậy xô cả ba khuyu gối xuống. Những mảnh vôi vữa từ trên trần nhà rơi ào ào xuống như mưa và một thứ mùi cống rãnh đặc quẹo lấp đầy cả khoảng không nơi giếng cầu thang.

"Và một hoặc hai cuộc thử nghiệm lớn thôi mà," hắn nói thêm.

"Chúng ta cần phải ra khỏi đây. Toàn bộ tòa nhà này sẽ đổ sập mất," Dare nói. Cô ta quay người tiếp tục bước xuống cầu thang, Dee cùng với Josh theo sát gót.

Josh hít thở sâu. "Tôi đang ngửi thấy mùi bánh mì cháy phải không?" cậu hỏi, có vẻ ngạc nhiên.

Dare liếc ngoái lại Dee. "Thậm chí tôi còn không biết thứ mùi đang bốc lên ấy là mùi gì."

"Không, cô không biết được đâu," tay tiến sĩ nói.

Khi họ đến được chân cầu thang, Virginia tung mình vào cánh cửa đôi nhưng rồi bị đánh bật trở lại. Cửa khóa móc, một sợi xích dày cui quấn quanh mấy tay nắm.

"Tôi chắc chắn như thế là vi phạm luật phòng cháy chữa cháy," Dee lầm bầm.

Virginia Dare nói bằng một thứ ngôn ngữ đã không còn sử dụng trên lục địa châu Mỹ hàng nhiều thế kỷ nay, rồi nhanh chóng chuyển trở lại tiếng Anh. "Hôm nay có thể còn tệ hơn nữa không?" cô ta càu nhàu.

Có tiếng lích kích, rồi một tiếng rít ré, những chiếc bình tưới nước xây hẳn vào trần nhà xoay tròn hoạt động, phun nước lên cả ba, ném xuống một tấm mền nồng nặc mùi hăng hăng cay sè phủ lên mọi thứ.

"Tôi đoán là thế mà," cô ta nói. Cô ta chọc ngón trỏ vào ngực Dee. "Ông phải thừa nhận mình giống nhà Flamel, ông Tiến sĩ ạ: cái chết và sự phá hủy cũng theo sát sau ông nữa đấy."

"Tôi chẳng có gì giống bọn họ cả." Dee chụp bàn tay mình quanh khóa móc và siết chặt. Luồng điện của hắn bừng sáng vàng chạch quanh mấy ngón tay, rỉ xuống mặt sàn thành những vệt dài lính dính.

"Tôi tưởng ông không muốn sử dụng luồng điện của mình chứ," Dare nói ngay.

"Tôi cho rằng vào lúc này thật sự việc người ta biết tôi đang ở đâu chẳng còn quan trọng gì," tay tiến sĩ vừa nói, vừa vặn chiếc khóa móc xuống vị trí giữa như thể nó làm bằng giấy cạc-tông, và quăng nó qua một bên.

"Bây giờ thì mọi người đều biết là ông đang ở đâu," Josh nói.

"Người ta sẽ đến tìm tôi," Dee đồng ý. Hắn đẩy cánh cửa đôi mở ra và đứng nép vào để cô bạn bất tử và Josh ra ngoài trước. Sau đó, liếc mắt nhìn ngọn lửa đang cháy phừng phừng mặc cho các bình tưới đang hoạt động, hắn lao qua cánh cửa đôi... đụng thẳng vào Josh và Dare, lúc này đã đứng sựng ngay nơi ngưỡng cửa.

"Tôi nghĩ người ta đã tới nơi rồi đấy," Josh lẩm bẩm.

Chương ba

"*Mars Ultor.*"

Ông ta bị cầm tù quá lâu đến nỗi lúc này đây đã mất khả năng thuật lại những gì mình đang mơ hoặc nhớ lại. Những hình ảnh và ý tưởng xoáy cuộn trong đầu thật ra là của ông ta, hay đó là những ý nghĩ được thanh Clarent cấy ghép vào? Khi gợi nhớ lại quá khứ, có phải ông đang nhớ về lịch sử của chính bản thân mình, lịch sử của thanh kiếm, hay là lịch sử của những người đã từng mang thanh kiếm ấy trước mình? Hay đó là một hỗn hợp xáo lộn của cả ba thứ? Đâu là sự thật?

Và trong khi còn quá nhiều điều Mars Ultor không rõ, thì lại có một số ký ức ông trung thành giữ mãi. Những ký ức trở thành một phần cốt yếu của con người ông. Đây là những ký ức cấu thành con người ông.

Ông nhớ hai cậu con trai mình, Romulus và Remus. Những ký ức đó không bao giờ rời khỏi ông. Nhưng bất kể có cố gắng đến thế nào, ông cũng không thể gợi lại khuôn mặt người vợ của ông được.

"*Mars.*"

Ông có thể làm sống lại các trận chiến nhất định đến từng chi tiết tinh tế. Ông biết tên mỗi vị vua cũng như mỗi người dân nghèo mà ông đã giao chiến, mỗi vị anh hùng ông đã hạ sát và mỗi kẻ nhát đảm đã chạy thoát khỏi ông. Ông nhớ những chuyến hành trình khám phá, khi ông và Prometheus du hành khắp thế giới chưa ai từng biết đến, và thậm chí còn vào tận các Vương quốc Bóng tối mới vừa được tạo dựng.

"Thần Mars."

Ông đã chứng kiến những điều kỳ diệu và kinh khiếp. Đã chiến đấu với các Elder và các vị Quan chấp chính, những Người Thượng cổ, thậm chí đến người cuối cùng của bản thân các Thần Đất huyền thoại. Trong những ngày ấy, ông được người ta tôn thờ như một vị anh hùng, vị cứu tinh của nhân loại.

"Mars. Tỉnh dậy."

Ông không thích tỉnh dậy, bởi vì kèm theo đó là cơn đau, nhưng còn tệ hơn cơn đau kia là nhận thức rằng mình là một tù nhân, và sẽ còn là một tù nhân cho tới thời khắc cuối cùng. Và khi ông thức dậy, hình phạt của ông, nỗi đau đớn của ông, nhắc ông nhớ về những thời kỳ khi giống người hẳng còn sợ hãi và kinh tởm ông.

"Tỉnh dậy đi."

"Mars... Mars... Mars..."

Giọng nói – hoặc đó chính là rất nhiều những giọng nói? – cứ nhấn đi nhấn lại, như chọc tức và mơ hồ nghe quen quen.

"Tỉnh dậy đi mà!"

Trong nhà tù bằng xương này, sâu thẳm trong khu hầm mộ dưới lòng Paris, Elder mở choàng mắt. Đôi mắt có màu xanh lơ nhạt chỉ trong tích tắc rồi liền lóe đỏ. "Gì nữa đây?" ông càu nhàu, giọng vang rền bên trong chiếc nón bảo hiểm không bao giờ rời ra được khỏi đầu ông.

Ngay trước mặt ông là cái gì đó trông giống như một cặp nam nữ thuộc giống người. Cao và mảnh khảnh, nước da rám nắng sậm đen nổi rõ trên nền áo thun và quần jeans trắng tinh, cả hai đều mang giày đế mềm cũng màu trắng. Người phụ nữ cắt tóc rất ngắn, trong khi người đàn ông cạo đầu bóng nhẵn. Những cặp mắt ẩn sau cặp kính râm sát tròng rất hợp nhau.

Hai người đồng loạt gỡ kính ra nhìn ông ta. Mắt họ màu xanh lơ nhạt, sáng quắc, con ngươi là những chấm đen nhỏ xíu. Ngay cả trong cơn đau đớn vì luồng điện không ngừng bị nung đốt và đông cứng lại, Mars Ultor cũng vẫn nhớ họ. Những người này không thuộc giống người, họ là các Elder. "Isis?" ông nói trèo trẹo một ngôn ngữ cổ xưa của Danu Talis.

"Thật mừng khi gặp được ông, ông bạn cũ ạ," người phụ nữ nói.

"Osiris?"

"Chúng tôi tìm ông lâu lắm rồi," người đàn ông nói thêm. "Mà bây giờ mới tìm thấy."

"Nhưng hãy nhìn xem bà ta đã làm gì ông kìa," Isis nói lí nhí, rõ ràng là rất đau buồn.

Bà Phù thủy Endor giam giữ Mars trong xà-lim ngục tù này, do bà ta đã tạo ra từ đầu lâu của một tạo vật không bao giờ còn lang thang trên trái đất. Nhưng việc cầm tù ông đối với bà ta cũng chưa đủ; bà ta còn tạo ra một hình phạt bồi thêm dành cho tù nhân của mình. Bà Phù thủy đã làm cho luồng điện của Mars bị đốt cháy liên lỉ và hóa cứng lại trên bề mặt da, như lớp nham thạch sủi bọt trong lòng trái đất, bỏ lại ông bị giam hãm trong xà-lim làm bằng khung xương sọ này và trong cơn đau đớn vô cùng bên dưới một lớp vỏ nặng nề

Mars Ultor bật cười thành tiếng, nhưng âm thanh phát ra chỉ như một tiếng gừ gừ vọng lại. "Hàng bao nhiêu thiên niên kỷ nay tôi chẳng gặp ai cả, bây giờ có vẻ như tôi lại được nhiều người biết đến ấy nhỉ."

Isis và Osiris tách nhau ra, di chuyển ngược theo hai hướng quanh một vật thể trông như một bức tượng to lớn màu xám xịt lúc nào cũng ở tư thế như đang cố đứng dậy. Nửa thân mình bên dưới của Mars, từ thắt lưng trở xuống, bị chôn sâu vào lòng đất do Dee đã biến mặt sàn hóa thành xương lỏng rồi sau đó lại làm đông cứng trở lại. Cánh tay trái đang dang rộng của Elder chảy nhỏ giọt những dòng thạch nhũ bằng ngà, còn bám dính vào lưng Elder là hai vị thần dê gớm ghiếc, Phobos và Deimos, hàm của chúng há rộng ngoác. Phía sau Elder là một khối bệ chân tường hình chữ nhật bằng đá, nơi đây ông đã nằm yên suốt hàng ngàn năm nay. Lúc này phiến đá dày cộp ấy đã nứt làm hai.

"Chúng tôi biết Dee đã ở đây," Isis nói.

"Đúng. Hắn đã tìm tôi. Tôi ngạc nhiên là hắn đã nói với hai người là tôi ở đây," Mars nói nghe cọt cà cọt kẹt.

"Chúng tôi đánh nhau. Hắn là người đã chôn tôi ở đây trong lòng đất này đấy."

"Dee không nói gì với chúng tôi hết," Osiris nói. Ông ta đứng phía sau Mars, xem xét hai bức tượng thần dê hầu như rõ đến từng chi tiết nhỏ. "Hắn đã phản bội ông. Đã phản bội hết thảy chúng ta."

Mars rít lên đau đớn. "Lẽ ra tôi không bao giờ nên tin hắn. Hắn đã nhờ tôi Đánh thức một thằng bé, một luồng điện Vàng."

"Và rồi hắn đã dùng cậu bé Vàng ấy để triệu hồi Coatlicue đến Vương quốc Bóng tối này đấy," Isis thì thầm.

Làn khói đen nhuộm đỏ cuộn bay ra khỏi mắt Elder. Một cơn co giật làm nứt vỡ thân mình ông và những khối luồng điện bị đông cứng rất lớn vừa tróc ra, liền được thay thế lại rất nhanh. Bầu không khí khô ráo bốc mùi hôi của thịt cháy. "Coatlicue: Tôi đã đánh nhau với Quan chấp chính ấy lần cuối cùng khi mụ ta tàn phá các Vương quốc Bóng tối," ông nói hổn hển trong cơn đau đớn vì luồng điện đang bị đốt cháy. "Tôi đã mất nhiều người bạn tốt."

Người phụ nữ mặc toàn đồ trắng gật đầu. "Chúng ta đã mất những người bạn và gia đình trong tay mụ ta. Tay tiến sĩ kia bằng cách nào đó đã khám phá ra chỗ ở của mụ ta và đã gọi mời mụ ta."

"Nhưng tại sao mới được chứ?" Mars cất giọng rền rền. "Các Elder trong Vương quốc Bóng tối dưới lòng đất không đủ để thỏa mãn cơn thèm ăn của mụ ta sao?"

Osiris lấy đốt ngón tay gõ nhẹ vào lưng Elder, như thể

để kiểm tra sức mạnh. "Chúng tôi tin là hắn muốn thả mụ ta vào các Vương quốc Bóng tối. Chúng tôi đã tuyên bố Dee là *utlaga* vì hắn quá nhiều phen thất bại. Bây giờ hắn muốn trả thù, và có một thứ nguy hiểm là sự báo thù của hắn sẽ phá hủy mọi Vương quốc Bóng tối và toàn bộ thế giới này. Hắn đang tìm cách hủy diệt hết thảy chúng ta."

Isis và Osiris bước giáp vòng quanh Elder và bây giờ đang trở lại đứng đối diện với ông ta. "Nhưng bằng việc dõi theo mùi hôi thối của hắn, chúng tôi đã có thể lần ra là hắn đang ở đây... chỗ của ông," Isis nói.

"Xin hãy thả tôi ra," Mars nài xin. "Hãy thả tôi ra để tôi truy lùng tay tiến sĩ ấy."

Cặp đôi đồng loạt lắc đầu. "Chúng tôi không thể." Isis buồn bã nói. "Khi Zephaniah trói buộc ông, bà ta đã sử dụng một sự kết hợp giữa toàn bộ sự hiểu biết về Quan chấp chính với các câu thần chú của Thần Đất mà chúng tôi hoàn toàn không biết được. Một thứ Abraham đã dạy cho bà ấy, chắc chắn là thế."

"Vậy thì tại sao các người lại ở đây làm gì?" Mars gầm gừ. "Cái gì mang các người ra khỏi hòn đảo Vương quốc Bóng tối của mình thế?"

Một dáng người di chuyển dưới ngưỡng cửa. "Tôi đã bảo họ đến đây."

Một phụ nữ trông lớn tuổi bước vào hang, mình mặc áo choàng và váy màu xám rất giản dị, trang nhã. Thấp người và tròn trịa, mái tóc pha màu xanh lơ uốn quăn cứng nếp. Cặp kính đen to quá khổ che gần kín cả khuôn mặt, và trong bàn tay phải, bà cầm một cây gậy trắng. Gõ nhẹ cây gậy trước mặt mình, bà ấy bước tới Elder đang bị giam cầm, dừng lại khi cây gậy trắng kia đánh vào mặt đá.

"Ai đấy?" Mars hỏi gặng.

"Ông không nhận ra tôi sao?" Từng búi luồng điện màu nâu dâng lên từ da thịt của người phụ nữ lớn tuổi kia, và bầu khí nhuốm mùi hương ngòn ngọt đăng đắng của khói rừng.

Mars hít vào một hơi thật sâu đến rùng mình khi những ký ức lãng quên lâu đời chợt ùa trở lại. "Zephaniah!"

"Phu quân," Bà Phù thủy Endor nói rất đỗi dịu dàng.

Đôi mắt Mars nhấp nháy một màu xanh lơ.

Đôi mắt Mars lung linh từ đỏ qua xanh rồi trở lại màu đỏ, khói tuôn ra bên dưới chiếc mũ bảo hiểm của ông. Lớp da cứng như đá của ông dọc ngang vô số những đường nứt nẻ đang âm ỉ cháy, bắt đầu tróc ra thành những mảng bốc mùi hôi thối. Elder bị giam cầm cố dịch tới trước từng li một, trước khi lớp da mới của mình một lần nữa bị đông cứng trở lại. Elder hú hét, kêu thét cho tới khi cả khu hang động chìm trong cơn thịnh nộ và sợ hãi của ông, một hỗn hợp hôi thối bốc lên nồng nặc từ mùi thịt khét và xương bị đốt cháy. Cuối cùng, khi đã kiệt sức, ông nhìn người phụ nữ từng là vợ mình, người phụ nữ ông đã yêu thương trên hết thảy mọi người khác và cũng là người phụ nữ đã trói buộc ông vào sự đau đớn triền miên muôn đời. "Bà muốn gì, Zephaniah?" ông hỏi bằng một giọng thì thào rời rạc. "Bà đến để nhạo báng tôi đấy chắc?"

"Sao nào, phu quân," người phụ nữ lớn tuổi nói kèm theo một nụ cười chìa ra hàm răng sún. "Tôi đến để giải thoát cho ông đây. Đã đến lúc: thế giới này một lần nữa đang rất cần một Ảo thuật gia."

Chương bốn

Hai viên cảnh sát San Francisco dừng lại khi bộ ba kỳ quặc – một phụ nữ, theo sau là một cậu thiếu niên, rồi đến một người đàn ông luống tuổi – vụt chạy ra cánh cửa bên hông dẫn vào một phòng tiếp tân đổ nát xây bằng đá hoa và kính trong tòa nhà đang cháy ngùn ngụt.

"Có ai khác trong tòa nh –" một viên cảnh sát cất tiếng, và rồi nhìn thấy người đàn ông đối diện mình đang cầm một thanh đoản kiếm trong tay, còn một thanh kiếm thứ hai nhét vào thắt lưng nữa. Ngay khi viên cảnh sát thò tay đặt vào súng, anh ta thấy cậu bé trai cũng có hai thanh đoản kiếm trong thắt lưng, mỗi bên hông một cái. Quái lạ, người phụ nữ tóc dài kia còn mang theo cái gì trông như một ống sáo gỗ.

"Đứng yên đó," viên cảnh sát thứ hai ra lệnh. "Thả vũ khí xuống." Cả hai viên cảnh sát giơ súng lên.

"Quý ông, cám ơn trời là các ông ở đây." Người đàn ông nhỏ người tóc xám bước tới trước.

"Ở yên chỗ đó."

"Tôi là Tiến sĩ John Dee, là chủ công ty này, Enoch Enterprises."

"Đặt kiếm xuống đất, thưa ông."

"Tôi không nghĩ vậy đâu. Đây là những món đồ cổ vô giá trong bộ sưu tập cá nhân của tôi đấy." Tay Pháp sư dấn một bước tới trước.

"Ở yên đó! Tôi không biết ông là ai hết," một trong hai viên cảnh sát nói, "nhưng tôi biết là tôi không muốn bất cứ người nào đang cầm kiếm mà tiến tới gần mình. Đặt hết vũ khí xuống đất và tránh khỏi đây. Nhanh lên," anh ta nói thêm, trong lúc một cuộn khói hôi thối rỉ ra giữa những cánh cửa đóng chặt của hành lang thang máy.

Những lời cuối cùng hai viên cảnh sát nghe thấy xuất phát từ người phụ nữ kia: "John, tại sao ông không làm theo những gì cảnh sát bảo?" Thậm chí cả khi đang nói, cô ta vẫn đưa ống sáo gỗ lên môi. Hai người đàn ông ấy chỉ nghe một nốt duy nhất rồi ngã sụm xuống đất, bất tỉnh. "Và đừng mất thời gian chứ," Virginia Dare gắt. Cô ta bước ngang thân mình hai người đàn ông, đi xuyên qua lỗ hổng mở rộng hoác chắc hẳn trước kia là cánh cửa chính của tòa nhà, và ra đến đường phố. "Đi thôi."

"Chúng ta sẽ lấy xe." Dee dợm bước về phía Đồi Telegraph nhưng chợt dừng lại đang khi sải bước nửa chừng, nhận ra rằng Josh vẫn còn ở lại phía sau. Cậu bé đang đứng trước hai viên cảnh sát đang nằm bất tỉnh trong phòng tiếp tân. "Đi nào, chúng ta không có thời gian đâu!"

"Chúng ta cứ đi mà để họ ở đây vậy sao?" Josh hỏi, rõ ràng là lo ngại.

Dee nhìn Dare, rồi nhìn trở lại Josh. Hai người bất tử cùng gật đầu một lượt.

Josh lắc đầu. "Tôi không bỏ họ lại đâu. Toàn bộ tòa nhà này sắp sửa đổ sầm xuống đầu họ mất."

"Chúng ta không có thì giờ để lo chuyện này...," Dare lên tiếng.

"Josh." Luồng điện của Dee nổ lắc rắc quanh thân mình hắn – cơn giận dữ của hắn tưởng chừng như sờ thấy được.

"Không." Bàn tay trái của Josh thả trên lớp da bọc chuôi kiếm đang được nhét vào thắt lưng cậu. Ngay tức khắc, mùi hương cam đậm đặc tỏa đầy gian phòng tiếp tân đổ nát, và thanh kiếm đá kia chầm chậm phập phồng theo nhịp đập đều đều bừng lên một màu đỏ thẫm đùng đục. Josh cảm thấy một sức nóng rùng rùng chảy lên cánh tay trái, xuyên qua hai vai và dồn nơi chân cổ mình. Mấy ngón tay cậu quấn chặt quanh chuôi kiếm đã quá quen thuộc: đây là thanh Clarent, món vũ khí cổ xưa còn được gọi là Lưỡi kiếm Hèn nhát.

Dòng ký ức kết tụ lại...

Dee, trong trang phục của một kỷ nguyên nào khác, đang chạy xuyên qua một thành phố bốc cháy, tay giữ chặt một ôm sách.

London, 1666.

Bàn tay còn lại của Josh thả xuống thanh kiếm dắt ở hông bên kia. Một cơn lạnh buốt thấm vào da thịt và ngay lập tức cậu biết nó được gọi tên là gì. Đây là thanh Durendal, Thanh kiếm Không khí, từng được mang bên mình người hiệp sĩ cao quý nhất mọi thời đại mà người ta từng biết đến.

Những dòng ký ức mới lung linh và tỏa bung ra...

Hai chàng hiệp sĩ mặc giáp bạc và vàng chiếu sáng lấp lánh đang đứng bên trên một chiến binh đã ngã gục, hai người hai bên; bảo vệ ông ta khỏi lũ thú dữ đói mồi thèm khát đang đi lòng vòng trong vùng bóng tối.

Một cơn thịnh nộ thô nguyên cháy bỏng đọng lại nơi lõm thượng vị của cậu bé. "Mang họ ra ngoài," Josh ra lệnh. "Tôi sẽ không để họ ở đây chịu chết đâu."

Trong tích tắc, có vẻ như tay Pháp sư người Anh sắp sửa thách thức với cậu nhỏ, nhưng rồi hắn ta gật đầu, đôi môi uốn quăn lên thành một nụ cười mim mím không lan được tới mắt. "Tất nhiên rồi. Cậu nói đúng. Chúng ta không thể bỏ họ lại được, phải không Virginia?"

"Tôi thì có thể đấy," ả ta nói.

Dee trừng mắt nhìn ả. "Ừm, tôi thì không." Hắn nhét kiếm vào thắt lưng và trở vào tòa nhà. "Cậu có lương tâm đấy, Josh," hắn vừa nói, vừa cúi xuống vòng tay ôm lấy một trong hai viên cảnh sát. "Cẩn thận với nó đấy: tôi đã từng nhìn thấy những người đức hạnh chết bởi chính cái luân thường đạo lý ấy của họ."

Josh kéo người đàn ông thứ hai băng ngang qua mặt sàn một cách dễ dàng, ra tới bên ngoài. "Ba tôi đã dạy tôi và Sophie rằng chúng tôi phải nghe lời trái tim mách bảo và làm những gì mình biết là đúng."

"Nghe có vẻ ông ấy là người tốt ấy nhỉ." Dee nhấm nhẳng. Hắn không thở nổi vì phải nỗ lực mới kéo lê được viên cảnh sát băng qua đường. Họ đặt hai người đàn ông kia phía sau chiếc xe tuần tra của cảnh sát.

"Biết đâu có ngày ông sẽ gặp lại anh ta," Josh nói.

"Tôi nghi ngờ điều ấy."

Virginia Dare đã trèo vào chiếc xe hơi sang trọng vẫn còn đậu trên đường phố. Lúc này trên nóc xe bám đầy bụi than xỉ và tro, lấp lánh bên dưới là một lớp kính vỡ. "Chúng ta cần phải ra khỏi đây – ngay bây giờ!"

Dee trượt vào phía sau xe, ngồi cạnh Dee, còn Josh rút hai thanh kiếm ra khỏi thắt lưng, đặt lên mặt sàn phía trước chỗ ngồi của hành khách rồi mới trèo vào ghế tài xế. "Đi đâu?" cậu hỏi.

Virginia chồm tới trước. "Cứ ra khỏi Ngọn đồi này đi đã." Ngay khi ả ta đang nói, một chùm khói nhuốm màu xanh lá từ phần mái của tòa nhà bắn vọt lên. Lập tức, cả ba luồng điện lung linh – màu vàng, màu xanh tái và vàng ánh kim. "Chúng ta cần phải ra khỏi thành phố này. Sẽ có báo động cho mọi thứ trên khắp Bờ Đông nước Mỹ. Các thứ ấy đang đến."

Bầu không khí ban mai bừng tỉnh với những âm thanh phát ra từ tiếng còi hiệu đang tiến đến gần.

"Mà tôi chưa kể tới cảnh sát đâu đấy," ả ta nói thêm.

Chương năm

Thế giới đang kết thúc.

Chiếc xe Jeep Wagoneer đời 1963 màu trắng lấm lem bụi bẩn phóng xuyên qua toàn cảnh vật đang nhanh chóng mất đi không còn chút màu sắc. Prometheus ngồi trong ghế tài xế, hai bàn tay khổng lồ ghì trên tay lái, giữ chặt đủ để lớp nhựa và kim loại kêu răng rắc. Perenelle Flamel ngồi đằng sau ông ta, với Nicholas nằm sải dài bên cạnh, đầu gối vào lòng bà.

Vương quốc Bóng tối của Prometheus đang sụp đổ. Bầu trời màu xanh lơ như vỏ trứng chim cổ đỏ đã nhạt thành màu phấn trắng; những đám mây kết thành từng lớp màn mỏng quăn quéo và nhạt đi thành những dấu vết mờ mờ đơn sắc. Chỉ trong một tích tắc, mặt biển đã ngừng chuyển động. Sóng yếu dần rồi đông cứng lại, màu xanh lá ngả chàm phân hủy thành một màu trắng nhợt rồi mới biến thành một cả một màn bụi xám xịt ùa xuống như thác đổ, trong khi bờ cát vàng rực và đá cuội bóng láng khoác lên mình một lớp màu nâu cháy và từng đống than hừng tàn rụi. Một cơn gió ma quái tung rắc tro tàn, thổi chúng cuộn theo hình xoắn ốc bay lên trong không trung. Bụi tro rơi xuống cây cối, xuống bãi cỏ đang mất dần hình dạng và độ nét, biến chúng thành màu giấy da khô queo; bất cứ thứ gì mọc lên đều nhàn nhạt một màu vàng ngà ngà của những khúc xương giòn rụm rồi cuối cùng mới tan biến thành một thứ bột xam xám như phấn bảng.

Và khi tất cả mọi dấu vết mang màu sắc tan biến hết, những hình bóng có màu xám bắt đầu nhạt dần, đường chân trời gãy đứt đoạn thành cả triệu hạt bụi lóng lánh rơi xuống như tuyết bẩn, chẳng để lại gì đằng sau ngoài một màu đen bưng bít đặc quẹo.

Chiếc Wagoneer này bưng bưng dọc theo con đường chạy sát bờ biển, máy móc gào rú, bánh xe quay cuồng tìm điểm tựa trên con đường nhanh chóng đang mờ nhạt dần. Bên trong xe, dày đặc mùi cây anise và luồng điện của Elder chiếu sáng quanh mình ông ta, rực một màu đỏ và tỏa sức nóng đủ làm cháy sém chỗ ngồi và tan chảy khoảnh mui phía trên đầu. Ông ta đang cố gắng một cách tuyệt vọng, ráng giữ Vương quốc Bóng tối của mình gắn kết lại với nhau đủ lâu để chiếc xe này vào trở lại Vương quốc Bóng tối trái đất ngay tại Mũi Point Reyes. Nhưng đây là một cuộc chiến đấu cầm chắc phần thua; thế giới ông từng tạo dựng hàng bao thiên niên kỷ trước đang chết dần, trở về tình trạng Hồng hoang ban đầu.

Các biến cố xảy ra từ mấy tiếng đồng hồ trước đã vắt kiệt sức lực của Prometheus, và việc sử dụng chiếc đầu lâu pha-lê ma cà rồng để giúp nhà Flamel dõi theo Josh vào San Francisco đã tiêu sạch năng lượng của ông. Ông đã biết chiếc đầu lâu ấy nguy hiểm biết bao – chị gái ông, Zephaniah, đã cảnh báo ông rất thường xuyên – nhưng ông vẫn chọn giúp đỡ Nhà Giả kim và vợ ông ấy. Prometheus luôn luôn đứng về phe của giống người.

Và vì thế ông ta đã đặt hai tay mình lên món đồ cổ xưa đó, đã dùng sức mạnh của nó... và đến lượt mình, chiếc đầu lâu kia nốc cạn dòng ký ức của ông, chén sạch luồng điện của ông. Bây giờ, ông yếu lả, quá sức yếu lả, ông biết mình đã sắp sửa bị luồng điện của chính mình lấn át một cách nguy hiểm, bị tan trong ngọn lửa và rụi thành tro bụi. Khoảng một vài giờ nữa thôi, mái tóc từng đỏ rực của vị Elder này sẽ chuyển sang màu trắng như tuyết, và ngay cả đôi mắt màu xanh lá sáng quắc của ông cũng nhạt đi.

Ông đang ở gần, rất gần với bờ rìa thế giới của mình... nhưng thậm chí ngay khi ý tưởng ấy đang hình thành, thì một làn sương mù xám xịt mờ đục ngay tức khắc đã bao phủ lấy chiếc xe.

Phản ứng giật nảy mình của Prometheus suýt đưa chiếc xe văng khỏi con đường chật hẹp. Trong thoáng chốc, ông tưởng chừng như trạng thái tan rã của vương quốc này đã bắt kịp được ông; rồi ông hít thở lấy bầu không khí lạnh đượm mùi muối, nhận ra làn sương kia chỉ là lớp sương mù tự nhiên của vùng biển cuộn vào Mũi Point Reyes trong Vương quốc Bóng tối trái đất. Thảng hoặc, làn sương ấy vẫn rò rỉ từ Vương quốc này sang Vương quốc kia. Đó là một dấu hiệu khác cho thấy ông đang ở gần sát với Vương quốc Bóng tối của mình.

Từng dáng hình người mơ mơ hồ hồ bất chợt xuất hiện trong màn sương, những chiếc bóng trong vùng tối ảm đạm xếp thành hàng nơi quãng đường cuối cùng. "Các con tôi," vị Elder thầm thì. Đây là tàn dư của Người Đầu tiên. Trong một thời kỳ rất xa xưa, trong Thành phố Vô danh nơi rìa thế giới, luồng điện nóng rực của Elder đã tiêm một tia lửa vào mớ đất sét trơ ì và làm người đó lóng ngóng sống dậy. Con người đất sét ấy đã trở thành Người Đầu tiên: mang diện mạo quái dị, nhưng không phải là loài quỷ sứ – không như bất cứ thứ gì mà thế giới này từng xem thấy. Được tạo thành từ bùn đất, hình thù xấu xí, với cái đầu hói quá lớn trên cần cổ hẹp và gương mặt chưa hoàn chỉnh không thần sắc chỉ với những ấn tượng mờ nhạt nhất nơi bình thường là miệng hoặc mắt, họ đã lê bước theo Prometheus xuyên qua các Vương quốc Bóng tối, các câu chuyện thần thoại hoang đường, chuyện cổ tích đầy cảm hứng, và sự kinh hãi theo sát bên chân họ. Họ đã sống sót hàng bao thiên niên kỷ. Bây giờ chỉ còn lại một dúm sinh vật này, lang thang khắp Vương quốc Bóng tối của Prometheus mải tìm kiếm cuộc sống và ánh sáng của luồng điện. Âm thanh phát ra từ động cơ của chiếc xe đã thu hút họ, và bây giờ, như những bông hoa xoay về mặt trời, những khuôn mặt của họ hướng về phía luồng điện ngột ngạt trong chiếc xe hơi – đặc biệt là mùi hương quen thuộc của hạt cây anise, nguồn gốc cuộc sống vĩnh viễn của họ.

Nhưng không có sức mạnh kỳ lạ của vị Elder này giữ cho thế giới và cư dân của thế giới ấy được sống, lớp da bùn đất của họ nứt nẻ và từng khoanh một bắt đầu tách ra, tan rã thành bụi trước khi chạm đến mặt đất. Quan sát người cuối cùng trong số những Người Đầu tiên phân hủy thành hư không, Prometheus ứa nước mắt, những giọt lệ màu đỏ như máu rỉ ra nơi khóe mắt ông. "Xin hãy tha thứ cho ta," ông thì thầm bằng thứ ngôn ngữ cổ xưa của Danu Talis.

Một trong số các sinh vật bùn đất ấy bước lên con đường ngay phía sau chiếc xe, giơ cao cánh tay dài một cách không tự nhiên trong một tư thế có lẽ là chào hoặc tạm biệt. Elder không bao giờ đặt tên cho họ, nhưng ông biết người này bằng vào hoa văn như lằn sẹo vắt ngang ngực anh ta. Đây là một trong những tạo vật đầu tiên mà luồng điện của anh ta đã bừng sống dậy trong thành phố Thần Đất tan hoang. Khoảng hư không đen ngòm nở ra sau lưng hình dáng ấy, bùn đất nâu biến thành màu của muối khi sinh vật ấy chìm vào lãng quên. "Hãy tha thứ cho ta," Promethes nài nỉ thêm lần nữa, nhưng ngay lúc ấy, nhân vật cuối cùng của Dòng giống Thứ nhất, dòng giống ông ta từng làm cho sống dậy một cách không tự nhiên, đã biến mất, mọi dấu vết về sự tồn tại của họ đều bị quét sạch.

Bên trong chiếc xe nở bùng luồng điện của Elder, và những ngọn lửa lóe sáng nhảy múa khắp mọi bề mặt kim loại. Mấy đầu ngón tay cháy phừng hằn sâu những dấu vết nơi kính chiếu hậu khi ông xoay nghiêng mặt kính để nhìn vào hai dáng người đang ở phía sau xe. "Scathach nói đúng," ông ta cầu nhàu. "Con bé luôn bảo rằng cái chết và sự phá hủy lúc nào cũng theo sau gót chân Nicholas Flamel."

Chương sáu

"Đi thôi – đừng chạy," Niten ra lệnh. Mấy ngón tay cứng như sắt cắm vào vai Sophie, kéo cô dừng hẳn lại.

Cô lắc người thoát ra. "Chúng ta phải –"

"Phải tránh không được thu hút sự chú ý," anh chàng người Nhật mảnh khảnh nói giọng đều đều. "Cất cây roi vào dưới áo khoác đi."

Sophie Newman không nhận ra là trong tay phải mình vẫn đang cầm ngọn roi da hai màu đen và ánh bạc của Perenelle. Cuộn chặt roi lại, cô nhét xuống dưới cánh tay trái.

"Nhìn quanh mình xem," Niten nói tiếp. "Em thấy gì?"

Sophie quay lại. Họ đang đứng nơi chân Đồi Telegraph. Một đám khói đen lẫn dầu, bắn vọt qua những ngọn lửa đang nhảy múa, bốc lên bầu trời cao. Tiếng còi hụ, kèn xe om sòm vang lên, trong khi chung quanh họ, người ta chen nhau để nhìn cho được đám lửa đang bùng cháy nơi một trong các tòa nhà đẹp đẽ ngay bên dưới Tháp Coit.

"Em nhìn thấy lửa... khói..."

Có tiếng động mạnh đùng đục từ bên trong tòa nhà và những vụn kính vỡ cùng từng mảnh cát xi-măng xây tô ào xuống như thác đổ đầy khắp chiếc Microbus Volkswagen hai màu đỏ trắng đậu bên ngoài. Mấy cánh cửa sổ phía hông bên phải đều vỡ vụn hết. Một bóng tối hoang mang lung linh thoáng qua gương mặt của Niten bình thường vẫn rất điềm tĩnh. "Nhìn vào đám người ấy," anh ta nói. "Một chiến binh cần phải nắm rõ môi trường xung quanh mình chứ."

Sophie chăm chú nhìn các khuôn mặt kia. "Ai cũng đang nhìn ngọn lửa hết," cô nói khẽ.

"Chỉ có thế thôi," Niten nhất trí. "Và chúng ta cũng phải làm vậy, nếu chúng ta muốn trộn lẫn vào với họ. Quay lại nhìn đi."

"Nhưng Josh..."

"Josh đi mất rồi."

Sophie dợm lắc đầu.

"Quay lại nhìn đi," Niten nằng nặc. "Nếu bị bắt, em sẽ không tài nào giúp được cậu em mình đâu."

Cô gái nhỏ quay người, liếc trở lại phía ngọn lửa. Niten nói đúng, nhưng đứng yên không đuổi theo cậu em mình cô lại cảm thấy *không ổn*. Mỗi một giây trì hoãn nghĩa là Josh đang trượt càng lúc càng xa khỏi cô. Hình ảnh tòa nhà đang cháy vỡ ra thành từng mảnh và biến mất khi mắt cô đong đầy nước. Chớp mắt thật mạnh, cô chùi nước mắt bằng lưng bàn tay, để lại những vệt đen mồ hóng vằn vện trên hai má. Mùi cao-su cháy và mùi hăng hăng cay sè của dầu và kim loại bị cháy sém trộn lẫn với các mùi khí độc hại khác trôi giạt ngang qua đám đông đang tụ tập, làm cho mọi người ai nấy đều quay đi. Niten và Sophie tuôn đi theo họ.

Josh đi mất rồi.

Sophie cố hiểu được những lời này có ý nghĩa gì nhưng hầu như không thể. Cậu đã bỏ cô lại. Mấy phút trước cậu đã ở rất gần đến nỗi có thể chạm đến được, song khi cô cố giúp đỡ, cậu lại quay người khỏi cô mà đi theo Dee và Virginia, trên mặt còn hiện rõ vẻ kinh hoàng, ghê tởm.

Josh đi mất rồi.

Một cảm giác hoàn toàn tuyệt vọng chảy tràn trên người cô; dạ dày cô bị khuấy tung lên và cổ họng đau nhói. Cậu em sinh đôi của cô, cậu em trai bé nhỏ, đã làm những điều cậu từng hứa sẽ không bao giờ làm; cậu đã bỏ mặc cô. Rồi nước mắt dâng trào, những tiếng thổn thức vỡ ra sâu tận bên trong làm toàn thân cô rung rung; khiến cô không thở nổi.

"Em sẽ khiến người ta chú ý đấy," Niten nói khẽ khàng. Anh ta đi sát vào Sophie, nhẹ nhàng đặt mấy ngón tay trái lên khuỷu tay phải của cô. Ngay lập tức, cô gái nhỏ được bao bọc trong mùi hương gỗ, tươi nguyên của trà xanh đậm đặc, và một cảm giác an bình tràn ngập cả người. "Tôi cần em phải can đảm lên, Sophie. Sống phải mạnh mẽ, nhưng chiến thắng phải thật dũng cảm."

Cô gái nhỏ hít vào một hơi thật sâu, rồi nhìn vào đôi mắt nâu của Niten. Bất chợt và bàng hoàng, cô biết đôi mắt ấy đang chứa đầy những giọt nước mắt đoanh tròng. Chàng Kiếm sĩ nhấp nháy, từng giọt nước mắt nhuốm màu xanh lơ lăn tròn xuống hai bên má.

"Hôm nay em không phải là người duy nhất đánh mất người mình yêu quý đâu," Niten nhẹ nhàng nói tiếp. "Tôi quen biết Aoife đã trên bốn trăm năm nay rồi. Cô ấy..." Anh ta dừng lại một chút, khuôn mặt dịu xuống. "Cô ấy dễ tức giận điên cuồng, khiến người ta phải tổn thương, đòi hỏi khắt khe, ích kỷ và kiêu căng ngạo mạn... và rất, rất quý báu đối với tôi." Làn khói màu xanh lơ ngả xanh lá uốn vặn từ tòa nhà đang cháy, xoáy cuộn xuyên qua đám đông.

Sophie quan sát thấy đoàn khán giả quay đi tránh khói, bật ho khi khói vướng vào cổ họng. Phần lớn bắt đầu la lên khi khói và tro làm cay mắt họ. Những giọt nước mắt của Niten rơi xuống không ai để ý.

"Anh yêu cô ấy rồi," Sophie thì thầm.

Đầu anh ta cử động như một cái gật đầu nhẹ nhất. "Và theo cách của mình, cô ấy cũng yêu tôi, mặc dù không bao giờ thừa nhận điều đó." Những ngón tay của chàng Kiếm sĩ siết chặt khuỷu tay cô gái nhỏ, và khi nói, anh ta dùng tiếng Nhật chính xác và thanh lịch thời trẻ của mình. "Nhưng cô ấy không chết đâu," anh ta nói nghe thật dữ dội. "Ngay cả vị Quan chấp chính kia cũng sẽ phát hiện ra rằng không thể giết chết Aoife Bóng Tối. Cách đây hai thế kỷ, cô ấy đã một mình chiến đấu mở đường xuyên qua Vương quốc Bóng tối Jigoku khi tôi bị bắt cóc bởi bọn thuộc hạ của Shinigami, Thần Chết. Cô ấy đã đi tìm tôi. Nay tôi sẽ đi tìm cô ấy." Anh ta dừng lại một chút rồi nói thêm, "Y như em sẽ tìm và giải cứu cậu em trai của mình vậy."

Sophie gật đầu. Cô sẽ tìm thấy Josh, sẽ giải cứu cậu, bất kể có thế nào. "Vâng, vâng, em sẽ tìm thấy. Em phải làm gì bây giờ?" cô hỏi, không ý thức rằng mình cũng đang đáp lại bằng thứ tiếng Nhật hoàn hảo ấy.

"Theo tôi," Niten nói, và nhanh chóng di chuyển nhẹ nhàng cẩn thận xuyên qua đám đông đang tản ra, vội vã xuống Đại lộ Đồi Telegraph tiến về phía Đường Lombard.

Sophie chạy theo, bám sát hết mức. Cô không muốn lạc mất anh ta trong đám đông. Niten di chuyển không chút cố gắng, đánh vòng qua nhóm du khách và những người xem, thậm chí còn không chạm vào họ. "Chúng ta đang đi đâu đây?" Cô phải la lớn để anh ta có thể nghe thấy vượt lên trên tiếng ồn ào của những chiếc xe cứu hỏa cùng đổ về một lượt, và tiếng còi xe cảnh sát.

"Đến gặp Tsagaglalal."

"Tsagaglalal," cô gái nhỏ lặp lại, cái tên chợt gợi lại vùng ký ức của Bà Phù thủy Endor. "Người Canh Giữ."

Chương bảy

"Trút cơn giận của ông xuống những người đáng chịu ấy chứ," Perenelle Flamel càu nhàu. "Đây đâu phải lỗi chồng tôi."

"Ông ta là chất xúc tác," Prometheus nói.

"Đó luôn luôn là vai trò của ông ấy mà." Perenelle ngồi ở băng ghế sau xe, Nicholas nằm dài bên cạnh. Bà đang vuốt ve trán chồng. Nhà Giả kim bất tỉnh, da ông xám như tro, hai gò má lốm đốm những mạch máu vỡ và những tĩnh mạch tím ngắt. Hai túi mọng dưới mắt ông tím thâm, cứ mỗi lần bàn tay bà mạnh dạn lần qua khung xương đầu của ông, từng món tóc cắt ngắn của ông lại bung ra dưới mấy ngón tay bà. Nicholas không hề nhúc nhích động đậy, hơi thở ông quá cạn đến nỗi chỉ vừa vặn nhận thấy được. Cách duy nhất để Nữ Phù thủy có thể bảo ông vẫn còn sống là ấn nhẹ mấy đầu ngón tay vào cổ ông để cảm nhận được mạch đập rất yếu.

Nicholas đang chết dần chết mòn và bà cảm thấy...

Bà *cảm thấy*...

Perenelle lắc đầu, bà không rõ mình cảm thấy thế nào.

Bà đã gặp và đem lòng yêu người đàn ông này hồi giữa thế kỷ mười bốn, ở Paris. Họ đã cưới nhau vào ngày mười tám tháng Tám năm 1350, và bà có thể đếm trên mấy đầu ngón chỉ trong một bàn tay số tháng họ sống xa nhau qua các thế kỷ tiếp theo. Bà lớn hơn Nicholas mười tuổi, và ông không phải là người chồng đầu tiên của bà, tuy nhiên, họ cưới nhau suốt một thế kỷ, bà mới nói cho ông biết mình từng là một bà góa.

Bà yêu ông ngay từ giây phút đầu gặp gỡ và đến giờ vẫn còn yêu ông, vì thế chắc chắn bà phải cảm thấy... chắc chắn bà phải cảm thấy khó chịu hơn... giận dữ hơn... buồn bã hơn trước việc ông đang chết dần chứ?

Nhưng bà không cảm thấy thế.

Mà cảm thấy... *nhẹ nhõm.*

Vô thức, bà gật đầu. Bà thấy nhẹ nhõm vì mọi chuyện đang đến hồi kết.

Người bán sách trở thành nhà giả kim – hầu như chỉ do tình cờ – đã dạy bà những điều kỳ diệu và chỉ cho bà thấy những sự phi thường. Họ đã du hành khắp thế giới này, đi vào những Vương quốc Bóng tối kế cận. Cùng nhau họ đã chiến đấu với bọn quỷ sứ, các sinh vật lẽ ra không nên tồn tại bên ngoài những cơn ác mộng. Và mặc dù họ đã có nhiều bạn bè – thuộc giống người thường và người bất tử, một số các Elder và thậm chí vài người thuộc Thế hệ Kế tiếp – nhưng kinh nghiệm cay đắng đã dạy rằng họ chỉ có thể phụ thuộc lẫn nhau thôi. Họ chỉ có thể hoàn toàn tin cậy vào nhau thôi. Mấy ngón tay Perenelle dịu dàng lần theo những đường nhăn trên xương gò má và khuôn cằm của chồng. Nếu bây giờ có chết đi, ông sẽ chết trong vòng tay bà, đó là một niềm an ủi khi bà sẽ không còn sống lâu mấy nữa, bởi vì bà không nghĩ rằng sau hơn sáu trăm năm sống với ông, bà lại có thể chịu đựng nổi một cuộc sống thiếu vắng sự hiện diện ấy. Song ông chưa thể chết được đâu – bà sẽ không cho phép điều đó xảy ra; bà sẽ làm mọi thứ có thể làm được để giữ cho ông được sống.

"Tôi xin lỗi," Prometheus chợt lên tiếng.

"Ông chẳng có gì phải xin lỗi cả," Perenelle nói. "Scathach nói đúng đấy: cái chết và sự hủy diệt đã bám sát chúng tôi suốt hàng bao thế kỷ. Người ta chết vì chúng tôi – chết vì cứu chúng tôi, bảo vệ chúng tôi, chết vì quen biết chúng tôi." Gương mặt bà đột nhiên nhăn nhúm đầy đau đớn. Qua nhiều năm, bà đã tạo ra một lớp vỏ bọc quanh bản thân mình để giữ cho mình không cảm thấy mọi cái chết và đau khổ, nhưng có những lần – như lúc này – khi lớp vỏ bọc kia nứt vỡ và bà cảm thấy trách nhiệm mình phải chịu trước từng nỗi mất mát.

"Nhưng hai người cũng đã giải cứu nhiều người mà, Perenelle, rất nhiều người."

"Tôi biết thế," Nữ Phù thủy đồng ý, đôi mắt bà dừng lại trên gương mặt Nicholas. "Chúng tôi đã dồn các Elder Đen tối đến bước đường cùng, đã chống lại Dee, Machiavelli, và các người khác giống bọn họ suốt nhiều thế kỷ nay." Bà ngồi tại chỗ, vặn người quan sát sự rỗng không tan vỡ khuấy tung lên áp sát vào chiếc xe hơn bao giờ hết. "Mà chúng tôi vẫn chưa xong việc. Prometheus, ông không thể để chúng tôi chết ở đây được."

"Tôi đang lái xe nhanh hết sức mình đây." Trên mặt

vị Elder lấp lánh mồ hôi đỏ một màu như máu. "Giá mà tôi có thể giữ thế giới này gắn kết với nhau chỉ trong vài giây ít ỏi nữa..." Bên ngoài, những đám mây đượm mùi muối kết dày đặc, bao phủ chiếc xe trong một chiếc kén ẩm ướt, Prometheus bật cần gạt, lau sạch kính chắn gió phía trước. "Chúng ta sắp tới đó rồi," ông ta nói, và rồi, khi họ ra khỏi Vương quốc Bóng tối, trở lại Mũi Reyes, sương mù bốc lên và thế giới nổ bung thành những sắc màu quá sáng đến nỗi khi nhìn lên mắt họ gần như nhức buốt. Elder giẫm mạnh vào cần thắng, chiếc Wagoneer trượt bánh dừng hẳn lại trên con đường dơ bẩn. Ông ta tắt máy, trèo ra khỏi xe. Đứng trong tư thế một cánh tay chống lên mui xe, ông ngoái lui nhìn đám sương mù, quan sát chúng xoắn vặn, đổi dời, mờ đi thành từng sợi tơ mỏng mảnh.

Ông đã dành cả một khoảng thời gian tưởng chừng như vô tận để tạo dựng thế giới này, định hình nó. Đó là một phần của con người ông. Nhưng bây giờ Vương quốc Bóng tối của ông đang sụp đổ thành hư không, và luồng điện của ông quá suy yếu, ký ức ông sẽ không bao giờ còn có thể tái tạo được nó. Thoáng một khoảnh khắc khi sương mù vặn vẹo trôi đi, cho ông thấy hình ảnh cuối cùng của Vương quốc Bóng tối xinh đẹp và thanh bình kia...

Đã biến mất rồi.

Prometheus trèo vào xe trở lại, xoay người nhìn Perenelle và Nicholas. "Vậy là đoạn kết đang đổ xuống trên chúng ta? Abraham đã nói về thời điểm này."

"Sẽ chẳng còn bao lâu," Perenelle nói, "nhưng chưa đâu. Chúng tôi còn phải làm một việc nữa."

"Lúc nào hai người cũng biết nó sẽ kết thúc theo cách này kia mà," Prometheus nói.

"Lúc nào cũng thế," bà nói đầy tin tưởng.

Elder thở dài. "Các người có Tầm nhìn đấy."

"Vâng," Perenelle đồng ý, "nhưng còn hơn thế nữa. Tôi đã được nói cho biết về một số điều này rồi." Bà nhìn Prometheus, đôi mắt màu xanh lá chiếu sáng trong vùng bóng tối. "Nicholas tội nghiệp của tôi. Chẳng bao giờ ông ấy thật sự có một cơ hội: số phận của ông ấy được định hình vào lúc người đàn ông một tay kia bán cuốn *Codex* cho ông ấy. Cuốn sách đã thay đổi toàn bộ cuộc đời ông ấy – cuộc đời của cả hai chúng tôi – và cùng nhau, chúng tôi đã thay đổi dòng lịch sử nhân loại. Khi tôi còn là một đứa trẻ, và trước cả khi Nicholas sinh ra, cũng chính người đàn ông sau này bán cho ông ấy cuốn sách đã cho tôi thấy tương lai của mình và tương lai của thế giới này. Không phải một tương lai xác thực, nhưng là một tương lai có thể xảy ra, là một trong rất nhiều khả năng. Và trải qua ngần ấy năm tháng, tôi đã quan sát thấy nhiều trong những khả năng đó đã thành hiện thực. Người đàn ông có một bàn tay kia đã nói cho tôi biết những gì phải xảy đến – những gì tôi phải làm, những gì người chồng tương lai của tôi sẽ làm – nếu loài người được sống sót. Ông ta là người điều khiển, giật dây mọi chuyện xuyên suốt hàng nhiều thiên niên kỷ, đốc thúc, xoay sở, dời chuyển chúng ta – hết thảy chúng ta – về phía mục tiêu này. Thậm chí cả ông nữa đấy, Prometheus."

Elder lắc đầu. "Tôi không nghĩ vậy đâu."

"Thậm chí cả ông nữa đấy. Ông nghĩ ai là người xúi

giục anh bạn Saint-Germain của ông đánh cắp lửa từ tay ông; ông nghĩ ai là người đã dạy ông ta các bí mật ấy?"

Elder há miệng định nói nhưng rồi ngậm lại, không nói một lời nào.

"Người đàn ông có bàn tay móc câu đã cho tôi biết rằng ông ta ở đó vào lúc bắt đầu và nói với tôi rằng ông ta sẽ ở đó vào giờ sau hết." Perenelle chồm người tới trước. "Ông cũng ở đó, Prometheus; ông đã ở trên Danu Talis trong Trận chiến Cuối cùng. Ông ta tuyên bố rằng mình cũng có mặt ở đó – chắc ông phải nhìn thấy ông ta chứ."

Prometheus chậm rãi lắc lắc cái đầu to lớn. "Tôi không thể nhớ ông ta." Ông mỉm cười buồn bã. "Chiếc đầu lâu pha lê đã ăn sạch hồi ức cũ nhất cũng như mới nhất của tôi rồi. Rất tiếc, Nữ Phù thủy, nhưng tôi chẳng có chút ký ức nào về người đàn ông có bàn tay móc câu ấy." Nụ cười của ông nhạt dần, chuyển thành vẻ cay đắng. "Nhưng có rất nhiều điều về ngày đó với tôi đã bị mất đi hoặc lẫn lộn thậm chí còn trước cả khi bị chiếc đầu lâu ấy lấy đi ký ức."

"Ông không có chút hồi ức nào về ông ta sao – đôi mắt màu xanh lơ sáng quắc, một chiếc móc câu thế chỗ cho bàn tay trái?"

Prometheus lại lắc đầu lần nữa. "Xin lỗi. Tôi nhớ gương mặt của những người bạn tốt mà tôi đã mất đi, dù không còn nhớ được tên của họ. Tôi nhớ những người đứng lên chống lại tôi, những người tôi đã từng giết chết." Ông ta cau mày và giọng nói bỗng trở nên dịu dàng và xa xăm. "Tôi nhớ những tiếng kêu thét, la lối, những âm thanh của cuộc chiến, tiếng chan chát của kim loại, mùi hôi thối của pháp thuật cổ xưa. Tôi nhớ có lửa trên trời... và rồi thế giới này bửa tách ra làm hai, mặt biển gào rú trong đó."

"Ông ta đã có mặt ở đó."

"Đây là Trận chiến Cuối cùng mà, Nữ Phù thủy. *Mọi người* đều có mặt ở đó."

Perenelle ngồi vào chỗ trở lại. "Lần đầu tiên khi tôi gặp ông ta, tôi còn nhỏ hơn một đứa bé nữa kia. Tôi hỏi tên ông ta. Ông ta nói ông ta được gọi là Marethyu," bà nói khẽ.

"Đó không phải là một cái tên. Đó là chức danh: có nghĩa là Sự chết. Nhưng cũng có thể mang nghĩa là 'người,'" Elder nói, chuyển sang ngôn ngữ cổ xưa.

"Tôi nghĩ ông ta là một Elder..."

Prometheus cau mày, những mảnh ký ức bất chợt ùa đến trong ông hết sức kinh ngạc. Mấy ngón tay siết chặt vào lưng ghế. "Marethyu," ông vừa lẩm bẩm, vừa gật đầu. "Sự chết."

"Ông nhớ ông ta rồi à?"

Ông lắc đầu. "Những vùng bóng tối của ký ức. Marethyu không nằm trong số chúng tôi. Ông ta không phải là Elder mà cũng không phải thuộc Thế hệ Kế tiếp, không phải là Quan chấp chính cũng không phải Người Cổ đại. Ông ta đã là – và đang là – một loại người cao hơn và thấp hơn hết thảy chúng ta. Tôi tin ông ta thuộc giống người." Prometheus xoay tròn, tựa hai bàn tay khổng lồ trên tay lái. "Bà muốn chúng ta đi đâu, Nữ Phù thủy?"

"Xin đưa tôi đến chỗ Tsagaglalal."

Chương tám

"Ôi trời, dưới này hôi thối quá sức." Billy the Kid hắt hơi to tiếng. "Tôi muốn nói là *thật sự* hôi thối." Gã ấn rìa lòng bàn tay lên hai mắt lúc này đang giàn giụa nước và hắt hơi một lần nữa.

"Quả thật là chưa tệ lắm đâu. Tôi từng ngửi thấy những thứ còn tệ hại hơn," Niccolò Machiavelli nói khẽ.

Hai người đàn ông đang đứng trong một đường hầm nằm sâu bên dưới nhà tù Alcatraz. Nước rỉ ra từ khoảnh trần thấp chủm và từng cơn sóng nhỏ vỗ quanh mắt cá chân. Bầu khí nồng nặc mùi cá thối rữa và tảo biển hôi hám, trộn lẫn với mùi hăng hắc của phân chim và mùi chua lòm của phân dơi. Chỉ có duy nhất ánh sáng phát ra từ khe hở cao tít phía trên đầu, một hình vuông ngồn ngộn xanh lơ nổi bật trên một màu nền đen nhánh.

Người đàn ông cao ráo thanh mảnh mặc bộ vét lấm lem bụi đất hít thở sâu. "Quả thật, mấy thứ này nhắc tôi nhớ nhà mình."

"Nhà?" Billy bật ho. Gã kéo một chiếc khăn tay lớn có hoa văn màu đỏ rực ra khỏi túi quần jeans phía sau, cột ngang qua mũi và miệng mình. "Nhà ông thường có mùi như một phòng tắm của thú hoang dã thế này sao?"

Hàm răng Machiavelli lóe sáng khi một nụ cười lướt qua nhanh. "Đúng, Rome và Venice – ừm, Venice ngọt ngào – vào thế kỷ mười lăm, mười sáu nghe có mùi... tuy nhiên chưa tệ bằng Paris hồi thế kỷ mười tám hoặc London vào giữa thế kỷ mười chín. Tôi đã ở đó năm 1858; không khí hôi thối đến độ gần như không thở nổi. Phải nói là Hết sức Hôi thối."

"Không thể nào nói tôi thích như thế được," Billy nói. "Tôi yêu không khí trong lành, ngập tràn khắp nơi." Gã bật mấy ngón tay kêu tanh tách, bầu không khí ôi thiu bị lấp đầy mùi ớt nhập ngoại. Một dải khói uốn éo màu tím ngả đỏ thẫm bọc quanh mấy ngón tay gã, và rồi một quả cầu lửa đỏ trong trong mờ mờ từ hai bàn tay gã bay lên nhảy nhót ở độ cao ngang đầu người. Quả cầu bật nảy và nổi lên như một bong bóng xà-phòng bị kéo giật đi bởi lớp không khí biển đượm muối đang hùn hụt thổi xuống đường hầm. "Một ông thầy thuốc người Apache đã dạy tôi đấy," Billy nói với vẻ tự hào. "Không tệ lắm, nhỉ?"

"Không tệ lắm." Machiavelli chắp hai bàn tay vào nhau, mùi hương từ luồng điện của Billy lướt nhanh đi nhường chỗ cho mùi hôi của loài rắn. Một ánh lóe trắng tinh thắp sáng cả đường hầm làm mọi thứ nổi rõ sắc lẻm. Chiếc bong bóng đỏ nhảy nhót và vỡ tan. "Thầy của tôi, Aten, đã dạy tôi đấy," Machiavelli nói.

Billy the Kid nhanh chóng xoa hai bàn tay vào nhau, những tua xoắn từ luồng điện tím pha đỏ của gã chảy rỉ vào làn nước ngập đến mắt cá chân. "Tuyệt," gã thừa nhận, giọng nói tắc nghẹt đằng sau chiếc khăn che.

Machiavelli liếc xéo sang người đàn ông trẻ tuổi. "Trông anh giống như tên cướp, đeo khăn che mặt."

"Tôi nghĩ nó hợp với tôi."

Hai người đàn ông, một người mặc bộ vét bị hỏng cùng đôi giày Ý đắt tiền, người kia mặc quần jeans với đôi giày ống mòn vẹt, làm bắn tung tóe nước dưới hành lang. Ánh sáng trắng tinh cùng đi với họ, xua lũ chuột mắt đỏ lòm chạy lẩn vào bóng tối.

"Tôi ghét chuột," Billy cằn nhằn.

"Chúng có công dụng riêng của mình chứ," Machiavelli nói nhỏ nhẹ. "Chúng làm gián điệp giỏi lắm."

"Gián điệp?" Billy the Kid nín bặt. Gã nói nghe như bối rối. "Gián điệp hả?"

Tay người Ý đã đi tiếp nhưng cũng dừng lại ngoái nhìn về phía Billy. "Anh chưa bao giờ nhìn xuyên qua mắt một con thú sao?"

"Chưa. Tôi được một bà thầy thuốc người Navajo bảo rằng bà ấy có thể nhìn xuyên qua mắt một con đại bàng, nhưng tôi hoàn toàn không chắc là mình có thể tin được cho tới khi bà ta nói cho tôi biết cách đó gần năm mươi cây số, một sĩ quan cảnh sát đang kết hợp với một đội vũ trang để săn lùng tôi. Bà ta nói họ sẽ mất hai ngày để tìm ra tôi. Và đúng như thế, hai ngày sau, họ đã tìm thấy tôi."

"Hướng ý chí của anh vào một con thú – hoặc một con người, đại khái vậy – là chuyện khá đơn giản. Thầy anh không dạy anh sao?"

Billy nghiêng đầu qua một bên. "Chắc là không." Rồi gã khẽ khàng nói thêm. "Ông có nghĩ là ông có thể dạy tôi không?"

Tay người Ý bất tử nhìn anh chàng người Mỹ ngạc nhiên. "Dạy anh à?"

Billy nhún vai khó chịu. "Ừm, ông đã từng ở chỗ này chỗ kia suốt cả thời gian dài. Ông... ừm, ông *thuộc thời Trung cổ* mà. Thật sự rất cổ."

"Cám ơn."

"Mà những người châu Âu các ông tất cả đều được huấn luyện bởi các bậc thầy cổ xưa..."

"Thầy của anh, Quetza... Quezza..."

"Quetzalcoatl," Billy đọc trọn từ.

"Ông ấy cổ xưa như thầy của tôi vậy. Quetaz... Quezta..."

"Cứ gọi ông ấy là Kukulkan."

"Kukulkan là một Elder quyền năng vĩ đại. Anh nghe ông ta nói rồi đấy: ông ta có mặt trên Danu Talis khi hòn đảo này chìm. Ông có thể dạy anh những điều kỳ diệu. Hơn tôi gấp nhiều lần."

Billy nhét bàn tay vào túi sau của chiếc quần jeans, bất chợt trông gã trẻ hơn tuổi rất nhiều. "Được, sự thật hoàn toàn nhé, thực ra ông ta chẳng dạy dỗ tôi cái quái gì cả. Tôi cứu mạng ông ta và ông ta biến tôi thành người bất tử như một phần thưởng thôi. Sau đó, tôi không nghĩ là mình đã gặp ông ta suốt năm mươi năm tiếp theo hay đại loại thế đâu. Bất cứ những gì tôi học được về các Elder và sự bất tử của mình, tôi tự tìm hiểu cả đấy, khám phá mọi chuyện chỗ này một chút chỗ kia một chút."

Machiavelli gật đầu. "Con đường của tôi cũng không khác mấy. Thầy tôi bỏ tôi lại với những mớ thiết bị dụng cụ suốt nửa thế kỷ. Chắc chắn cuộc tìm kiếm của anh đã dẫn anh đến với những người bất tử khác hả?"

"Không nhiều, và không lâu lắm." Bill cười nhăn nhở. "Tôi thậm chí còn không nhận ra mình bất tử cho tới ngày bị ngã ngựa trên đường đi Sierra Madre và lăn xuống một hẻm núi. Tôi có thể nghe cả tiếng xương mình gãy trên đường lăn xuống. Tôi nằm dưới chân khe núi ấy, quan sát làn khói đỏ pha tím này bốc ra khỏi da mình, và tôi có thể cảm thấy xương mình kêu răng rắc và liền khớp trở lại với nhau. Tôi đã nhìn thấy vết đứt của mình liền mặt và lớp da phục hồi, không để lại nhiều sẹo. Bằng chứng duy nhất mà tôi có được cho thấy là tôi đã bị ngã xuống triền núi là quần áo tôi rách bươm từng mảnh."

"Luồng điện đã chữa lành anh đấy."

"Hồi đó tôi không biết gọi nó tên gì." Billy giơ bàn tay lên và luồng điện của gã kết thành từng búi uốn éo bay ra khỏi mấy đầu ngón tay. "Nhưng một khi đã xảy ra chuyện đó, tôi bắt đầu nhìn thấy những luồng điện chung quanh người ta. Vì thế tôi có thể nói ai tốt ai xấu, ai mạnh ai yếu, ai khỏe ai bệnh, chỉ bằng vào việc nhìn những màu sắc quanh thân mình họ."

"Tôi tin tất cả mọi người đều đã từng có khả năng này."

"Rồi một ngày đang ở Deadwood, Nam Dakota, thì tôi nhìn thấy luồng điện mạnh mẽ đến kinh ngạc – màu xám như thép – bọc quanh một người đàn ông đang trèo lên xe lửa. Tôi không biết ông ta là ai, nhưng đúng là tôi đã chạy đến chuyến xe lửa ấy, gõ lên ô cửa sổ. Và khi ông ta hướng mắt nhìn ra phía tôi, tôi nhìn thấy đôi mắt ông ta – màu xám y hệt như luồng điện – mở lớn, và ngay lập tức tôi biết ông ta cũng có thể nhìn được màu sắc bao xung quanh người tôi. Sau đó tôi mới biết mình không lẻ loi, cũng có những người bất tử khác như tôi vậy."

"Anh có phát hiện ra người đàn ông ấy là ai không?"

"Một thế kỷ sau đó, tôi gặp lại ông ta: đó là Daniel Boone."

Machiavelli gật đầu. "Tôi có nghe đến tên ông ta trong danh sách những người Mỹ bất tử."

"Tên tôi có trong danh sách đó không?"

"Không," Machiavelli nói.

"Tôi không rõ mình nên cảm thấy sỉ nhục hay biết ơn nữa."

"Có một câu ngạn ngữ của người Celt mà tôi đặc biệt ưa thích: 'Trước pháp luật, tốt hơn hết là tồn tại mà không ai biết đến.'"

Billy gật đầu. "Tôi thích thế!"

"Tuy nhiên, bổn phận của chủ nhân chính là phải huấn luyện người phục vụ mình," Machiavelli nói tiếp. "Lẽ ra Kukulkan phải đào tạo cho anh chứ."

Billy lại nhún vai. "Ừm, đó không hoàn toàn là lỗi của ông ta. Tôi lúc nào cũng có chút vấn đề với nhà chức trách. Dây mình vào rắc rối từ khi còn là một cậu bé con, cả đời tôi cứ gặp rắc rối hoài. Chưa bao giờ thật sự thoát khỏi. Diều hâu Đen đã huấn luyện tôi – khi anh ta cố giết tôi cho bằng được, vậy đó. Anh ta đã dạy tôi những chuyện vặt vãnh, tôi biết mà." Billy dừng lại một chút rồi nói thêm, "Có nhiều thứ tôi chỉ nghe hoặc đọc qua. Nhiều thứ tôi muốn được xem thấy." Gã dừng lại lần nữa rồi nhỏ nhẹ nói, "Tôi muốn nhìn thấy hết thảy mọi Vương quốc Bóng tối."

"Có một số anh không muốn tới đâu," Machiavelli tự động nói.

"Nhưng có nhiều Vương quốc Bóng tối tôi thích được tận mắt nhìn thấy."

"Một số rất tuyệt vời," tay người Ý nhất trí.

"Tôi có thể học được nhiều điều từ ông," Billy nói. "Và có lẽ đến lượt mình, thậm chí tôi cũng có thể dạy ông một chút đấy."

"Có thể. Tuy nhiên," Machiavelli nói thêm, "lâu lắm rồi tôi không còn nhận học trò."

"Tại sao không?"

"Tin tôi đi," Machiavelli nói, "anh thật sự không muốn biết..." Y ngưng bặt, ngửa đầu ra sau, chiếc mũi dài thon kiểm tra bầu không khí. "Billy," y nói nhanh, "tôi sẽ nhận anh làm học trò và dạy anh tất cả những gì tôi biết – với một điều kiện," y nói thêm.

"Điều kiện gì?" Billy hỏi với vẻ cảnh giác.

"Anh phải ngậm miệng suốt mười phút sắp tới."

Thậm chí khi y còn đang nói, mùi hôi thối nồng nặc của cá chết và tảo biển mục rữa đã cuộn xuống đường hầm.

Và một con quái thú nhô ra khỏi vùng bóng tối.

Billy the Kid vô tình lùi lại một bước. "Ối trời, ông là một người xấu –"

"Billy!"

Chương chín

"Hòn đảo Danu Talis," Marethyu nói khẽ khàng, quấn tấm áo choàng dài chặt quanh thân mình. "Một trong những kỳ quan đã mất của thế giới."

Scathach, Joan Arc, Saint-Germain, Palamedes và William Shakespeare đang ở trên ngọn đồi nhìn xuống khắp hòn đảo thành phố khổng lồ có màu vàng ánh kim trải dài ngút tầm mắt. Thành phố phơi mình ra dưới dạng một mê cung hình tròn, với những dòng nước xanh lấp lánh bao quanh, đan dệt chồng chéo. Tia sáng mặt trời lấp lóa ánh bạc trên mặt nước, phản chiếu những tòa nhà vàng kim đến chói mắt. Một số nơi sáng chói tới mức không dám nhìn thẳng vào.

Saint-Germain ngồi trên bãi cỏ xanh rì, Joan khom mình ngồi xuống cạnh ông ta. "Danu Talis nay không còn nữa," ông ta nói giọng đều đều. "Dường như tôi nhớ mình đọc thấy nó đã chìm rồi mà."

"Chúng ta đã đi lùi lại mười ngàn năm," người đàn ông đội mũ trùm giải thích. Một làn gió ấm áp thổi giật rìa áo khoác của ông ta, kéo ngược lại, để lộ chiếc móc câu bằng kim loại phẳng bẹt thế chỗ cho bàn tay trái. "Đây là Danu Talis, ngay trước Biến cố Nhấn chìm."

"Trước Biến cố Nhấn chìm," Scathach thì thầm. Nữ Chiến binh bước tới một gò đất, lấy tay che mắt. Cô không muốn những người khác nhìn thấy mắt mình long lanh đầy nước mắt. Hít thở thật sâu, cô cố gắng – và đã thất bại – giữ cho giọng mình không run rẩy. "Cha mẹ và anh tôi có dưới đó không?"

"Có đủ mọi người," Marethyu nói. "Hết mọi Elder đều ở trên hòn đảo – họ chưa tản mác ra khắp các Vương quốc Bóng tối. Vài người – như Prometheus và Zephaniah – các bạn đã gặp trong thời đại của mình, nhưng ở đây họ vẫn còn rất trẻ. Họ sẽ không quen biết các bạn đâu, tất nhiên là thế, bởi vì họ chưa từng nhìn thấy các bạn. Cô sẽ biết cha mẹ mình, Nữ Chiến binh, nhưng họ sẽ không nhận ra cô, bởi vì lúc này họ đã sinh ra cô đâu."

"Nhưng tôi có thể nhìn họ lại lần nữa," Scathach thì thào, những giọt nước mắt đỏ như máu lăn xuống mặt.

"Cô có thể. Dù có lẽ không phải lúc."

"Tại sao không?" Saint-Germain hỏi liền.

"Danu Talis đã bị kết án. Có thể xảy ra trong một ngày, hoặc hai, hoặc có thể là ba. Tôi không biết. Những gì tôi biết là chẳng bao lâu nữa nó sẽ phải chìm."

"Còn nếu không?" Saint-Germain hỏi. Ông chải hất mái tóc dài ra khỏi mặt. "Chuyện gì xảy ra nếu hòn đảo sống sót và phát triển?"

"Vậy thì thế giới mà các bạn biết sẽ thôi không tồn tại," Marethyu nói với tất cả sự nồng nhiệt. "Hòn đảo này phải bị chẻ rời thành từng mảnh và các Elder phải đi cùng khắp quả địa cầu này. Ma thuật cần thiết để phá hủy Danu Talis phải đầu độc mặt đất, đầu độc chính bầu không khí của bản thân nó, cả nước biển và lửa từ những miệng núi lửa, để lớp con trẻ do các Elder sinh ra sau trận hủy diệt Danu Talis, Thế hệ Kế tiếp, sẽ khác với cha mẹ chúng cũng như cha mẹ chúng đã từng khác biệt với những người đã đến trước họ." Người đàn ông có bàn tay móc câu quay lại với Scathach. "Nếu hòn đảo này không chìm đắm, thì cả cô lẫn người chị của mình sẽ không bao giờ từng tồn tại."

Scathach lắc đầu. "Nhưng tôi đang ở đây, vì thế hòn đảo sẽ phải chìm thôi."

"Trong dải thời gian nhất định –" Marethyu nói nửa chừng, nhưng Shakespeare đã ngắt lời.

"Hãy nói cho tôi nghe về những dải thời gian," nhà đại thi hào nói.

Người đàn ông có bàn tay móc câu kéo giật tấm áo choàng về phía mình và xoay mặt qua cả nhóm. "Có nhiều dải thời gian. Elder Chronos có thể di chuyển tới lui xuyên qua những dải thời gian khác nhau này, mặc dù chỉ trong vai trò là quan sát viên. Ông ta không bao giờ can thiệp vào được. Một thay đổi đơn lẻ sẽ ảnh hưởng đến toàn bộ dải thời gian và mọi dải thời gian đều tuôn chảy ra từ đó."

"Chủ nhân của tôi, Tammuz, có thể đi xuyên thời gian đấy," Palamedes nói.

Marethyu gật đầu. "Nhưng ông ta chỉ có thể đi lùi lại

và nhìn xem những gì đã xảy ra. Chronos có thể tiến tới trước và xem thấy những gì có thể xảy ra nữa kìa."

Saint-Germain ngước mắt nhìn Marethyu. "Trước đây tôi đã từng giao thiệp với sinh vật xấu xa Chronos ấy. Ông ta không đáng tin cậy đâu."

Đôi mắt màu xanh lơ của Marethyu nhăn lại khi ông cười. "Ông ta không dành chút tình thương mến nào cho anh, đó là sự thật. Và hãy để chúng ta hy vọng rằng hai người sẽ không gặp lại nhau."

"Vậy điều gì khiến cho dải thời gian *này* đặc biệt đến thế?" Saint-Germain nhỏ nhẹ hỏi.

Marethyu xoay người trở lại nhìn hòn đảo vàng ánh kim. "Mỗi biến cố vĩ đại lại tạo ra nhiều dòng thời gian, những khả năng và những câu hỏi chuyện-gì-xảy-ra-nếu." Ông ta vẫy vẫy bàn tay mình. "Anh có thể hình dung rằng sự hủy diệt của nơi này đã tạo ra một con số to lớn lạ thường của những dòng thời gian khác nhau."

"Vâng... rồi sao nữa?" Saint-Germain nói, giọng the thé.

"Chúng ta đã nhảy qua mười ba cổng tuyến Vương quốc Bóng tối để đến đây. Chronos đã giúp tôi sắp xếp chúng liên tiếp nhau để chúng ta di chuyển không chỉ ngược thời gian, mà còn xuyên qua cả những dòng thời gian. Tại đây, *bây giờ*, chúng ta đang ở trong dòng thời gian nguyên thủy trước khi thế giới bị nhấn chìm và các dòng thời gian chia tách ra."

"Nhưng tại sao?" Will hỏi. "Nếu chúng ta không làm gì, thì chắc chắn thế giới này cũng chìm và mọi thứ vẫn tiếp diễn như luôn là như thế mà?"

"À, nhưng các Elder, dưới sự dẫn dắt của Osiris và Isis, đang thực hiện một kế hoạch làm thay đổi mọi thứ. Bọn họ dự định bảo đảm cho Danu Talis chưa bao giờ chìm."

Saint-Germain gật đầu. "Nếu ở địa vị của họ, tôi cũng sẽ làm như thế, và tôi đoán chừng là họ đã có đến hàng bao nhiêu thiên niên kỷ để hoàn thiện kế hoạch này."

"Chuyện gì xảy ra nếu họ thành công?" Joan hỏi.

"Thì mọi thứ cô biết đơn giản sẽ là không còn tồn tại," Marethyu lặp lại. "Không chỉ thế giới này, nhưng hết thảy trong vô số các Vương quốc Bóng tối. Hàng tỷ mạng sống, mười tỷ, sẽ phải chết. Nhưng các bạn – tất cả các bạn ở đây – đều có năng lực ngăn chặn điều đó."

Ngồi trên ngọn đồi thấp, phóng tầm mắt khắp hòn đảo, Joan Arc vói cầm lấy bàn tay chồng, đặt vào tay mình. Comte de Saint-Germain nắm tay cô bằng cả hai bàn tay mình, cô siết mấy ngón tay ông ta thật chặt. Chồm qua, ông ta hôn vào má cô. "Cứ nghĩ đây như một chuyến phiêu lưu mới," ông ta thì thầm. "Chúng ta từng có quá nhiều rồi mà."

"Không lần nào như lần này," cô lẩm bẩm bằng tiếng Pháp.

Shakespeare dịch tới gần Palamedes, chàng Hiệp sĩ Saracen. "Tôi ước gì mình vẫn còn đang sáng tác," ông ta nói thầm. "Biến cố này mà viết thành truyện thì hay biết mấy."

"Thành phố này bao nhiêu tuổi rồi?" Saint-Germain buột miệng hỏi lớn tiếng. Ông ta liếc xuống những con phố và đường sông như một mê cung. "Nó gợi tôi thoáng nhớ đến Venice."

Marethyu nhún vai. "Thành phố trẻ hơn hòn đảo, mà hòn đảo trẻ hơn trái đất này. Nghe nói các Elder Vĩ đại đã nâng hòn đảo lên chỉ trong một ngày bằng cách kết hợp mọi Pháp thuật Căn bản. Được xem như là kỳ công vĩ đại nhất của pháp thuật mà thế giới này từng được xem thấy."

"Ở đó có thư viện chứ?" Shakespeare hỏi.

"Có, Đại Thi hào ạ. Nằm trong số các thư viện đáng chú ý nhất trên thế giới. Đại Thư viện của Danu Talis là một gian phòng mênh mông được đẽo ra từ phiến đá gốc của kim tự tháp. Ông có thể bỏ ra cả đời mình để khám phá chỉ một tầng kệ duy nhất. Những ngăn kệ kéo dài đến hàng chục cây số. Hòn đảo tương đối hiện đại, nhưng nền văn minh của Danu Talis cổ xưa hơn, hơn nhiều, rất nhiều. Các Elder Vĩ đại đã cai trị trước các Elder, có cả một Danh sách các vì Vua khắc vào những bậc thang của kim tự tháp ngược về hàng trăm ngàn năm trước. Trước thời các Elder Vĩ đại, có các giống loài khác: Quan chấp chính, Người Cổ đại, và rất xa xưa trong quá khứ, các vị Thần Đất. Nền văn minh này được xây dựng trên tàn tích của nền văn minh khác." Marethyu lấy móc câu chỉ về phía một tòa kim tự tháp khổng lồ có nhiều bậc. "Đó là Kim tự tháp Mặt trời, không chỉ nằm ngay giữa tâm của hòn đảo mà là của cả đế chế. Trận chiến Cuối cùng sẽ phân định thắng hoặc bại ở đó."

"Ông biết tất cả những thứ đó bởi vì đã từng xảy ra rồi," Scathach nói.

"Trong một dải thời gian, đúng."

"Còn các dải thời gian khác thì sao?"

Marethyu nhún vai. "Có nhiều dải thời gian, nhiều khả năng xảy ra, nhưng chúng ta đã trở lại đến thời điểm trước khi các dải thời gian đó chia tách ra, chính đây mới là nơi hành động của chúng ta định hình được tương lai."

"Làm thế nào ông biết được biến cố này có thực?" Scathach hỏi gặng.

"Bởi vì Pháp sư Abraham đã nói với tôi."

"Tôi tưởng chúng ta nên đi gặp Abra –" Scatty chợt im bặt, xoay người nhìn quanh, đôi mắt lóe sáng.

Bầu không khí yên tĩnh buổi ban mai bị lấp đầy bởi một tiếng ngân vang trầm trầm, âm thanh của bầy ong xa xa.

"Xuống...," Marethyu vừa cất tiếng giọng đã tắc nghẽn, cả người loạng choạng khi một đợt phóng điện chớp lóe trắng với xanh lơ dập dờn đánh qua ngực, bật ra những tia lửa nổ lách tách nơi chiếc móc câu. Ông ta ngã sầm xuống đất, làn khói xanh tai tái bốc lên từ thân mình, tia lửa trắng xóa bò lan qua những dấu thần bí khắc vào chiếc móc câu kia.

Joan dợm bước dịch sang bên cạnh Marethyu, nhưng Saint-Germain chụp lấy cánh tay cô, kéo giật lại. Ông ta khẽ lắc đầu. "Đừng. Chờ đã."

Ngay lập tức Shakespeare và Palamedes tách nhau ra, nhà Đại thi hào đứng vào vị trí đằng sau, bên trái người bạn. Nếu có một trận chiến, Will sẽ canh giữ phía sau lưng bạn mình.

"Những chiếc vimana đang đến," Scathach gầm gừ.

Cô thu người lại nhưng không có động tác nào với tới đôi song kiếm dắt sau lưng. "Cứ ở yên, đừng động vào kim loại."

"Cái gì được gọi là vim...," Joan mở lời; dõi theo ngón tay Scathach. Ngón tay chỉ thẳng lên trời.

Bầu không khí ấm áp rung rung, rồi lạnh ngắt và bất chợt ba vật hình đĩa xoay tròn rơi ra khỏi bầu trời quang đãng, bay liệng ngay phía trên đầu họ, kêu o o và rung nhè nhẹ. Mọi người đều ngước nhìn lên. Ở phía dưới của những chiếc đĩa bạc kia được khắc bản đồ của Danu Talis.

"Vimana," Scathach giải thích. "Những chiếc đĩa bay. Vài người đã sống sót sau biến cố Nhấn chìm của Danu Talis, biến hòn đảo thành Vương quốc Bóng tối Trái đất. Cha tôi có một chiếc... nhưng Aoife đã làm vỡ. Cô ấy còn đổ lỗi cho tôi," cô đắng đót nói thêm.

Chiếc đĩa lớn nhất – chí ít cũng phải đến hơn ba mét rưỡi – hạ thấp nhưng không đậu trên mặt đất, một lớp nước đá mỏng đọng trên bãi cỏ ngay bên dưới đĩa. Trong mái vòm thủy tinh úp trên đĩa, hai sinh vật đầu chó rừng, mắt toàn một màu đỏ quạch đang trừng trừng nhìn họ.

"Tôi ghét mấy gã này lắm," Saint-Germain càu nhàu.

"Anpu," Scathach thì thầm. "Tôi nghĩ chúng ta gặp rắc rối rồi. Rắc rối to đấy."

Chương mười

"Rẽ ở đây." Tiến sĩ Dee chồm tới trước chỉ tay qua bên phải. "Theo Đường Bờ biển Barbary, tiếp tục đánh vòng tới Bến Tàu thủy. Dò theo mấy biển hiệu giao thông để tìm Cầu Vịnh Oakland."

Josh gật đầu, miệng mím chặt, không muốn nói, và cố không hít thở sâu. Hơi thở của tay Pháp sư hôi mùi trứng thối.

"Chúng ta đang đi đâu đây?" Virginia Dare từ trong bóng tối hỏi vọng ra.

"Đi khỏi đây," Dee làu bàu. "Đường phố sẽ đầy dẫy cảnh sát và xe cứu hỏa cho xem."

Josh chỉnh gương chiếu hậu để có thể nhìn vào phía sau xe. Dee ngồi hầu như ngay đằng sau cậu, viền quanh người là một tấm mạng gân rất mỏng màu vàng vàng, trong khi người phụ nữ trông rất trẻ ngồi bên phải, cách xa tay Pháp sư hết mức có thể. Ả đang gõ nhẹ cây sáo gỗ lên môi dưới.

Josh tập trung lái xe, giữ cho chiếc xe nặng nề nằm trong tầm kiểm soát và trong hạn tốc độ cho phép. Cậu cố không nghĩ đến những gì vừa xảy ra, và quan trọng hơn, những gì xảy đến cho cô chị mình. Cô đã quay ra chống lại cậu – hay đúng ra là, nhà Flamel đã làm cho cô chống lại cậu. Nhưng bây giờ cô đang ở đâu... và làm sao cậu nói với ba mẹ là cậu đã mất cô được kia chứ? Cậu có nhiệm vụ chăm sóc cô, bảo vệ cô. Vậy mà cậu đã thất bại.

"Diễn viên ấy tên gì nhỉ," Virginia Dare đột nhiên hỏi, "cặp diễn viên trong tiết mục tấu hài, người đã nói, 'Đây là một mớ bòng bong thú vị khác nữa mà bạn đã lôi tôi vào'?"

"Stan Laurel," Dee nói.

"Oliver Hardy," Josh sửa lại. Ba cậu yêu thích Laurel và Hardy. Mặc dù Josh thích vẻ hài hước bất tuân luật lệ của Marx Brothers hơn, nhưng một trong những ký ức hình thành sớm nhất của cậu là ngồi trong lòng ba, cảm nhận toàn thân ông rung lên vì phá ra cười nắc nẻ mỗi khi xem mục tấu hài của Laurel và Hardy.

"Oliver Hardy," Virginia Dare vừa nhắc lại, vừa gật đầu nhất trí. "Tôi đã gặp họ một lần, lâu lắm rồi, khi lần đầu tiên ra tới Hollywood."

"Cô đã đóng phim hả?" Josh vừa hỏi, vừa liếc nhìn ả trong kính chiếu hậu. Ả cũng khá là xinh đẹp.

Dare cười, hàm răng trắng lóe lên trong vùng tối mờ mờ. "Trước khi có âm thanh lận kia," ả nói, rồi quay sang tay Pháp sư người Anh. "Ừm, đây là một mớ bòng bong thú vị nữa mà bạn đã lôi tôi vào."

"Không phải bây giờ, Virginia," Dee nói đầy vẻ mệt mỏi.

"Trước đây ông đã đưa tôi vào rắc rối rồi mà, John,

nhưng chưa có gì giống thế này. Lẽ ra tôi phải biết chẳng bao giờ nên tham gia với ông mới phải."

"Để thuyết phục được cô, không tốn kém lắm nhỉ," Dee nhấc.

"Ông đã hứa với tôi thế giới này...," ả cất tiếng, bàn tay Dee liền bắn vọt ra chạm vào cánh tay ả, mắt ném về phía Josh. Câu nói chỉ dừng lại rất ngắn nên gần như không ai để ý. "... sẽ thoát khỏi đau đớn và khổ ải," ả nói dứt câu, chẳng thể giữ giọng mình không thoảng chút châm biếm.

Josh rẽ phải ra khỏi Đường Vịnh, đi vào Bến Tàu thủy.

"Song tất cả chưa mất hết đâu," Dee nói. "Trong khi chúng ta vẫn còn cái này." Mở chiếc áo khoác đã nhuốm màu và rách bươm, hắn lôi ra một cuốn sách nhỏ đóng bìa bằng đồng đã mờ xỉn. Cuốn sách rộng khoảng mười lăm xen-ti-mét, dài gần hai mươi ba xen-ti-mét, và cổ xưa còn hơn cả loài người. Tay tiến sĩ rà ngón tay qua bề mặt kim loại, từng hạt màu vàng nhảy múa, kêu răng rắc bên dưới lớp da thịt. Bầu không khí chợt nghe chua chua khi cả ba luồng điện của họ – mùi cam, mùi cây xô thơm, và lưu huỳnh – trộn lẫn vào nhau. Những tia lửa nhảy nhót trên khắp mọi bề mặt kim loại bên trong xe. Các ngọn đèn trong xe chớp chớp, rồi tắt ngấm, màn hình tinh thể lỏng của hệ thống định vị qua vệ tinh nổi bong bóng với những vệt màu cầu vồng cong vênh. Chiếc radio tự động bật lên, lướt qua hơn cả chục kênh rồi mới tắt dần trong tiếng tĩnh điện quang quác. Mọi chiếc đồng hồ trên bảng sáng bùng lên thứ ánh sáng cảnh báo đỏ lòm. Chiếc xe hơi nặng nề giật mạnh và chết máy.

"Gấp lại đi," Josh từ phía trước hét lớn. "Nó sắp phá hỏng điện trong xe mất." Dee đóng ập cuốn sách, nhét trở lại vào áo khoác trong khi Josh vặn bộ đánh lửa để khởi động xe. Động cơ lục khục, rồi đều tiếng, Josh nhấn ga.

"Làm tốt lắm," Virginia Dare nói.

"Cuốn *Codex* là chìa khóa," Dee nói tiếp, như thể không có chuyện gì xảy ra. "Tôi chắc chắn điều đó. Tất cả những gì tôi phải làm là luận ra cách sử dụng nó." Hắn chồm người tới trước, vỗ nhẹ vào vai Josh. "Giá mà ai kia đừng xé mất hai trang cuối cùng."

Josh ngậm rịt miệng. Tập trung vào việc lái xe một cách bất bình thường, cho phép cậu được suy nghĩ rõ ràng hơn thêm lần nữa. Bên dưới chiếc áo thun in dòng chữ *49ers Faithful*[1], trong túi vải đeo quanh cổ, cậu đang mang hai trang giấy mình đã xé ra từ cuốn *Codex*. Mặc dù cậu bắt đầu có lòng tin vào tay Pháp sư người Anh – hoặc nói cách khác, ít mất lòng tin vào hắn hơn Flamel – nhưng vì lý do nào đó, cậu không hiểu lắm, Josh vẫn chưa sẵn lòng cho Dee biết rằng cậu đang giữ hai trang sách ấy.

"Mọi thứ đang đến," Virginia Dare nói nhỏ nhẹ. "Mà ý tôi là *mọi thứ* đấy nhé. Bọn cucubuth mà chúng ta đã đụng độ tại London không là gì so với những gì đang hướng đến thành phố này." Ngồi tại chỗ, ả vặn người nhìn ra ô cửa sổ phía sau. Một cột khói cao đang bốc lên trên bầu trời San Francisco. "Các nhà chức trách thuộc giống người sẽ bắt đầu điều tra. Trước hết là công ty ông gây ra vụ hỗn loạn ở Ojai, rồi bây giờ đến văn phòng

[1] Tên đội bóng chày nổi tiếng của San Francisco.

chính cháy rụi." Thậm chí đang khi ả ta đang nói, một tiếng nổ rền lay động cả bầu không khí, âm thanh nghe như tiếng sấm gầm từ xa dội lại. "Mà đây không phải là một đám cháy bình thường đâu nhé. Tôi bảo đảm họ sẽ phát hiện ra rằng ông đã chứa những chất liệu thuộc danh sách cấm trong tòa nhà đó."

"Một ít hóa chất cần cho các cuộc thử nghiệm của tôi thôi mà," Dee nói có vẻ thô bạo.

"Các hóa chất *nguy hiểm* thì có," Dare nói tiếp. "Hơn nữa, ông còn tấn công hai viên cảnh sát. Nhà chức trách sẽ theo dõi sát ông cho xem, Tiến sĩ Dee ạ. Ông sẽ dễ bị tổn thương tới mức nào trước loại điều tra ấy?"

Dee nhún vai khó chịu. "Nếu họ đào đủ sâu, tôi chắc chắn là họ sẽ tìm được gì đó. Không gì có thể thật sự giữ bí mật trong thời đại số này."

Virginia thổi nhẹ qua đầu cây sáo. Âm thanh lói chói, nghịch tai. "SFPD[2] sẽ chuyển cho FBI[3]; họ sẽ nói chuyện với Scotland Yard ở London, và nếu họ kết nối sự kiện này tới vụ phá hủy mới đây ở Paris, họ sẽ liên lạc với Sureté của Pháp. Một khi cảnh sát bắt đầu tìm kiếm ông trên các máy quay giám sát, họ sẽ phát hiện ra ông thôi. Rồi sẽ bắt đầu đặt những câu hỏi. Tôi bảo đảm họ sẽ muốn biết làm thế nào ông có thể đi từ Ojai đến Paris mà không có ghi chép gì về hành trình, và rồi còn cố trở lại San Francisco mà không hề đáp một chuyến tàu thương mại hoặc phản lực riêng nào."

---

[2]   *SFPD = San Francisco Police Department = Sở Cảnh sát San Francisco*
[3]   *FBI = Federal Bureau of Investigation = Cục Điều tra Liên bang*

"Cô không việc gì phải nói nghe có vẻ như quá hài lòng thế chứ," Dee càu nhàu.

"Mà chúng ta cũng đừng quên các Elder. Thậm chí ngay bây giờ tôi vẫn có thể tưởng tượng, các Elder, Thế hệ Kế tiếp, và các sinh vật ô hợp đang trên đường đến đây, lần theo mùi ma thuật kinh tởm. Chắc chắn một phần thưởng đáng kể đã được ban ra dù ông chết hay còn sống."

"Còn sống," Dee nói có vẻ khốn khổ, "họ muốn tôi phải còn sống."

"Sao ông biết?"

"Machiavelli đã nói với tôi."

"Machiavelli!" Virginia và Josh nói cùng một lượt.

"Không phải bạn bè gì của ông đấy chứ, John," Virginia nói, "trừ phi trái tim ông đã có thay đổi đặc biệt trong vài trăm năm gần đây."

"Không phải bạn tôi, nhưng cũng không chính xác là kẻ thù. Y cũng bị thất sủng trước chủ nhân Elder của mình." Hắn chĩa ngón tay cái ra phía sau. "Các người có biết là y chỉ ở cách đây có vài ba cây số không? Y đang ở trên Alcatraz với Billy the Kid."

"Billy the Kid?" Josh nói ngay. "Billy the Kid *đó* sao? Kẻ sống ngoài vòng pháp luật ấy hả?"

"Đúng, đúng," Dee ngắt lời. "Billy the Kid bất tử."

"Họ đang làm gì ở đó?" Josh hỏi, lòng bối rối.

"Trò quỷ quái thôi," Dee nói, kèm theo một nụ cười.

"Làm thế nào họ lên hòn đảo ấy được? Tôi tưởng ở đó đã đóng cửa không cho công chúng vào nữa chứ."

"Đúng thế," Dee nói. "Công ty tôi, Enoch Enterprises, đang sở hữu hòn đảo. Chúng tôi đã mua của chính quyền tiểu bang. Chúng tôi đã nói với họ là chúng ta sẽ biến nơi đó thành một viện bảo tàng lịch sử sống."

Josh đi chậm lại khi đèn giao thông phía cậu bật đỏ. "Tôi cho rằng đó chỉ là lời nói dối thôi," cậu nói.

"Tiến sĩ John Dee đâu có khả năng nói thật," Virginia Dare lầm bầm.

Người bất tử phớt lờ ả ta. "Các chủ nhân của tôi đã chỉ thị cho tôi phải quy tụ một bầy quái thú và quỷ sứ trong một nơi an toàn càng gần thành phố càng tốt. Hòn đảo nhà tù là một nơi hoàn hảo. Và ở đó có những xà-lim làm sẵn để đón tiếp chúng."

Người phụ nữ ngồi thẳng lên. "Loại quỷ sứ gì thế?" ả hỏi. "Loại bình thường, hay ông đã tìm được thứ thú vị lắm?"

"Loại xấu xa nhất," Dee nói. "Những cơn ác mộng, lũ man rợ, bọn kinh tởm."

"Tại sao?"

"Khi đúng thời điểm, họ muốn thả chúng vào thành phố."

"Tại sao?" ả hỏi lại lần nữa.

"Để gây rối trí cho giống người và cho phép các Elder trở lại Vương quốc Bóng tối này. Các sinh vật ấy sẽ tàn phá khắp thành phố, thậm chí quân đội hiện đại nhất, với mọi thứ súng ống và hỏa lực, vẫn sẽ không tài nào ngăn chặn chúng được. Khi thành phố đã ở trên bờ sụp đổ, các Elder sẽ xuất hiện và đánh bại chúng. Các Elder sẽ trở thành những cứu tinh của giống người và một lần nữa được tôn sùng như những vị thần."

"Nhưng tại sao lại phải làm thế?" Josh hỏi.

"Một khi trở lại, bọn họ có thể ra tay sửa đổi trái đất này."

"Tôi biết điều đó. Nhưng tại sao họ không thể cứ quay lại không thôi? Tại sao ông phải tiêu diệt thành phố mới được?"

"Không phải toàn thành phố...," Dee mở lời.

"Ông biết ý tôi nói gì mà!"

"Các Elder sẽ tiêu diệt bọn quái thú và sửa chữa thành phố. Việc đó sẽ diễn ra hoàn toàn dưới ánh sáng của các phương tiện truyền thông và là một minh chứng thu hút sự chú ý của mọi người về quyền lực của họ. Josh, hãy nhớ cho, quyền lực của các Elder chẳng là gì ngoài những điều thần diệu. Vâng, họ có thể nói cho người ta biết về những quyền lực đó hoặc đơn giản họ có thể tỏ cho giống người chính xác những điều bọn họ có thể thực hiện. Và một tấm hình có giá trị bằng cả ngàn lời."

Dare gật đầu. "Và khi nào mọi việc này đến thời hạn phải diễn ra?"

"Vào Lễ hội Litha."

"Nhưng ngày ấy còn đến hai tuần nữa kia mà. Bây giờ Machiavelli và Kid đang làm gì trên hòn đảo thế?"

"Kế hoạch đã thay đổi," Dee nói gọn lỏn.

"Nhưng Machiavelli sẽ không thả bọn quỷ sứ vào thành phố đâu, phải không?" Josh hỏi liền. Cậu không khó khăn gì khi hình dung Dee thả các sinh vật kia vào San Francisco, nhưng cậu nghĩ Machiavelli còn có chút nhân tính hơn.

"Ai biết được tay người Ý ấy sẽ làm gì?" Dee cắn cảu. "Đây là người vạch ra những kế hoạch cần đến cả mấy thập kỷ mới hoàn thiện. Lần gần đây nhất tôi nghe tiếng y, y bảo mình đang bị nhốt trên hòn đảo –"

"Xin ngưng một chút," Josh nói nhanh. "Nếu Enoch Enterprises sở hữu Alcatraz..."

"... mà cảnh sát đang hướng về Enoch Enterprises," Virginia Dare tiếp lời, "vậy thì họ sẽ đến tham quan hòn đảo ngay khi có giấy phép."

"Đối với họ, đó sẽ là kết thúc tệ hại," Dee nói.

Virginia Dare phá ra cười. "Tại sao, Tiến sĩ Dee, dường như không có chỗ cho ông trốn ở San Francisco rồi. Và một khi FBI nhúng tay vào, khắp nước Mỹ sẽ biết đến hình ảnh và tên tuổi của ông. Vậy ông còn đi đâu được nữa? Ông sẽ làm gì đây?"

"Sống sót," người bất tử đáp. "Như tôi vẫn luôn như thế."

Josh đang lái xe ngang qua Đường Xanh thì bắt gặp một thanh niên mang ba-lô trông khá nặng đang đứng dưới cổng vòm Cầu tàu số 15 bên trái cậu. Có gì đó trong cách anh ta tự kềm giữ mình – một phong thái kỳ cục, không tự nhiên. Josh liếc mắt nhìn cho rõ – ngay tức khắc bắt gặp luồng điện màu xanh lá đùng đục quyện lại thành từng búi tuôn chảy ra từ nhân dáng ấy. Cậu quan sát gương mặt xanh xao của người ấy đang quay lại dõi theo họ, rồi người đàn ông kia đưa điện thoại lên miệng. "Chúng tôi đã phát hiện rồi," gã nói ngay.

Tay tiến sĩ dìm mình trở lại khung cửa sổ tối, nhìn qua con đường. "Người ba bị," hắn nói cụt lủn.

Virginia Dare chồm qua ghế nhìn ra. "Quả thật, đó là một tên Đeo Bị," ả nói, "và dứt khoát là chúng ta đã bị nhận diện rồi. Bọn Đeo Bị hầu như không gây nguy hại gì, nhưng chúng hành động với vai trò là những người quan sát cho các sinh vật nguy hiểm hơn chúng nhiều."

Josh có thể nhận ra thêm ba tên Đeo Bị đang đứng dưới mái vòm Cầu tàu số 9. Cậu tưởng chúng giống như... ừm, chính xác bọn chúng không như những gì cậu nghĩ, chỉ trông như các thiếu niên bình thường, mặc quần jeans, áo thun, giày thể thao đế mềm, mang trên vai những chiếc ba-lô căng phồng và mòn vẹt.

"Tôi nhìn thấy bọn chúng rồi," Dee nói có vẻ khổ sở.

Các gương mặt xanh xao của bọn Đeo Bị dõi theo khi chiếc xe chạy ngang qua. Cùng nhau, bọn chúng đưa điện thoại lên miệng. Một tên thả rơi một tấm ván trượt xuống lề đường, chạy theo sau chiếc xe đang len lỏi vào đám đông.

"Tôi sẽ cược là chúng đang đặt bẫy đấy," Virginia nói khẽ.

Đèn đổi màu, Josh vọt băng qua đường Broadway. Có một nhóm thanh niên nữa đứng lộn xộn tụ tập quanh Cầu tàu số 5, song một nhóm nữa xa dưới con đường bên ngoài cổng San Francisco ở Cầu tàu số 1. Một nhóm ba người ăn mặc giống hệt nhau nhảy lên những chiếc xe đạp đã được làm nhẹ đi, đạp điên cuồng băng qua đường, chạy lắt léo trong dòng xe cộ đang ùa đến, và bám sát phía sau xe.

"Tôi chưa bao giờ nhìn thấy bọn chúng tụ tập đông đúc vào một nơi như thế này. Chúng là những tên gián điệp đắt tiền; tôi tự hỏi không biết bọn chúng đang báo cáo cho ai đây nhỉ."

Một trong mấy người đạp xe bắt kịp chiếc xe hơi, giữ khoảng cách đó. Gã trông hệt như mấy tay đi xe đạp kia – áo thun màu sáng, nón bảo hiểm, kính tròng đen – ngoại trừ cái túi trên lưng. Josh chỉnh tấm kính chiếu hậu bên hông để quan sát tên đàn ông kia. "Gã ta có cái gì trong túi xách vậy?" cậu hỏi.

Tiếng cười của Dare nghe sao mà cay đắng. "Tin tôi đi, cậu không muốn biết đâu."

John Dee ngồi xuống trở lại trong xe khi tên đi xe đạp cố chụp ảnh bằng chiếc điện thoại của mình.

Josh siết chặt tay lái, sợ rằng mình sắp đụng phải tên lái xe đạp đang chạy lắt léo, và hất gã xoay tròn văng ra đường mất.

"Thậm chí bọn chúng còn chẳng quan tâm xem ông có biết là chúng đã tìm thấy ông không," Dare nói. "Chúng hẳn phải rất tự tin khi bắt ông đấy." Ả ấn ống sáo vào môi, bầu không khí rung rung khi âm thanh hầu như quá cao đối với thính giác con người lan ra.

Bánh xe trước và sau của chiếc xe đạp kế sát bên họ phát nổ thành từng mảnh đen thui, tên lái xe đạp bắn qua ghi-đông, trượt ra đường. Chiếc xe đạp dộng mạnh vào một thân cây cọ mọc thành hàng bao quanh hòn đảo bằng một lực đủ mạnh để biến thành một mớ kim loại xoắn vặn.

Virginia Dare ngồi xuống trở lại vào chiếc ghế da và phá ra cười. "Ông đã trở thành kẻ bị săn lùng rồi, Tiến sĩ. Bị săn lùng, mà không có chỗ nào để ẩn nấp trong vương quốc này hoặc bất kỳ Vương quốc Bóng tối nào khác. Bây giờ ông định làm gì?"

Tiến sĩ John Dee im lặng một lúc thật lâu, rồi hắn bật cười, một tiếng khò khè cọt cà cọt kẹt trầm trầm bật rung cả người, khiến hắn không thở nổi. "Sao, thì một lần nữa lại trở thành kẻ săn lùng thôi."

"Mà ông sẽ săn lùng ai mới được chứ, Tiến sĩ Dee?"

"Các Elder."

"Ông đã cố làm thế với Coatlicue, và đã thất bại kia mà," Dare nhắc.

Khoang sau của chiếc xe bỗng nồng nặc mùi lưu huỳnh hôi thối. "Cô có biết con thú nào nguy hiểm nhất trong hết thảy không?" hắn chợt hỏi.

Sửng sốt trước câu hỏi kỳ cục đó, Josh nhún vai, nói, "Gấu bắc cực? Chồn gu-lô?"

"Tê giác?" Virginia gợi ý.

"Mấy thứ đó toàn là mấy con thú bị sập bẫy," Dee trả lời đơn giản. "Đây là loài không có gì để mất kìa."

Người phụ nữ thở dài. "Tôi có ý kiến gợi đến một thứ mà tôi không thích chút nào."

"Ồ, tôi nghĩ cô sẽ thích lắm chứ," Dee nói nhỏ nhẹ.

"Virginia, tôi đã hứa cho cô một thế giới... nhưng tôi sắp đưa ra một đề nghị hấp dẫn hơn. Chịu đựng cùng tôi, chiến đấu với tôi, cho tôi mượn sức mạnh của cô, thì cô chọn lựa vương quốc nào trong tất cả các Vương quốc Bóng tối đang tồn tại này, tôi sẽ tặng hết. Tôi sẽ tặng cô bất cứ vương quốc nào cô muốn."

"Tôi tin rằng đó là những gì ông đã đề nghị rồi mà."

"Nghĩ đi, Virginia," hắn nói nhanh, "không phải một thế giới, nhưng là hai, hoặc ba, hoặc hơn nữa. Cô có thể sở hữu đế chế riêng của mình. Cô luôn muốn thế mà, phải không nào?"

Đôi mắt Dare tìm gặp ánh mắt Josh trong kính chiếu hậu. "Tâm trạng căng thẳng đã làm ông ta hóa điên mất rồi," ả nói buồn rầu.

"Còn cậu, Josh. Ở bên tôi, cho tôi sức mạnh từ luồng điện vàng kim của cậu, thì tôi sẽ cho cậu trái đất này, Vương quốc Bóng tối này, để cậu thống trị. Và tôi thề với cậu là tôi sẽ tặng ban cho cậu mọi sức mạnh để với nó cậu sẽ làm bất cứ gì mình muốn. Cậu – chính cậu, Josh Newman – có thể trở thành vị cứu tinh của trái đất."

Ý tưởng ấy quá sức táo bạo, hầu như rút sạch hơi thở của Josh. Song... cách đây một tuần lễ, chắc hẳn cậu đã bảo rằng ý tưởng này thật kỳ cục, nhưng bây giờ... Cậu có thể cảm nhận hai trang trong cuốn *Codex* đang chạm vào da cậu càng lúc càng nóng, và đột nhiên ý tưởng kia dường như chẳng có gì là không khả thi. Thống trị thế giới này. Cậu phá ra cười rung rung cả người, "Tôi nghĩ Cô Dare nói đúng đấy: ông *đã* điên mất rồi."

"Không, không điên đâu. Mà đang rất tỉnh táo là khác. Đây là lần đầu tiên trong cuộc đời dài dằng dặc của mình, tôi bắt đầu nhìn thấy mọi sự một cách rõ ràng, hết sức rõ ràng. Tôi đã là một tên nô lệ suốt đời mình, một tên nô lệ phục vụ nữ hoàng và đất nước, phục vụ các Elder và Thế hệ Kế tiếp. Tôi từng tuân lệnh người thường cũng như người bất tử. Bây giờ đã tới lúc tôi trở thành chủ nhân."

Josh chăm chăm nhìn thẳng ra phía trước, nín thinh. Cậu đang lái ngang qua Cao ốc Ferry. Tháp đồng hồ chỉ mười một giờ ba mươi. Cuối cùng, cậu phá vỡ bầu không khí im lặng. "Ông sẽ làm gì?" cậu hỏi, dạ dày cậu chợt thấy buồn nôn. Ngay cả khi cậu đang đặt câu hỏi ấy, hai trang *Codex* một lần nữa lại ấm áp đập theo nhịp lên da thịt cậu, như một trái tim.

"Tôi sẽ dùng sức mạnh của cuốn *Codex* để tiêu diệt các Elder."

"Tiêu diệt họ?" Josh cảm thấy dạ dày mình tròng trành. "Nhưng ông nói chúng ta cần họ mà."

"Chúng ta cần sức mạnh của họ," Dee nói ngay, "để sửa chữa và phục hồi lại thế giới này. Nhưng chuyện gì xảy ra nếu *chúng ta* có các sức mạnh ấy? Chuyện gì xảy ra nếu *chúng ta* có thể làm được mọi thứ họ đã làm? Chúng ta sẽ không cần họ nữa. Chúng ta sẽ trở nên như những vị thần."

"Ông đang nói đến việc tiêu diệt các Elder mà," Virginia khẽ khàng nói, đôi mắt dán chặt vào mặt Dee.

"Đúng."

"Hết thảy họ à?" ả hỏi đầy hoài nghi.

"Hết thảy họ."

Người phụ nữ bật cười, vui vẻ. "Và bây giờ làm thế nào ông với tới họ được, Tiến sĩ? Họ đã phân tán khắp cả ngàn Vương quốc Bóng tối rồi."

Luồng điện của Dee tỏa ra quanh thân mình hắn như những cây nấm vàng khè. "Bây giờ thì thế. Nhưng có lần hết thảy họ đều ở một chỗ, và không mạnh mẽ như ngày nay."

Dare lắc đầu, bối rối. "Hồi nào? Ở đâu?"

Bất chợt Josh biết được câu trả lời.

"Mười ngàn năm trước," hắn nói rất dịu dàng, "trên Danu Talis."

Chương mười một

Elder một mắt tản bộ ngang qua thế giới kim loại. Ông biết có sự sống trong Vương quốc này, nhưng không dễ gì nhận ra được.

Lớp cát đen rõ từng hạt uốn vặn, hình thành nên những kiểu mẫu bí ẩn dưới chân ông, những viên đá cuội khổng lồ cân đối một cách mất tự nhiên rung lên, đổi chỗ, và dịch lần về phía mình khi ông ta sải bước ngang qua. Những chiếc bong bóng thủy ngân nổi lên trên bề mặt hồ lóng lánh ánh bạc, và khi nổ ra, những khối cầu nhỏ tí bật nảy về phía hình dáng cô độc kia. Không bầu trời, chỉ có một phần mái kim loại xa xa phủ trên những ngọn đèn đủ màu sắc. Đã từng có một nguồn năng lượng trong lòng mái, nhưng nó đã cháy rụi từ lâu lắm rồi.

Odin không biết ai đã tạo ra Vương quốc Bóng tối kim loại này. Ông tin rằng nó từng là một thế giới phát đạt thịnh vượng, và ông biết chắc nó phải rất quan trọng – nỗ lực tạo ra nó quả là không thể tưởng tượng, vượt lên trên quyền năng giới hạn của ông. Song bây giờ thậm chí một cái tên nó cũng chẳng có.

Elder trèo lên một đỉnh gò thấp làm bằng Dioxyde Silic đen lấp lánh, quay người nhìn lại khắp cảnh vật xung quanh. Một chuỗi những đụn cát sẫm màu nhấp nhô lúc lúc lại ngắt quãng bởi những phiến kim loại biến mất nơi chân trời. Bầu không khí yên tĩnh, nhưng tấm áo choàng dài có mũ trùm hai màu xám và đen vỗ phần phật vào lưng ông. Cách đây nhiều thiên niên kỷ, một trong những người phục vụ thuộc giống người của ông đã giết chết một vị Quan chấp chính gớm guốc mang hình quái thú rồng, và tặng ông một tấm áo choàng làm từ da sinh vật ấy. Màu sắc tự nhiên của tấm áo là xanh lơ, nhưng thay đổi theo môi trường xung quanh, gặp những lúc hiểm nguy, lớp vảy còn hóa cứng lại.

Tấm áo choàng cứng như sắt, nặng nề khoác trên vai ông.

"Ai đó?" Odin gọi lớn. Quang cảnh kim loại bắn tiếng nói của ông vang khắp vùng cát, bật nảy ra khỏi khoảnh trần và những mũi đá kim loại không theo quy luật nào. Mấy ngón tay có khớp đốt to như mấu cây nơi bàn tay trái của Elder siết chặt quanh thân gậy ông đang cầm, tàn tích còn lại của cây Yggdrasill nguyên thủy hồi đó đã mọc giữa lòng Danu Talis.

Odin đưa cây gậy lên mắt trái. Mắt phải của ông bị một miếng da thuộc phai màu che ngang; ông đã hy sinh con mắt ấy cho Quan chấp chính Mimer từ lâu lắm rồi để đổi lấy kiến thức kỳ quái, và ông không bao giờ hối tiếc vì cuộc mặc cả này. Một miếng hổ phách đỏ như máu gắn vào đầu gậy, được giữ cố định bằng một mạng gân kết bằng những cọng dây bạc tinh tế. Nhốt bên trong miếng hổ phách là những sinh vật đã tuyệt chủng thậm chí từ trước thời Thần Đất sinh sống, những sinh vật mỏng manh nhỏ xíu làm từ pha-lê và xương, đồ gốm và chất ki-tin[4].

Odin chằm chặp nhìn xuyên qua miếng hổ phách, để cho chút nhỏ nhất của luồng điện mình chảy vào cây gậy Yggdrasill. Từng lọn khói xám uốn éo bốc lên từ mặt gỗ, bầu không khí kim loại đầy mùi dầu nay tràn ngập mùi ozone hăng hắc.

Thế giới này đang biến chuyển, màu sắc tuôn chảy và – trong khoảnh khắc chóng vánh – Odin nhìn thấy Vương quốc Bóng tối này y như nó đã từng là thế: một thủ phủ toàn là hợp kim và kính cao vút, nơi lớp kim loại có tri giác định hình rồi tái định hình quang cảnh chung quanh, tạo nên những kiến trúc và nét đẹp phi thường. Con mắt duy nhất của Elder nhấp náy, hình ảnh kia nhòa dần để lộ ra thế giới như bây giờ... và sinh vật ấy đuổi theo ông.

Sinh vật bò trên hai tay, hai chân. Thâm thấp, béo lùn, trông giống như một phụ nữ. Mái tóc dài đen nhánh dính nhớp nháp thả thành hai bím tóc dày hai bên đầu, lớp thịt trên mặt và trên hai cánh tay trần hình như bị bệnh, lốm đốm những miếng vá trắng đen. Ngẩng đầu lên, mụ hít hít trong không khí như một con quái thú.

"Tôi nhìn thấy bà mà," Odin nói.

Sinh vật kia đứng lên, phủi bụi ra khỏi người mình và loạng choạng bước về phía Elder bằng cẳng chân cứng ngắc rất kỳ dị. Mụ đã từng xinh đẹp, nhưng nay không

---

[4] *Thành phần chính tạo nên bộ xương ngoài của các loài động vật chân có đốt (côn trùng, tôm cua, lớp nhện), và cũng có nhiều trong màng tế bào của nấm và vi khuẩn. Là chất có nhiều hóa trị, nó có thể cứng như vỏ cua hoặc mềm như chân động vật.*

còn nữa. Nét mặt mụ ta gần giống loài chó, với hai cái răng nanh to bự thò ra từ dưới phần môi trên. Đôi mắt mụ, chìm sâu trong khung xương sọ, liên tục rỉ ra một thứ chất lỏng đen ngòm bốc mùi hôi thối chảy xuống mặt. Thỉnh thoảng, cái lưỡi dài quá khổ của mụ phóng vọt ra liếm lấy chất nước kia. Suốt thời gian ông quen biết mụ ta, mụ chỉ có một cách ăn mặc: áo choàng da thuộc màu xám, hợp với cái quần da và đôi ủng cao, gót và đế chụm vào nhau dày cộp.

Odin để ý thấy, trong khi lớp cát quanh chân mụ ta hình thành những đường tròn và vòng xoắn ốc trơn mướt, thì mặt đất bên dưới sinh vật ấy lại có hoa văn như những lằn chớp lởm chởm. Lớp cát dường như đang chảy về phía ông, nhưng tránh xa sinh vật này. "Bà muốn gì?" ông gọi lớn.

Miệng sinh vật kia mấp máy, nhưng phải mất một lúc lời mới phát ra được, như thể mụ không quen nói. "Tôi muốn thứ ông muốn," mụ trệu trạo. Mụ lảo đảo tiến đến, suýt ngã xuống mặt cát đen thui đang biến đổi kia.

Odin lắc đầu. "Không."

Sinh vật ấy cố trèo lên mô cát, nhưng đầu gối mụ không gập cong được, thế là mụ ngã giập tới trước. Odin biết rằng lời nguyền kinh khủng đã cướp đi vẻ xinh đẹp của mụ ta, chính nó cũng đã lấy đi lớp da thịt và cơ bắp nơi cẳng chân mụ, và bây giờ chúng chỉ hơn khúc xương trần một chút, dễ gãy, gần như không thể nâng đỡ nổi trọng lượng toàn thân mụ. Lồm cồm bò lên lại, chậm chạp vì đau đớn, mụ dịch lần lên đồi cát tiến về phía Elder. "Tôi muốn thứ ông muốn," mụ lặp lại. "Công bằng cho sự kết thúc của thế giới này. Sự báo thù cho người đã chết."

Odin lại lắc đầu. "Không."

Sinh vật kia nằm trên cát, ngẩng đầu nhìn lên. "Hắn đã phá hủy các Vương quốc Bóng tối của chúng ta. Hắn đã cố giải thoát Coatlicue," mụ vừa nói, vừa thở hổn hển. "Có nhiều người khác cũng săn lùng hắn. Khi Isis và Osiris tuyên bố Dee là *utlaga*, hai người họ đã treo một giải thưởng lớn đối với hắn. Các Vương quốc Bóng tối. Sự bất tử. Sự giàu có và kiến thức hằng hà sa số cho người nào mang hắn còn sống trở về." Sinh vật kia ráng đứng dậy, nhưng hai cẳng chân cứng ngắc đã phản bội mụ, mụ ngã ngửa. "Nhưng ông và tôi đều không muốn mang hắn trở lại để chịu xét xử và trừng phạt. Cuộc tranh luận của chúng ta về giống người bất tử này là chuyện cá nhân. Hắn đã giết chết những người chúng ta yêu quý... và chúng ta sẽ báo thù."

Odin thấy tội nghiệp cho sinh vật kia, ông ta chìa cây gậy ra. Mụ cầm chặt lấy, mấy ngón tay với móng tay gãy bể quấn quanh thân gỗ cổ xưa. Luồng điện của mụ sáng lóa một màu đỏ như máu, và chỉ trong một tích tắc, Odin thoáng bắt gặp hình ảnh ngày xưa của người đàn bà này: cao ráo, tao nhã, và rất, rất xinh đẹp, với đôi mắt màu bầu trời ban mai và mái tóc như mây bão. Rồi hình ảnh ấy nhòa dần, để lại trước mặt ông một sinh vật cằn cỗi, lốm đốm. Odin nâng mụ ta dậy, đặt xuống bên cạnh mình. Thậm chí với gót giày cao, mụ chỉ vừa chấm ngang ngực ông ta.

"Isis và Osiris đã đến gặp tôi – cả hai người họ – đề nghị trả lại tôi sắc đẹp nếu tôi dẫn họ tới chỗ hắn."

"Tại sao họ lại nhờ bà?"

"Họ biết tôi đã phái nhóm *Torbalan* – bọn Đeo Bị – truy đuổi hắn."

"Bà đã nói gì với họ?"

"Tôi nói mình không biết chính xác hắn đang ở đâu."

"Nói dối à?" ông hỏi.

"Không trọn sự thật thôi," mụ nói. "Tôi không muốn họ tìm ra hắn trước mình."

"Bởi vì hắn sẽ bị mang ra xét xử."

Sinh vật ấy gật đầu. "Đúng thế. Một khi họ tìm thấy, hắn sẽ vuột khỏi tay tôi mất."

"Dường như cả hai chúng ta đều đang tìm cách trả thù nhỉ."

"Tôi thích gọi đó là sự xét xử hơn."

"Xét xử. Một từ ngữ kỳ quặc làm sao khi được nghe phát ra từ miệng bà." Odin đặt tay mình dưới cằm sinh vật ấy, nâng lên. "Bà sao thế, Hel?"

"Phẫn nộ, thưa Cậu. Còn ông?"

"Phẫn nộ," ông nhất trí.

"Tôi có thể giúp ông," Hel nói.

"Bằng cách nào?"

Sinh vật kia rút ra một chiếc điện thoại di động từ một cái túi nhỏ dắt nơi thắt lưng, rồi xoay nó sang phía Elder. Màn hình cho thấy tấm ảnh chụp một chiếc xe hơi màu đen. Gương mặt Tiến sĩ John Dee thấy được mờ mờ qua làn kính sẫm tối. "Tôi biết Tiến sĩ Dee ngay lúc này đang ở đâu. Tôi sẽ đưa ông tới đó."

Chương mười hai

"Em không muốn anh nói bất cứ điều gì làm cho dì khó chịu," Sophie nói khi họ tấp vào gần góc Đường Sacramento ở Pacific Heights – nhà của Dì Agnes.

"Tôi sẽ không nói gì hết," Niten hứa.

"Nếu em có thể lách vào trong nhà, đi thay quần áo mà không gặp thấy dì, thì đó là quá tuyệt, nhưng dì thường hay ở trong phòng khách phía trước nhà xem ti-vi hoặc nhìn ra đường lắm," cô nói tiếp. Mặt mày cô đỏ bừng, thở hụt hơi vì phải đi bộ từ Tháp Coit đến đây. "Như vậy có khả năng là em sẽ phải giới thiệu anh với dì ấy. Nếu dì còn nhớ anh do chuyện hôm qua, em sẽ nói anh là một người bạn."

"Cám ơn," Niten nói thầm, nét mặt không chút biểu cảm.

"Rồi trong lúc anh nói chuyện với dì ấy, em sẽ chuồn lên lầu thay quần áo. Sẽ lấy vài thứ trong tủ Josh cho anh, mặc dù có thể sẽ hơi lớn hơn so với anh đấy."

"Tôi sẽ rất biết ơn," Niten nói. Anh ta đưa ống tay áo của bộ vét đen đã bị hỏng lên mũi, thận trọng hít hít.

"Tôi bốc mùi khói và ma thuật cũ kỹ. Em cũng vậy đó, Quý cô ạ," anh ta nói thêm. "Em có thể nghĩ tới việc tắm táp một chút."

Hai má Sophie đỏ bừng. "Anh đang nói em bốc mùi hả?"

"Tôi e là thế thôi." Nhắm mắt, anh ta ngửa đầu ra sau, hít thở sâu. "Nhưng đó không phải là thứ mùi duy nhất trong không khí. Nói tôi nghe xem, em ngửi thấy được mùi gì?" anh ta hỏi.

Sophie hít một hơi thật sâu, đầy phổi. "Em có thể ngửi thấy mùi khói từ quần áo mình," cô nói. "Mùi muối trong không khí... khói thải của xe cộ...," cô nói tiếp, rồi ngưng bặt. "Có gì khác nữa kia." Cô hít sâu vào một lần nữa, rồi dáo dác nhìn vào khu vườn quanh ngôi nhà họ đang đi ngang qua. "Cứ như mùi hoa hồng ấy."

"Không phải hoa hồng đâu," Niten nói.

"Thật sự rất quen," cô nói. "Mùi gì vậy ạ?"

"Hoa nhài."

"Ồ, đúng rồi – hoa nhài. Tại sao nghe không giống mùi hoa nhài?"

"Đó là mùi hương của sức mạnh cổ xưa. Tsagaglalal đã được đánh thức rồi."

Bất giác cô gái nhỏ rùng mình. Quấn hai cánh tay ôm lấy người, cô quay sang nhìn Niten. "Bà ta là ai thế? Bà ta là *cái gì*? Mỗi lần em cố thâm nhập vào vùng ký ức của Bà Phù thủy thì lại không gặp thấy gì cả... thậm chí là từng mảnh nhỏ."

"Tsagaglalal là điều thần bí mà," Niten thừa nhận. "Bà

ta không phải là Elder, cũng không phải Thế hệ Kế tiếp, không phải người bất tử cũng không hoàn toàn là người thường, nhưng đã già bằng cả Vua Gilgamesh đấy. Có lần Aoife từng nói với tôi rằng Tsagaglalal biết hết mọi thứ và ở trên Vương quốc Bóng tối này từ thuở ban đầu, canh giữ, chờ đợi."

"Canh giữ cái gì, chờ đợi cái gì?" Sophie hỏi dồn. Một lần nữa cô cố gợi lên ký ức của Bà Phù thủy về Tsagaglalal. Nhưng cô không lấy ra được gì hết.

Niten nhún vai. "Không thể nói được. Đây là các sinh vật không suy nghĩ như con người. Tsagaglalal và những người khác từng sống trên trái đất này hàng bao nhiêu thiên niên kỷ, đã nhìn thấy toàn bộ các nền văn minh nổi lên rồi chìm xuống. Vậy tại sao họ lại phải chăm sóc cho từng mạng người riêng lẻ kia chứ? Chúng ta – giống người, chẳng có ý nghĩa gì đối với họ cả."

Hai người tiếp tục im lặng đi xuống Đường Scott, Sophie lại hít thở bầu khí lần nữa. Dường như mùi hoa nhài thậm chí còn mạnh hơn.

"Sự bất tử đã thay đổi cách nghĩ của con người," Niten chợt nói, và ngay tức khắc cô gái nhỏ nhận ra rằng ít có khi nào anh ta chịu gợi mở một câu chuyện. "Không chỉ về bản thân họ, mà về cả thế giới quanh họ nữa. Tôi biết cảm giác thế nào khi sống hàng trăm năm, tôi đã quan sát ảnh hưởng của nó trên con người mình... và tôi không thể nào không thắc mắc ảnh hưởng chắc hẳn phải có trên những người sống một ngàn, hai ngàn, mười ngàn năm."

"Em và đứa em trai đã gặp Vua Gilgamesh ở London.

Nicholas bảo ông ấy là giống người già nhất trên hành tinh này." Cô chợt cảm thấy một luồng cảm xúc ập đến ngay khi nhớ đến vị Vua ấy. Cả đời mình, cô chưa bao giờ cảm thấy tiếc xót cho ai như thế.

Niten liếc xéo qua cô gái nhỏ, một xúc cảm hiếm hoi thoáng qua khuôn mặt cô. "Em đã gặp Ngày Xưa sao? Đó là một vinh dự hiếm có đấy. Chúng tôi có lần từng chiến đấu bên nhau. Ông ấy là một chiến binh lạ thường."

"Ông ấy đãng trí và cô độc lắm," Sophie nói, ngân ngấn nước mắt.

"Ừ, cũng phải thôi."

"Anh là người bất tử, Niten. Anh có hối tiếc vì điều đó không?"

Niten nhìn đi chỗ khác, nét mặt điềm nhiên.

"Xin lỗi," Sophie nói ngay. "Em không có ý tọc mạch."

"Đâu có gì phải xin lỗi. Tôi đang cân nhắc câu hỏi của em thôi. Đó là những gì tôi nghĩ ngợi hằng ngày suốt cuộc đời mình," anh ta thừa nhận với một nụ cười buồn bã thoáng qua. "Thật tình thì tôi tiếc những gì mình phải trả giá: cơ hội có gia đình, bạn bè, thậm chí là quê hương. Sự bất tử đã khiến tôi trở thành kẻ thui thủi một mình, kẻ bơ vơ, lang thang rày đây mai đó. Nhưng cũng sự sống lâu ấy đã cho tôi thấy biết bao điều kỳ diệu," anh ta nói, và lần đầu tiên, Sophie thấy chàng Kiếm sĩ trở nên sôi nổi hẳn."Tôi đã từng nhìn thấy những kỳ công và đã cam chịu rất nhiều. Thời gian sống của giống người không đủ dài để trải nghiệm một phần nhỏ của những gì chỉ một mình thế giới này phải dâng tặng. Tôi đã tham quan mỗi ngóc ngách của từng lục địa trên hành tinh này và thám hiểm những Vương quốc Bóng tối vừa kinh khủng vừa gây kinh hoàng. Và tôi đã học được rất nhiều. Bất tử là một món quà ngoài sức tưởng tượng. Nếu em được tặng ban: cứ nhận lấy. Lợi ích mang giá trị vượt xa những bất tiện." Anh ta chợt im bặt. Đó là bài diễn thuyết dài nhất Sophie từng được nghe anh trình bày.

"Scathach bảo em rằng bất tử là một lời nguyền."

"Bất tử là gì thì tùy ở em thôi," Niten nói. "Một lời nguyền hay một phúc lành – đúng, mà có thể là cả hai. Nhưng nếu em gan dạ và ham hiểu biết, thì không có món quà nào tuyệt hơn."

"Em sẽ nhớ điều đó nếu có ai tặng cho em," cô nói.

"Và tất nhiên, điều đó hoàn toàn phụ thuộc vào việc ai định tặng cho em đấy!"

Sophie hít một hơi thật sâu khi nhìn thấy căn nhà sơn màu trắng của bà dì xuất hiện nơi góc phố. Cô sẽ phải nói gì với Dì Agnes? Mới đầu là cô biến mất tiêu; rồi bây giờ trở lại, mà không có cậu em trai đi cùng. Có thể dì Agnes đã già, nhưng dì đâu có ngốc: dì biết cặp song sinh lúc nào cũng bên nhau mà. Thấy một đứa mà không có đứa kia là chuyện rất hiếm. Sophie biết mình phải cẩn thận. Mọi việc cô kể với Dì Agnes sẽ đi thẳng tới tai ba mẹ. Mà làm thế nào cô mở miệng giải thích chuyện gì đã xảy ra cho Josh được? Thậm chí cô còn không biết cậu ở đâu. Lần cuối cùng cô gặp, cậu ấy đâu còn là thằng em mà cô đã cùng lớn lên bên nhau. Cậu ta trông y như Josh, nhưng đôi mắt, đôi mắt luôn luôn là ánh phản chiếu của cô, lại giống hệt một kẻ xa lạ.

Khó khăn lắm cô mới nuốt xuống được, mắt nhấp nháy cho nước mắt rơi ra. Cô sẽ tìm cậu. Cô *phải* tìm ra cậu cho bằng được.

Sophie nhìn thấy tấm màn lưới màu trắng giật phăng ra khi cô tiến gần đến mấy bậc thềm nhà và cô biết bà dì đang canh chừng mình. Cô liếc lui về phía Niten, anh khẽ gật đầu. Anh ta cũng nhìn thấy chuyển động ấy. "Bất kể em có nói gì, hãy nói đơn giản thôi," anh ta khuyên.

Cánh cửa ra vào mở ra, và Dì Agnes xuất hiện, một hình dáng yếu đuối nhỏ nhắn, mảnh khảnh, mình xương, với đầu gối to và mấy ngón tay sưng lên vì viêm khớp. Khuôn mặt bà toàn là góc cạnh và mặt phẳng, với chiếc cằm nhọn, xương gò má nhô cao làm cho đôi mắt càng chìm sâu hơn. Mái tóc xám như màu thép chải ngược phía sau, bới thành búi tóc sau đầu. Búi tóc kéo da mặt bà căng ra.

"Sophie," người phụ nữ nói rất nhỏ nhẹ. Bà chồm người tới trước, nheo mắt vì cận thị. "Mà em trai con đâu?"

"Ồ, nó đang về tới ạ, thưa Dì," Sophie vừa nói, vừa leo lên mấy bậc thang dẫn lên cửa trước. Khi lên tới nấc trên cùng, cô nghiêng người hôn vào má dì. "Dì thế nào ạ?"

"Đang chờ hai đứa về với dì đây," bà lão nói, nghe mệt mỏi.

Sophie cảm thấy day dứt vì có tội. Mặc dù bà dì của cặp sinh đôi cho là chúng điên khùng, nhưng cả hai đều biết bà có lòng tốt. "Dì ơi, con muốn dì gặp một người bạn của tụi con. Đây là –"

"Miyamoto Musashi," Dì Agnes rất khẽ, một sự thay

đổi khôn khéo biến đổi giọng nói bà, trầm hơn, mạnh mẽ hơn, oai vệ hơn. "Chúng ta lại gặp nhau, chàng Kiếm sĩ."

Sophie đã đi ngang qua bà dì của mình để bước vào gian phòng trước tối om, nhưng nghe thấy những lời kỳ lạ của người phụ nữ ấy, cô dừng sững, và quay người. Bà dì của cô đang nói tiếng Nhật! Và bằng cách nào đó lại biết cả tên Niten – tên thật của anh. Thậm chí Sophie còn chưa giới thiệu anh ta kia mà! Cô gái nhỏ chớp mắt: từng lọn khói trắng mờ nhạt nhất đang uốn éo bốc lên từ người phụ nữ lớn tuổi kia. Bất thình lình, mùi hoa nhài tự dưng rất đậm đặc.

Hoa nhài...

Vùng ký ức tập trung về.

Những ký ức đen tối và nguy hiểm: của lửa cháy và lũ lụt, của bầu trời có màu bồ hóng và một mặt biển ken dày những vật đang trôi giạt.

"Mà Aoife Bóng tối đáng gờm đâu rồi?" Dì Agnes nói tiếp, trượt từ tiếng Nhật trở lại về tiếng Anh.

Những ký ức về một ngọn tháp pha-lê, bị mặt nước biển sôi sục quất vào. Những khe nứt dài, lởm chởm chạy xuyên khắp bề mặt tháp, liền mặt trở lại chỉ trong chớp mắt. Tia chớp quấn quanh ngọn tháp thành những đường xoắn trôn ốc khổng lồ. Và một người phụ nữ, đang chạy, chạy, chạy lên dãy cầu thang dài tưởng chừng không dứt.

Sophie cảm thấy thế giới này biến đổi và quay cuồng quanh mình. Cô với tay vịn vào bức tường, ý thức luồng điện ánh bạc của mình bắt đầu lấp lánh trên da thịt.

Hoa nhài...

Ký ức về một phụ nữ đang quỳ trước một bức tượng bằng vàng, giữ chặt một cuốn sách bọc kim loại, trong khi đằng sau bà thế giới vỡ vụn thành từng mảnh thủy tinh và lửa cháy ngùn ngụt.

Niten bước lên tới bậc dì Agnes đang đứng, cúi chào thật sâu. "Đã đi vào một Vương quốc Bóng tối với Quan chấp chính Coatlicue, thưa quý bà," anh ta nói.

"Tôi thấy thật thương hại vị Quan chấp chính ấy," Dì Agnes nói khẽ khàng.

Sophie thình lình chợt nhớ ra tại sao mùi hoa nhài lại quá quen thuộc như thế. Đó là mùi nước hoa ưa thích của Dì Agnes. Mà cũng là mùi hương của Tsagaglalal, Người Canh Giữ.

Rồi cả thế giới quay cuồng xung quanh cô, và tối sầm.

Chương mười ba

Trên vùng bờ biển hoang vắng phía đông bắc Danu
Talis, một ngọn tháp hình chóp bằng thủy tinh bện lại
mỏng manh không thể tưởng và cao chưa từng thấy nhô
thẳng ra biển vượt lên khỏi thành phố Murias. Thành phố
thật cổ xưa, nhưng ngọn tháp hình chóp này còn đưa nó
lùi về khoảng chừng mấy thiên niên kỷ trước. Khi các
Elder Vĩ đại tạo ra Hòn đảo Danu Talis nhờ vào việc nâng
đáy biển lên bằng một hành động tạo dựng Cơ bản hết
sức phi thường, ngọn tháp hình chóp bằng thủy tinh này
và những gì còn sót lại của thành phố Thần Đất cũng bị
xoắn mạnh từ đáy biển lên theo. Phần lớn thành phố bị
tan chảy thành những quả cầu thủy tinh nóng chảy khổng
lồ bắn xuyên qua từng sợi vàng nguyên chất, chứng cứ
của những trận chiến kinh khủng mà các Thần Đất đã
chiến đấu với các vị Quan chấp chính và các Elder Vĩ đại
vào Thời trước Thời gian.

Nhưng ngọn tháp hình chóp bằng pha-lê không chút
tì vết và phát ra ánh lập lòe yếu ớt này lại không hề suy
suyển và không chịu ảnh hưởng gì bởi sức nóng không
thể tưởng đã làm tan chảy hết những tòa nhà xung quanh.

Nó tọa lạc trên một mũi núi đá của vùng đất mà cứ mỗi lần thủy triều lên cao lại biến thành một hòn đảo. Ngọn tháp pha-lê trắng tinh như đá thạch anh không thể vỡ đổi màu theo thời tiết và con nước thủy triều, từ màu xám lạnh sang màu nước đá xanh lơ, đến màu trắng thạch cao tuyết hoa, sang màu xanh lá của vùng bắc cực. Khi những đợt thủy triều cao vỗ vào những bức tường láng mướt, nước muối kêu xì xì, sôi sùng sục, đến mức ngọn tháp thường xuyên bị quấn chặt trong làn hơi nước ấy, vậy mà bản thân những khối đá vẫn mát rượi. Vào ban đêm, ngọn tháp hình chóp này tỏa sáng một thứ lân quang có màu sữa chua, đập theo một nhịp chầm chậm đều đều như một quả tim vĩ đại, bắn ra những vệt màu sắc đập phập phồng – những màu sắc đỏ và tím – vút thẳng lên thành hình tháp nhọn. Suốt những tháng mùa đông, khi những cơn dông mưa đá dữ dội đổ xuống từ tảng Băng Lớn nơi Đỉnh Thế giới, bọc thành phố Murias trong lớp tuyết dày và lớp nước đá cứng ngắc, ngọn tháp vẫn không hề hấn gỉ.

Các cư dân Elder và Elder Vĩ đại của Murias nhìn ngọn tháp này bằng con mắt nể sợ xen lẫn kinh hãi. Không phải là kẻ xa lạ gì với các kỳ quan, họ là bậc thầy về các Pháp thuật Cơ bản, và không có gì vượt ngoài quyền lực của họ. Họ biết rằng mình đang sống trong một thế giới già cỗi, một thế giới cổ xưa, và tàn dư của quá khứ nguyên sơ ấy vẫn còn lẩn lút trong vùng bóng tối. Trải qua nhiều thế hệ, các Elder Vĩ đại và các Elder, những người tiếp bước họ, đã chiến đấu với các Quan chấp chính, và đã đánh bại nhóm này, thậm chí còn quét sạch đến những kẻ cuối cùng của đạo quân Thần Đất gớm guốc. Quyền lực, sức mạnh của các Elder – tập hợp của khoa học được khích động bởi năng lượng luồng điện – khiến họ hầu như không thể bị tổn thương được. Vậy mà thậm chí họ còn sợ các cư dân cô độc của ngọn tháp này. Truyền thuyết đã đặt tên hòn đảo này là Tor Ri. Trong ngôn ngữ cổ của Danu Talis, có nghĩa là "Ngọn Tháp Vua" – nhưng chẳng có vị vua nào từng sống ở đó cả.

Ngọn tháp hình chóp bằng pha-lê ấy là mái nhà của Pháp sư Abraham.

✶✶✶

Người chiến binh cao ráo có cái đầu đỏ rực mặc bộ giáp đỏ thẫm chiếu sáng mờ mờ lảo đảo đi ngang qua ngưỡng cửa hẹp, gập người tới trước, chống tay lên bắp đùi, thở nặng nhọc. "Abraham, mấy dãy cầu thang đó giết chết tôi mất," ông ta thở hổn hển. "Dường như chúng cứ hướng lên mãi mãi hay sao ấy và lúc nào cũng khiến tôi thở không ra hơi. Một ngày nào đó, tôi sẽ đếm chúng xem sao."

"Hai trăm bốn mươi tám," người đàn ông cao ráo, mình xương xương, đứng giữa phòng hờ hững nói. Ông đang tập trung vào một quả cầu trắng và xanh lơ quay tròn giữa không trung trước mặt ông.

"Tôi tưởng phải hơn chứ. Lúc nào cũng có cảm giác như mình đang trèo lên suốt bao thời đại rồi."

Abraham hơi quay người, ánh sáng từ quả cầu đang xoay tròn đổ lên bên phải gương mặt ông ta, thêm vào nước da màu phấn kia một thứ ánh sáng xanh lơ bệnh hoạn. "Ông đã bước vào bước ra ít nhất hơn cả chục Vương quốc Bóng tối trên đường lên đây rồi còn gì, Prometheus, ông bạn già của tôi ạ. Ông nghĩ xem tại sao tôi bảo ông đừng bao giờ nấn ná trên dãy cầu thang ấy làm gì?" ông ta nói thêm cùng với một nụ cười ranh mãnh. "Ông có tin tức cho tôi hả?" Pháp sư Abraham quay mặt hẳn sang vị chiến binh cao to.

Prometheus thẳng người, kỷ luật chiến binh của ông bảo đảm rằng khi ông nhìn vào vị Pháp sư, khuôn mặt ông phải hết sức điềm tĩnh. Ông ta chưa kịp nói gì, quả cầu màu xanh lơ đã giật xuống và nổi lên ngay trước mặt ông, lửng lơ trong bầu không khí giữa hai người đàn ông.

"Ông thấy gì, hả ông bạn già?"

Prometheus nhấp nháy mắt, tập trung trên quả bóng "Thế giới này...," ông cất tiếng, rồi cau mày. "Nhưng có gì không ổn. Quá nhiều nước," ông chậm rãi vừa nói, vừa quan sát khối cầu xoay tròn. Nhận thức này bị đánh trúng điểm yếu khi ông ta bắt đầu nhận ra hình dạng của một số lục địa. "Danu Talis mất rồi."

Abraham giơ bàn tay mang găng kim loại lên, chọc ngón trỏ vào quả cầu: nó bùng lên như bong bóng. "Danu Talis mất rồi," ông đồng ý. "Đây là thế giới không giống như trong tương lai, nhưng trong khả năng có thể xảy ra."

"Sớm không?" Prometheus hỏi.

"Sớm."

Prometheus thấy mình đang nhìn thẳng vào Pháp sư Abraham. Thậm chí từ trước khi lần đầu ông gặp ông ta, Elder đã nghe nhiều truyền thuyết về vị thầy lang thang đầy bí ẩn này, một nhân vật người ta đồn rằng không phải là Elder mà cũng không phải là Quan chấp chính nhưng già cỗi hơn cả hai giới trên, thậm chí còn già hơn các Thần Đất. Người ta bảo rằng ông có từ Thời trước Thời gian, nhưng Abraham chẳng bao giờ bàn luận gì đến tuổi tác của mình cả. Chị của Prometheus, Zephaniah, đã nói với ông ta rằng lịch sử của mỗi giống loài đều đề cập đến một vị thầy, một nhà tiên tri thông thái, người mang kiến thức và sự hiểu biết đến những người dân bản xứ trong quá khứ xa xưa. Từng có rất ít các mô tả về vị học giả này... nhưng lại có nhiều câu chuyện nhắc đến một nhân vật có thể được xem là chính Pháp sư Abraham.

Mái tóc vàng nhạt của Pháp sư, đôi mắt xám và nước da tai tái gợi cho người ta cảm giác rằng ông xuất thân từ vùng đất xa xôi phía bắc, nhưng ông ta cao hơn nhiều so với Dân tộc Phương Bắc, và nét mặt ông thanh mảnh hơn, với xương gò má nhô cao và đôi mắt hơi xếch. Ông cũng có thêm một ngón trên mỗi bàn tay nữa.

Trải qua vài thập kỷ gần đây, Quá trình Biến đổi đã bắt đầu bắt kịp Abraham.

Prometheus biết rằng có những vấn đề xảy đến cho hết thảy các Elder Vĩ đại – vì thế có lẽ Abraham thuộc về giống loại ấy – nhưng do quá ít người trong số họ sống sót và không ai từng xuất hiện công khai, nên chẳng người nào biết được đâu là sự thật. Zephaniah đã giải thích với ông rằng khi tuổi già cùng cực bắt kịp các Elder Vĩ đại, thì một thứ gì đó có thể là một căn bệnh hoặc hiện tượng đột biến, hoặc thậm chí có lẽ là một sự tái sinh, bắt đầu tác dụng trên ADN của họ.

Các Elder Vĩ đại Biến đổi. Và mỗi Quá trình Biến đổi đều khác nhau.

Vài người trong số họ hoàn toàn biến thành loài quỷ sứ, mọc lông và răng nanh; vài người khác trở nên các sinh vật lai tạp, mọc cánh hoặc vây trên cơ thể. Một số co rút lại, trong khi số khác vọt cao lên một cách kỳ quái. Nhiều người còn phát điên phát cuồng.

Abraham chậm rãi biến thành một bức tượng rất đẹp. Luồng điện vàng kim của ông không còn chiếu sáng bên trên và cùng khắp lớp da ông nữa. Quả thực, luồng điện ấy đã đọng lại trên bề mặt da thịt ông, phủ lên đó, biến lớp da ấy thành kim loại. Gương mặt bên trái của ông từ trán đến cằm, và từ mũi đến tai là một chiếc mặt nạ vàng ròng. Chỉ có đôi mắt vẫn không hề suy suyển, mặc dù tròng trắng đã ngả sang màu vàng nhạt với những sợi vàng xoắn bện xuyên qua tròng đen màu xam xám. Hàm răng trên và dưới của phía gương mặt bên trái là vàng ròng, và bàn tay trái bọc trong thứ gì trông như một chiếc găng tay bằng vàng, dù Prometheus biết đó thật sự là da thịt của ông ta.

Đột nhiên, Prometheus nhận ra rằng Abraham đang nhìn mình chằm chặp. Một nụ cười nhếch mép xuất hiện trên đôi môi mỏng. "Hôm qua ông đã nhìn thấy tôi," Pháp sư dịu dàng nói. "Tôi đã không thay đổi lâu nay."

Elder gật đầu, hai bên má chuyển sang màu y như mái tóc đỏ lửa của ông.

Sự biến đổi vừa kinh khiếp, vừa đẹp đẽ. Và mặc dù Abraham không bao giờ nói về nó, nhưng cả ông ta lẫn

Prometheus đều biết sự biến đổi chỉ kết thúc theo một cách: Quá trình Biến đổi sẽ biến Pháp sư thành một bức tượng sống, không thể nói năng hay di chuyển, dù trí óc ông vẫn tỉnh táo và ham tìm hiểu. Ông không bao giờ hỏi, nhưng Prometheus ngờ rằng Abraham biết chính xác ông còn bao nhiêu thời gian.

"Nói tôi nghe tin tức gì đi," Abraham nói.

"Không tốt," Prometheus cảnh báo. Ông nhìn thấy vẻ đau đớn thoáng qua phần thịt nơi khuôn mặt của Pháp sư nhưng lướt qua rất nhanh. "Các kẻ lạ xuất hiện – như ông gọi thế – trên những ngọn đồi phía nam thành phố. Nhưng nhóm anpu đang chờ đợi họ. Họ đã bị bắt giữ và bị mang đi trong những chiếc vimana. Tôi không biết bây giờ họ đang ở đâu, nhưng tôi đồ rằng họ đang ở trong ngục tối bên dưới điện hoàng đế."

"Vậy thì họ đã mất vì chúng ta và chúng ta đang bị kết án." Abraham quay đi. Ông giơ hai bàn tay lên, và quả cầu màu xanh lá ngả xanh lơ một lần nữa lại xuất hiện trên không trung. Từng đám mây trắng xoay vần quanh khối cầu, lơ lửng trên vùng đất nâu và xanh lá. Ngay giữa khối cầu ấy là Hòn đảo Danu Talis.

"Lúc này đang xảy ra chuyện gì?" Prometheus hỏi.

Abraham áp hai tay vào nhau – kim loại cùng với da thịt – bọc quanh thế giới đang lơ lửng. Rồi ông ta siết mạnh. Từng hạt màu xanh lơ và trắng, màu xanh lá và nâu, chảy thành dòng như cát giữa các ngón tay ông. Ông ta quay sang Elder, ánh sáng chiếu ra từ phía bên mặt kim loại. "Bây giờ thế giới đang đi đến hồi kết thúc."

Chương mười bốn

"Đây là Nereus," Niccolò Machiavelli nói nhanh với Billy the Kid. Bàn tay phải của y tựa nhẹ trên vai người thanh niên, nhưng mấy ngón tay khóa trên tĩnh mạch bên cổ gã. Mỗi lần Billy há miệng định nói gì đó, Machiavelli lại siết chặt, bắt gã im lặng. "Billy, đây là Ông Già Biển, một trong những Elder mạnh nhất." Trong chốc lát, y lỏng tay không ấn vào cổ anh chàng bất tử người Mỹ nữa.

"Hân hạnh được biết ông, tôi chắc là thế," Billy nói nghe quang quác.

Ánh sáng trắng gay gắt do Machiavelli tạo ra đến nay vẫn thắp sáng đường hầm. Ánh sáng ấy cho thấy một người đàn ông thâm thấp, to bự với đầu tóc dày thả dài ngang vai, và một hàm râu rậm quăn tít. Một vết phỏng xấu xí làm hỏng mất vầng trán màu nâu thẫm, có vài vết phỏng tương tự vắt ngang qua ngực và vai. Che vùng ngực là một chiếc áo chẽn bằng da không tay, kết bằng những chiếc lá tảo bẹ chồng lên nhau, được giữ dính nhau bằng một lớp tảo biển, và nơi bàn tay trái ông ta đang cầm cây đinh ba bằng đá có mấu nhọn. Ông ta tiến tới trước, lần sáng trắng nhận chìm và rọi sáng nửa phần cơ thể bên dưới. Machiavelli cảm thấy Billy bàng hoàng hít vào thật sâu, và một lần nữa mấy ngón tay y siết chặt trên tĩnh mạch nơi cổ của anh chàng người Mỹ ngăn không cho gã cất lời bình luận. Ông Già Biển chỉ là người từ thắt lưng trở lên; còn bên dưới thân hình ông ta, những cẳng chân bạch tuộc quá dài uốn éo và quần quại.

"Thật vinh dự được gặp ông," Machiavelli ướm lời.

"Và ông là tay người Ý bất tử." Giọng Nereus nghe như tiếng chất lỏng sôi sùng sục. "Người mà thiên hạ gọi là Vua Sáng tạo chứ gì."

Machiavelli cúi mình chào. "Đó là chức danh lâu lắm rồi tôi chưa được nghe tới."

"Đó là tên chủ nhân của ông gọi ông đấy," Ông Già Biển nói tiếp.

"Chủ nhân của tôi rất hào phóng," người bất tử nói trơn lu.

"Chủ nhân của ông rất nguy hiểm thì có. Và rất không hài lòng về ông. Tuy nhiên, đó không phải là mối quan tâm của tôi. Tôi đã được bảo phải hỗ trợ ông, ông Vua Sáng tạo ạ. Ông muốn gì?"

"Tôi được phái tới đây để phóng thích các sinh vật đang ở trong các xà-lim vào San Francisco. Chỉ dẫn của tôi là bắt đầu với các sinh vật lưỡng cư, và thả chúng vào vịnh. Tôi được bảo cho biết rằng ông hoặc các cô con gái của ông sẽ hướng dẫn chúng tiến về phía thành phố."

Giọng Nereus ướt nhẹp và lính dính. "Ông có thần chú để đánh thức các sinh vật ấy chứ?"

Machiavelli giơ cao một tấm ảnh màu độ phân giải cao.

"Chủ nhân của tôi đã gởi cái này cho tôi. Đến từ Kim tự tháp Unas đấy."

Nereus gật đầu. Ba trong số mấy cẳng chân của ông ta vươn vào không khí, vẫy vẫy trước mặt tay người Ý. "Để tôi xem nào."

Machiavelli lùi lại một bước cách xa mấy cái xúc tu của Elder đang muốn túm lấy.

"Ông không tin tôi à, Người Bất tử?" Nereus cáu kỉnh.

Machiavelli xoay tấm hình đối diện với sinh vật kia. "Tôi không muốn hình bị ướt," y giải thích. "Tôi in bức hình này từ một máy in phun. Nếu ướt, mực sẽ bị lem màu. Mà hầu như chắc chắn tôi không muốn làm chủ nhân của mình thất vọng thêm nữa."

"Cầm cao lên. Để tôi xem nào." Nereus chồm người tới trước, liếc mắt nhìn. Rồi, miễn cưỡng thò tay vào túi áo chẽn của mình, lấy ra một cái bao nhựa Ziploc[5]. Bên trong bao là một cặp mắt kính. Mở ra, Nereus vụt nhanh một nửa cặp kính không vành lên mũi, và nhìn trở lại vào tấm hình. "Vương quốc Cổ," ông ta lẩm bẩm, rồi gật đầu. Đây là những Lời Tuyên phán. Hãy cẩn thận, ông người Ý ạ: có sức mạnh vĩ đại trong đó. Trước tiên ông muốn thả cái gì?"

Machiavelli lấy tay ra khỏi Billy, thò vào túi lấy một mảnh giấy. "Chủ nhân của tôi cũng cho tôi những chỉ dẫn," y vừa nói, vừa mở tờ giấy ra cho thấy một chuỗi nhưng dấu chấm và dấu gạch ngang.

"Chúng ta có thủy quái không?" Billy hỏi ngay. "Chúng

---

[5] [Ziploc = loại bao nhựa có thể gài kín bằng cách bấm chặt đường mép ép nơi miệng bao vào với nhau]

ta có thể thả một con thủy quái không?" Nereus và Machi-avelli quay lại nhìn anh chàng người Mỹ bất tử. "Cái gì?" gã hỏi, mắt nhìn từ người này qua người kia. Gã quay sang Machiavelli. "Cái gì vậy?"

Đôi mắt xám của tay người Ý lóe lên cảnh báo.

"Chúng ta không có thủy quái," Nereus nói. "Vả lại, mặc dù tôi có thủy quái đi chăng nữa, thì chúng cũng chỉ to cỡ bằng này thôi." Ông ta xòe ngón cái và ngón trỏ phỏng chừng khoảng vài ba xen-ti-mét.

"Tôi tưởng chúng lớn hơn chứ."

"Những câu chuyện bịa đặt của bọn thủy thủ ấy mà. Ông biết bọn thủy thủ là những tên nói dối khủng khiếp chứ."

"Chúng ta có thứ gì?" Machiavelli hỏi. "Tôi cần thứ gây ấn tượng sâu sắc ấy. Tôi tưởng chúng ta sẽ bắt đầu với một thứ không tự nhiên, một thứ có tác động mạnh trên thành phố, một thứ tập trung mọi chú ý của người ta."

Nereus cân nhắc một lúc, rồi mỉm cười, để lộ hàm răng gớm guốc. "Tôi đúng là có Lotan."

Machiavelli và Billy ngây mặt ra nhìn ông ta.

"Lotan *đấy*," Nereus nói.

Hai người bất tử lắc đầu. "Tôi không biết đó là cái gì," Machiavelli thú thật.

"Đối với tôi nghe có vẻ như không đáng sợ mấy," Billy nói.

"Đó là con rồng biển bảy đầu."

Machiavelli gật gù. "Thứ đó có thể có tác dụng đấy."

"Chắc chắn nó sẽ thu hút sự chú ý," Billy lẩm bẩm.

Chương mười lăm

"Chúng ta đang bị theo dõi," Josh nói.

John Dee và Virginia Dare xoay người trong băng ghế để nhìn ra khung cửa sổ phía sau xe. Năm người lái xe đạp đang điên cuồng nhấn bàn đạp bám theo họ, len lỏi một cách êm ả khi nhập vào khi tách ra khỏi dòng xe cộ trên boong dưới của Cầu Vịnh Oakland. Tiếng còi xe kêu om sòm, vang bật ra khỏi những thanh chống kim loại và boong trên bằng thép. "Tôi không nghĩ mấy tay lái xe đạp này được phép đi trên cầu đâu," Dee vừa nói, vừa thò tay với tới thanh kiếm dưới chân mình.

"Sao ông không ra ngoài mà nói với họ," Virginia Dare gợi ý.

"Có hai người lái xe máy đang lao lên nhanh lắm, cả bên trái và bên phải," Josh nói. Vào lúc khác chắc hẳn cậu đã cảm thấy sợ hãi, nhưng tuần lễ vừa qua đã làm cậu thay đổi. Khiến cậu mạnh mẽ và tự tin. Và cậu có thể tự bảo vệ mình, cậu vừa nghĩ, vừa liếc xuống hai thanh kiếm đá nằm dưới sàn xe kế bên cậu.

"Chắc không có gì...," Dee cất tiếng.

"Họ đeo ba-lô," Josh nói thêm.

"Bọn Đeo Bị," Dare nói với vẻ tự tin.

Josh liếc vào gương chiếu hậu hai bên, tim cậu đập nhanh. Chiếc mũ bảo hiểm đen của hai người đi xe máy đã ló ra mỗi bên xe. "Bọn họ ở ngay sau chúng ta."

"Cậu tập trung lái xe đi," Dee nói. "Tôi và Virginia sẽ lo vụ này."

"Xe cộ kẹt cứng ngắc phía trước," Josh nói giọng đều đều, mắt quan sát những ngọn đèn thắng lóe lên xa xa dưới chân cầu. Giọng cậu bình tĩnh, kềm nén.

Dee chồm người tới trước giữa hai hàng chỗ ngồi. Rồi chỉ tay qua bên trái. "Theo lối ra Đảo Châu báu đi. Đừng bật đèn hiệu, cứ rẽ thôi."

Josh quay tay lái, chiếc xe nặng nề nghiến ken két lên qua hai làn xe cộ. Tay lái xe máy bên trái đạp thắng, bánh xe sau của gã bị khóa cứng, để lại một vệt khói dài đằng sau. Chiếc xe máy nghiêng qua và ngã xuống, hất tên lái xe đổ nhào xuống đất. Mấy chiếc xe hơi thắng kin kít dừng lại.

"Làm giỏi lắm," Virginia nói. "Lái bao lâu rồi?"

"Chưa lâu lắm" – Josh cười toe – "nhưng suốt tuần lễ vừa qua tôi đã được luyện tập rất nhiều." Con đường uốn cong sang bên trái, Josh ứa nước mắt khi cậu chạy ra khỏi vùng boong dưới tối mù của cây cầu để đi vào ánh sáng mặt trời chói lóa. Sau đó, đột nhiên, trải dài trước mắt là dải đất rộng của Vịnh San Francisco và thành phố phía bên kia. Xa xa, phía trước cậu, ngay chính giữa vịnh, là hòn đảo Alcatraz.

"Virginia. Tên lái xe phóng lên bên cô kìa!" Josh la lên.

Người phụ nữ đập vào nút hạ cửa kính. Tên lái xe máy còn lại đã lên tới bên hông chiếc limo đang tăng tốc và bắt đầu cố lấy bàn tay phải thò vào chiếc ba-lô trong khi bàn tay trái kềm chặt tay lái. "Chào," ả nói. Phía bên trong chiếc xe hơi tối om chợt thắp sáng bằng một thứ ánh sáng màu xanh lá ấm áp và mùi hương của cây xô thơm lấp đầy bầu không khí. Virginia xoa ngón trỏ và ngón cái vào với nhau, và trong kính chiếu hậu, Josh nhìn thấy xuất hiện một trái banh năng lượng bé xíu màu xanh lá. Ả búng nhẹ trái banh ấy vào tên lái xe máy.

"Cô trật rồi!" Dee cáu kỉnh. "Đây, để tôi..."

"Kiên nhẫn chứ, Tiến sĩ, kiên nhẫn đi nào," Virginia nói.

Lớp cao-su trên bánh xe trước của chiếc xe máy thình lình bể vụn thành chất bột màu đen. Bộ nan hoa đổ sụm xuống, tay lái cong oằn và chiếc xe lao nhanh qua bên kia đường, bộ phận đỡ bánh xe phía trước bắn ra những tia lửa như mưa trên mặt đường bê-tông. Sau đó, chiếc xe máy tông vào bức tường ngăn con đường phía bên vịnh, tên lái xe bị bắn vọt qua khỏi tường, biến mất hút không một tiếng động.

"Tinh tế lắm, như luôn là thế, Virginia," Dee nói.

Josh nhấn bàn chân xuống, tăng ga vọt lên Đường Đảo Châu báu. Xe cộ dừng sựng lại phía sau họ vì những chiếc xe hơi bị bỏ lại, còn tài xế lo hối hả đến giúp đỡ tên lái xe máy kia. Josh lái chậm lại khi con đường chìm dần về phía hòn đảo. Cậu có thể nhìn thấy một bến tàu nhỏ bên phía tay phải. Từ nơi khóe mắt, cậu thấy có thoáng chuyển động đang khi đi ngang qua Đường Macalla, và không suy nghĩ, cậu nhấn bàn chân sâu xuống sàn xe. Chiếc xe bắn vọt tới phía trước, hất mạnh Virginia và Dee trở vào chỗ ngồi. "Bọn lái xe đạp đã trở lại," Josh nói. Mặc dù tim cậu đang chạy đua, nhưng cậu không hề sợ hãi. Cậu thấy mình tự động chuẩn bị các chiến thuật và thực hiện những phương án trốn thoát. Cậu đếm nhanh. "Bọn chúng có nhiều lắm."

Bọn lái xe đạp xuất hiện từ bên đường và đang điên cuồng đạp theo chiếc xe hơi. Cả tám tên đều đeo kính tròn, cùng những chiếc nón bảo hiểm có hình dạng khí động lực làm cho chúng hao hao giống diện mạo của loài côn trùng.

"Vụ này đã trở nên chán ngắt," Dee lầm bầm. "Lái tiếp đi. Rẽ phải vào câu lạc bộ thuyền buồm. Tôi nảy ra một ý kiến." Hắn nhìn Virginia. "Cô có ngăn chúng được không?" Hắn chĩa ngón tay cái vào bọn lái xe đạp.

Virginia Dare ném về phía hắn một ánh nhìn làm hắn bối rối. "Tôi đã từng ngăn chặn biết mấy đạo quân ấy chứ. Hay là ông quên mất rồi?"

"Tôi ngờ là cô sẽ nhắc tôi nhớ," hắn thở dài. Rồi lấy mấy ngón tay bịt chặt hai tai mình.

Quay cửa kính xe xuống nửa chừng, Virginia đặt ống sáo lên mép kính, hít vào một hơi, nhắm mắt lại và nhẹ nhàng thổi.

Âm thanh nghe thất kinh hãi hồn.

Josh cảm thấy thứ âm thanh ấy cắm sâu vào tận xương tủy. Như tiếng khoan của nha sĩ... có điều là tệ hơn, tệ hơn rất nhiều. Hai hàm răng và vùng xương gò má đau nhói, và quả thật cậu có thể cảm thấy âm thanh phía sau tai phải mình. Luồng điện vàng kim của cậu lóe lên quanh đầu như để bảo vệ cậu, và trong tích tắc, khung xương sọ của cậu được bọc trong một chiếc nón bảo hiểm của chiến binh cổ xưa. Ngay tức khắc, tiếng ồn nhạt dần, Josh há miệng rồi ngậm lại, buông lỏng cơ hàm. Tốc độ hình thành nên bộ giáp toàn thân của cậu quả là đáng kinh ngạc, mà cậu không hề có ý thức. Cậu gập mấy ngón tay mang găng. Điều này có nghĩa là càng ngày cậu càng định hình và kiểm soát luồng điện của mình một cách dễ dàng hơn phải không?

Một con mòng biển xuất hiện. Con vật từ ngoài mặt nước bay vào, hướng thẳng đến tấm kính chắn gió, và trong tích tắc, Josh tưởng chừng nó sắp đâm mạnh vào mặt kính. Vào giây cuối cùng, nó lượn lên vượt qua chiếc xe... và đậu trên đầu tên chạy xe đạp thứ nhất. Chiếc xe đạp lắc lư dữ tợn trong lúc tên lái xe cố xua con chim khỏi đầu mình.

Con mòng biển thứ hai, và con thứ ba từ bầu trời lao xuống, rồi bất thình lình bầu trời dày đặc những con chim trắng to lớn. Chúng hướng xuống trên những tên lái xe đạp, vỗ cánh và kêu inh ỏi, rắc lên mình bọn chúng từng đợt phân chim trăng trắng, lại còn mổ vào chúng nữa. Tên chạy xe đạp thứ nhất đổ sầm xuống đất, tên thứ hai va mạnh vào tên thứ nhất. Tên thứ ba rồi tên thứ tư ngã chồng lên theo. Các tên còn lại thắng trượt bánh dừng lại, quăng xe đạp xuống và vừa đi lùi, vừa vung vẩy bàn tay một cách vô ích vào bầy chim đang la hét, lượn vòng.

Virginia ngồi xuống trở lại, ống sáo đặt trên lòng và quay kính xuống. "Đã hài lòng chưa?" ả hỏi Dee.

Dee rút ngón tay ra khỏi tai. "Đơn giản mà hiệu quả, với một sự tinh nhạy mang ấn tượng sâu sắc, như luôn vẫn thế."

Trong kính chiếu hậu, Josh chăm chú nhìn bầy mòng biển khổng lồ phóng vút qua các thân người và xe đạp lộn xộn đổ nhào lên nhau. Bầy chim mổ vào mấy tên lái xe đạp bị ngã. Một con chụp lấy nón bảo hiểm, mang nón bay đi, con khác xé toạc cái yên ra khỏi xe, và mỗi tên lái xe đạp đều bị phủ từ đầu xuống chân toàn là phân chim trắng xác. Mọi xe cộ trên Đường Đảo Châu báu đều phải dừng lại, và hầu như người tài xế nào cũng cầm trong tay mình điện thoại di động hoặc máy ảnh kỹ thuật số, thu lại cảnh tượng lạ thường này.

"Tôi cược là cảnh tượng đó sẽ được đưa lên You Tube ngay bây giờ cho xem," Josh lẩm bẩm. "Có gì trong mấy cái ba-lô đó vậy?" cậu lại hỏi.

"Tôi đã nói với cậu rồi mà." Virginia mỉm cười. "Thật sự cậu không muốn biết đâu!"

"Tôi muốn mà, thật đó," Josh phản đối.

"Rẽ chỗ này," Dee vừa ra lệnh, vừa chỉ qua bên phải. "Tìm chỗ đậu xe đi."

Josh ngoặt xe lên Ngõ Clipper Cove, tấp xe vào một chỗ trống giữa hai chiếc xe hơi thể thao đắt tiền. Cậu đậu xe trong bãi, ngồi tại chỗ xoay người ngoái nhìn vào hai người bất tử. "Giờ thì sao?"

Dee mở cửa, trèo ra. Sau đó hắn chồm trở lại vào xe

để lấy lại hai thanh kiếm đá. Nhét cả hai vào thắt lưng. "Đi thôi," hắn nói.

Cả Josh lẫn Virginia không ai nhúc nhích. "Tôi sẽ không đi cho tới khi biết được chúng ta đang làm cái gì ở đây," Virginia làu bàu.

Tay Pháp sư quay vào xe trở lại. "Các người đã biết quá rõ rồi, chúng ta đã bị mắc kẹt ở San Francisco. Và bây giờ chúng ta cũng bị mắc kẹt trên Đảo Châu báu này. Chỉ có một con đường độc đạo duy nhất vào và ra đảo, mà chúng ta biết con đường đó đang bị canh chừng." Hắn quay người nhìn lũ mòng biển nhấp nhô vẫn còn tụ tập quanh mấy tên lái xe đạp đã ngã lềnh khênh. "Chúng ta cần một chiến lược..."

"Một con thuyền," Josh buột miệng.

Dee kinh ngạc nhìn cậu. "Đúng, chính xác. Chúng ta sẽ thuê một con thuyền nếu có thể, đánh cắp cũng được nếu buộc phải thế. Lúc mọi người tới đây, chúng ta đã biến đi lâu rồi."

"Đi đâu?" Virginia hỏi.

Dee hân hoan xoa hai bàn tay vào nhau. "Đến nơi cuối cùng bọn họ sẽ tìm kiếm chúng ta."

"Alcatraz," Josh nói.

Chương mười sáu

Đó từng là một giấc mơ.

Không gì khác hơn một giấc mơ sống động đến từng chi tiết. Mà lại từng có một giấc mơ như thế!

Sophie Newman nằm xuống trở lại trên giường mình, chăm chăm nhìn lên khoảnh trần nhà quen thuộc. Rất lâu trước đây, một người – có lẽ là mẹ cô, lúc ấy là một họa sĩ cực kỳ thành đạt – đã sơn trần nhà màu xanh đậm. Những ngôi sao bạc tạo hình thành hai chòm sao Sirius và Orion, và một vầng trăng lưỡi liềm to lớn rực rỡ chiếm cứ một góc trực diện với chiếc giường của cô. Vầng trăng được sơn bằng loại sơn phát lân quang, ánh sáng của nó đã ru cô hằng đêm khi cô ngủ trong nhà dì của mình. Phòng của Josh, kế bên, lại hoàn toàn tương phản: đó là một màu xanh vỏ trứng tai tái với một vầng mặt trời khổng lồ ngay giữa trần nhà. Sophie không thích gì hơn là được chìm vào giấc ngủ đang khi nhìn lên trần nhà này, lần theo từng mẫu vẽ các chòm sao. Cô thường hay tưởng tượng chính mình đang rơi *lên* các vì sao kia, và rồi mơ thấy mình đang bay. Cô đặc biệt yêu thích những giấc mơ ấy.

Sophie duỗi người, tự hỏi không biết mấy giờ rồi. Căn phòng đùng đục, thường có nghĩa là ngay trước lúc hừng đông, nhưng bầu không khí lại không cảm thấy yên tĩnh, theo cách luôn như thế trước khi thành phố bắt đầu nhộn nhịp. Đôi mắt cô lần xuống khỏi trần nhà: không có dấu hiệu gì của ánh sáng ban mai dọi vào mấy bức tường. Thực ra, căn phòng tối om, cho thấy bây giờ là đầu giờ chiều. Cô đã ngủ trễ vậy sao? Cô đã có những giấc mơ điên khùng như thế kia mà. Không thể chờ để kể lại cho Josh nghe được.

Sophie lăn qua... thấy Dì Agnes và Perenelle Flamel đang ngồi bên cạnh giường, chăm chú nhìn mình. Đột nhiên, cô cảm thấy buồn nôn tận trong dạ dày: đó đâu phải là mơ.

"Con tỉnh rồi kìa," Dì Agnes nói.

Sophie liếc sang bà dì. Bà trông y hệt như lúc nào cũng thế, song bây giờ cô gái nhỏ biết rằng đây không phải là một người bình thường.

"Chúng ta lo cho con quá," Agnes nói. "Dậy đi, tắm rửa, thay quần áo. Chúng ta sẽ chờ con trong bếp."

"Chúng ta phải nói nhiều chuyện lắm," Perenelle nói thêm.

"Josh...," Sophie lên tiếng.

"Cô biết," Perry dịu dàng nói. "Nhưng chúng ta sẽ lấy lại được cậu ấy mà. Cô hứa với con đấy."

Sophie ngồi trên giường, co đầu gối lên tới cằm và vùi

đầu vào hai tay. "Thoáng một giây con cứ tưởng đó là giấc mơ." Cô hít một hơi thật sâu đến rùng mình. "Con định kể cho Josh nghe, thế nào nó cũng cười con, con còn cố hình dung xem tất cả những trường đoạn khác nhau trong giấc mơ kia từ đâu đến, và rồi..." Nước mắt trào ra, tiếng khóc thổn thức dồn dập khiến những giọt bạc chảy xuống tấm trải giường. "Đây không phải là giấc mơ. Đây là một cơn ác mộng."

Tắm xong, mặc quần áo sạch, cảm thấy đã hơi đỡ hơn, Sophie rời khỏi phòng mình định đi xuống bếp thì nghe thấy có tiếng nói vọng sang từ phòng ngủ của bà dì ở cuối dãy hành lang.

Bà dì của cô.

Những từ ngữ ấy làm cô dừng sững lại.

Rất lâu rồi theo như cô còn nhớ, gia đình đến thăm Dì Agnes. Trong căn nhà này, cặp song sinh có phòng riêng trên lầu, phòng ngủ phía trước luôn được để riêng ra cho ba mẹ. Sophie và Josh biết dì Agnes không thật sự có quan hệ huyết thống với mình, mà có bà con sao đó với chị của bà ngoại hoặc là một người họ hàng gì đó. Tuy nhiên, cả nhà đều gọi bà là dì: ngay cả ba mẹ cô cũng gọi người phụ nữ lớn tuổi này là Dì Agnes.

Bà là ai? Bà là *gì* vậy?"

Sophie đã nhìn thấy luồng điện màu trắng của bà, có mùi hoa nhài, nghe bà nói tiếng Nhật với Niten, mà còn gọi anh ta bằng tên thật. Agnes là Tsagaglalal, không phải là một Elder, nhưng già hơn Thế hệ Kế tiếp. Thậm chí cả Zephaniah, Bà Phù thủy Endor, cũng biết rất ít về bà.

Dòng ký ức tự dưng chảy vào rồi chảy ra khỏi ý thức của cô.

Một ngọn tháp pha-lê chói lóa, từng đợt sóng khổng lồ đập vào, vừa chạm phải đã tan thành luồng hơi nước.

Một chiếc mặt nạ bằng vàng

Cuốn Codex.

Tuy nhiên, nhanh như khi ùa đến, dòng ký ức nhạt dần, bỏ lại cô với những câu hỏi còn nhiều hơn câu trả lời. Tất cả những gì cô biết chắc chắn đó là người phụ nữ mà từ lúc lớn lên đến giờ cô cứ tin là dì Agnes của mình lại chính là Tsagaglalal, Người Canh giữ. Nhưng các câu hỏi lạnh lùng kia vẫn còn đó: Bà ấy đang canh giữ ai? Và tại sao?

Sophie thả bước xuống hành lang dẫn đến phòng ngủ của dì Agnes. Phải mất một lúc cô mới nhận ra những tiếng nói kia phát ra từ sau cánh cửa đóng chặt. Hai người đàn ông đang nói chuyện với nhau, dễ dàng chuyển từ tiếng Nhật sang tiếng Anh, và ngược lại: Prometheus và Niten. Cô đã lặng đi trước những biến cố đến nỗi thậm chí còn không thắc mắc sao Thần Lửa lại có mặt ở đó. Bằng bản năng, Sophie biết rằng cả hai người đàn ông kia đều ý thức là cô đang đứng nơi hành lang. Ấn lòng bàn tay phẳng bẹt lên cánh cửa sơn màu trắng, cô định đẩy vào, nhưng thay vì thế, cô gõ khe khẽ.

"Tôi có thể vào được không?"

"Cứ tự nhiên," Prometheus dịu dàng nói.

Sophie đẩy cánh cửa mở ra, bước vào phòng.

Mặc dù đã đến ngôi nhà này trong suốt một thập kỷ, nhưng Sophie chưa bao giờ nhìn thấy bên trong phòng ngủ của bà dì. Cả cô lẫn cậu em trai mình luôn tò mò mãnh liệt. Cánh cửa này lúc nào cũng khóa, và cô nhớ đã từng có lần săm soi nhìn qua lỗ khóa, chỉ phát hiện được có gì đó đang treo nơi sau cửa, chận khe hở lại. Thậm chí Josh còn cố trèo lên cây trong vườn để dòm ngó qua cửa sổ, nhưng một cành cây đã bật tách gãy dưới chân cậu. May mắn thay, mấy bụi hoa hồng của Dì Agnes đã bị gãy nát vì cú rơi ấy, còn cậu thì bị cào xước từ đầu xuống chân. Dì Agnes chẳng nói chẳng rằng trong lúc rửa vết thương cho cậu bằng một chất lỏng màu xanh lơ bốc mùi rất hôi thối và nhức nhối, dù cả hai đứa nhỏ sinh đôi đều biết rằng thế nào bà cũng đoán được hai đứa đang cố làm gì. Ngày hôm sau, một bức rèm đăng-ten mới xuất hiện nơi ô cửa sổ của bà.

Sophie lúc nào cũng hình dung căn phòng trông như một thứ gì đó thuộc Thời Nữ hoàng Victoria, đầy những đồ đạc nặng nề, màu tối tối, một chiếc đồng hồ mặt lớn được trang trí công phu treo trên lò sưởi, bức tường chi chít những bức tranh lồng trong khung gỗ, và một cái giường có bốn cọc, hoàn hảo với những chiếc gối ren, khăn trải giường mịn màng và một tấm mền bông gớm guốc.

Cô bàng hoàng khi khám phá ra rằng căn phòng ấy đơn giản gần như là mộc mạc. Một chiếc giường đơn được đặt ngay giữa căn phòng quét sơn trắng tinh. Không có bức tranh nào, chỉ có một cái tủ nhiều ngăn bằng gỗ bóng loáng và thô kệch dựa vào một bức tường, trong đó chứa một bộ sưu tập nhỏ gồm những đồ tạo tác cổ xưa mà Sophie cho rằng đó là những món quà do ba mẹ cô tặng dì Agnes: mũi giáo, đồng tiền xu, đồ nữ trang rẻ tiền, chuỗi hạt, và một đôi hoa tai bằng đá màu xanh lá mang hình dạng một con bọ hung. Chỉ có một chút màu sắc lóe lên trong căn phòng ấy ngoài con bọ hung kia là một bộ lọc giấc mơ[6] treo nơi ô cửa sổ phía trên đầu giường. Bên trong vòng tròn tinh tế màu ngọc lam, hai hình lục giác lồng vào nhau, được giữ cố định bởi một kiểu trang trí mạng gân kết từ sợi vàng. Mỗi hình đều được tạo tác rất đẹp bằng dải mã não đen và vàng, và bên trong hình lục giác, ngay chính giữa là một hình thù phức tạp có màu xanh ngọc lục bảo. Sophie đoán chừng vào buổi sáng khi mặt trời mọc, ánh sáng sẽ rọi vào bộ lọc giấc mơ này và căn phòng sơn trắng sẽ trở nên sống động trong gam màu ngũ sắc.

Lúc này căn phòng đang chìm trong bóng tối.

Niten và Prometheus đứng hai bên chiếc giường hẹp của dì Agnes. Nằm bất động trên chiếc giường trải trắng tinh là Nicholas Flamel.

Sophie cảm thấy trái tim mình giật thót. Hai bàn tay cô vọt lên bịt chặt miệng. "Chú ấy không..."

Prometheus lắc cái đầu to tướng, và cô gái nhỏ chợt để ý thấy mái tóc đỏ của ông ta đã hóa thành trắng chỉ trong vài giờ kể từ khi cô nhìn thấy ông lần gần đây nhất. Nước mắt đong đầy trong đôi mắt màu xanh lá kia, khiến

---

[6] Một mạng lưới khung tròn được đục ở giữa một cái lỗ, các dân tộc Mỹ Indian dùng để ngăn những giấc mơ xấu và gom những giấc mơ đẹp.

chúng trông thật lớn trên gương mặt ấy. "Không, ông ấy không đâu. Chưa."

"Nhưng chẳng còn bao lâu nữa," Niten thì thào. Anh ta vói bàn tay ấn nhẹ lên vầng trán Nhà Giả kim. "Nicholas Flamel đang chết dần. Ông ấy sẽ không sống sót nổi hết ngày hôm nay."

Chương mười bảy

Tay trong tay, trông như bất cứ cặp đôi bình thường nào đang tận hưởng một cuộc đi dạo đêm, Isis và Osiris thả bộ dọc theo Bến Montebello trên bờ sông Seine ở Paris. Phía bên trái, được thắp sáng bằng những luồng sáng rọi vào màu vàng kim ấm áp, là đích đến của họ, Đại Thánh đường Notre Dame.

"Đẹp quá," Isis nói, sử dụng thứ ngôn ngữ cổ xưa từ trước thời pha-ra-ôn cai trị đất Ai Cập.

"Rất đẹp." Osiris gật đầu, ánh sáng màu hổ phách chảy qua khung xương đầu cạo trọc. Ông ta cởi cặp kính râm ra, gấp trên cổ chiếc áo thun trắng. Isis vẫn còn đeo kính, hai ngôi thánh đường thu nhỏ nổi bật trên nền kính đen.

Mặc dù đã gần mười giờ tối, nhưng vẫn còn nhiều du khách đi loanh quanh điểm mốc nổi tiếng này – có lẽ còn đông hơn bình thường. Vụ hư hại các miệng máng xối hình người xảy ra hồi đầu tuần trước đã thu hút sự chú ý của các phương tiện thông tin đại chúng trên khắp thế giới. Một vài nguồn tin loan báo đây là một hành động khủng bố hoặc phá hoại các công trình văn hóa, số khác cho rằng đó là kết quả của sự ấm lên toàn cầu và hiện tượng xói mòn của a-xít, nhưng hầu hết báo chí đều bắt đầu tường thuật câu chuyện như là một hiện tượng đơn giản quá sức chịu đựng của các khối đá. Những miệng máng xối kia đã được chạm khắc trên công trình này hơn sáu trăm năm về trước còn gì. Đây chỉ là vấn đề thời gian trước khi một số khối phải rơi ra thôi.

"Tôi thích Vương quốc Bóng tối này," Isis chợt lên tiếng. "Nó luôn luôn là thứ ưa thích của tôi. Sẽ rất hài lòng nếu tôi lại được kiểm soát nó một lần nữa."

"Chẳng còn bao lâu nữa đâu," Osiris tán đồng. "Mọi thứ sẽ đâu vào đấy cả mà."

Isis siết chặt tay chồng. "Ông có nhớ chúng ta làm ra thế giới này hồi nào không?"

"Chúng ta ư?" ông ta chọc ghẹo.

"Ừm, thì mình ông thôi, quả là thế. Nhưng tôi có giúp mà," bà ta nói thêm.

"Bà có giúp."

"Đây chẳng phải là thế giới đầu tiên của chúng ta sao, phải không?" bà hỏi, cặp lông mày mượt mà một cách hoàn hảo nhăn lại thành động tác cau mày khi bà ta cố gợi nhớ lại.

"Không. Bà không nhớ... chúng ra đã tạo ra một cặp đôi... ừm, mà chúng ta gọi đó là sai lầm sao?"

Isis gật gù. "Có những phép thử và sai chứ."

"Hầu như toàn là sai thôi. Khi Danu Talis chìm, chúng ta không biết gì về thứ ma thuật hoang dại bị nhiễm độc trong không khí kia. Phải mất biết bao lâu chúng ta mới nhận ra rằng thứ ma thuật ấy đã làm hư hỏng mọi thứ mình tạo ra, lẽ ra chúng ta phải chờ đợi thêm vài thế kỷ nữa rồi mới bắt đầu tạo dựng nên thế giới này mới phải." Ông ta nhún vai. "Nhưng làm thế nào chúng ta biết được kia chứ?" Ông ta im bặt, bất chợt nhìn thấy người phụ nữ lớn tuổi chống gậy trắng đang ngồi trên băng ghế kim loại bên rìa vệ đường. Bà ta ngồi day lưng vào ngôi thánh đường, mặt hướng ra dòng sông. "Làm sao bà ấy tới đây trước chúng ta được nhỉ?" ông thì thào. "Bà ấy vẫn còn ở trong khu hầm mộ với Mars Ultor khi chúng ta rời khỏi đó kia mà."

Bà lão giơ cao bàn tay trái và, đầu không hề động đậy, vẫy tay gọi họ qua.

"Làm thế nào bà ấy biết chúng ta đang ở đây vậy cà?" Isis thầm thì. "Bà ấy không thể nhìn thấy chúng ta được, phải vậy không?"

"Ai biết được bà ấy có thể làm những gì cơ chứ?" Osiris lầm bầm. "Chào quý bà Zephaniah," ông ta nói lớn tiếng, chân bước gần tới băng ghế.

"Ngồi đây với tôi nào," Zephaniah, Bà Phù thủy Endor, biến câu nói đơn giản kia thành một mệnh lệnh.

Isis và Osiris trao đổi nhanh với nhau một ánh mắt rồi mới tách ra ngồi xuống hai bên bà lão.

"Chồng của bà sẽ tham gia cùng chúng ta chứ, thưa quý bà?" Osiris vừa hỏi, vừa liếc mắt xung quanh.

"Lúc này ông ấy đang bận. Ông ấy đang đuổi kịp thế giới này," bà ấy nói kèm theo một nụ cười nhăn nhó.

"Nó đã thay đổi một chút kể từ khi ông ấy còn dạo chơi lần gần đây nhất."

"Và ông ấy thế nào ạ?" Isis hỏi.

"Tốt, cứ xem như một lần thử tội, ông ấy hiện đang ở trong hình dạng đẹp khác thường. Tất nhiên là cũng có chút tức giận. Và khi mọi chuyện này..." Bà ấy mơ hồ vẫy tay trong không khí, màn đêm của Paris nhuốm đầy mùi khói gỗ. "Khi mọi chuyện náo động này qua đi, tôi nghĩ mình và ông ấy sẽ có một cuộc nói chuyện hơi khó khăn đấy. Dĩ nhiên là nếu chúng tôi còn sống." Bà Phù thủy chìm đắm trong yên lặng, tiếp tục nhìn thẳng ra phía trước, khuôn mặt ẩn sau cặp kính đen quá khổ. Hai bàn tay để cả lên đầu gậy trắng bà ấy đã cắm xuống vỉa hè ngay trước mặt mình,

"Tại sao bà lại triệu tập chúng tôi?" Osiris chậm rãi hỏi. "Bà đã không nói chuyện với chúng tôi hằng nhiều thiên niên kỷ nay rồi còn gì; bà luôn luôn hoặc ủng hộ giống người hoặc ngăn chặn chúng tôi trước mỗi bước ngoặt của các thế kỷ. Rồi đột nhiên bà lại muốn – không, *đòi* – gặp chúng tôi.

"Vâng, chuyện này thật cầu kỳ," Zephaniah vừa nói, vừa chuyển sang ngôn ngữ Danu Talis và phớt lờ câu hỏi kia. "Bao lâu rồi kể từ khi chúng ta ngồi tán gẫu với nhau nhỉ?"

"Chúng ta chưa bao giờ tán gẫu cả," Osiris nói với một nụ cười nhe cả hàm răng trắng bóng. "Bà luôn luôn sai khiến, đòi hỏi, và ra lệnh."

"Bà cư xử với chúng tôi như trẻ con," Isis nói thêm, thoáng chút tức giận trong giọng nói.

"Các người *là* trẻ con mà. Abraham nói đúng. Các người là đám trẻ con hư hỏng, hay dằn dỗi." Zephaniah hít vào thật sâu. "Nhưng tôi giả định rằng mình lẽ ra nên..." Bà ta nín bặt, tìm từ ngữ.

"Tử tế hơn?" Isis gợi ý.

"Thông hiểu hơn?" Osiris nói thêm.

"Tôi muốn dùng từ cứng rắn hơn." Bà tay day mặt sang người phụ nữ có mái tóc đen cắt ngắn. "Một số việc đã không thay đổi, dường như thế."

"Và một số việc lại tha y đổi, bà Zephaniah ạ," Isis nói. "Bà già rồi, trong khi chúng tôi vẫn còn trẻ và sôi nổi."

"Già ư?" Bà Phù thủy mỉm cười. "Vẻ bề ngoài có thể dễ gây nhầm lẫn đấy." Trong thoáng tinh tế nhất, hầu như quá nhanh không sao bắt kịp được, một phép biến đổi lung linh tỏa khắp người Bà Phù thủy Endor, da bà trắng ra, rồi đen, vàng, xanh lá, và nâu. Người phụ nữ đang ngồi trên ghế trở nên cao, thấp, mập, ốm đến không tin được, lại già đi, trẻ ra, rồi thành trung niên. "Tôi mang – như luôn là thế – nhiều hình thái lắm. Trong khi cả hai người," bà nói thêm, giọng cứng cỏi, "lúc nào cũng là bọn người mới phất."

"Còn bà luôn là một bạo chúa, người mà –" Isis mở lời.

"Đủ rồi," Osiris gắt. "Mọi chuyện đều là quá khứ cả rồi. Một thời gian quá lâu trong quá khứ."

Bà Phù thủy gật đầu. "Một thời gian quá lâu trong quá khứ. Những gì làm thì đã làm rồi, đâu thể không làm được." Những khớp đốt ngón tay sưng phồng siết chặt trên đầu gậy trắng. "Ngoại trừ các người *đang* cố gắng sửa chữa lại quá khứ."

Isis há miệng định nói, nhưng Osiris lắc đầu.

"Đừng cố chối cãi," Zephaniah nói. "Tôi đã biết về kế hoạch của các người hằng bao thiên niên kỷ nay rồi." Bà đưa tay lên sờ vào cặp kính sẫm, dời xuống mũi mình, rồi quay lại lần lượt nhìn từng người họ. Bà Phù thủy Endor không có mắt; gắn vào hai hốc mắt trống rỗng kia là hai miếng thủy tinh hình bầu dục. "Ồ, những thứ tôi từng nhìn thấy," bà ta nói. "Vô số những biến cố tương lai hằng hà sa số, những biến cố quá khứ có thể xảy ra, những biến cố hiện tại không lường trước được."

"Bà muốn gì, Zephaniah?" Isis lạnh lùng hỏi.

Một lần nữa, Bà Phù thủy lại phớt lờ câu hỏi ấy. "Trước hết, tôi phản đối kế hoạch của hai người, và làm mọi thứ trong quyền năng mình để ngăn trở nó. Tôi muốn Vương quốc Bóng tối này được thanh bình. Vì thế, tôi chọn cách không dính líu khi bọn tay sai của các người chiến đấu với Thế hệ Kế tiếp. Tôi chủ ý không ăn miếng trả miếng khi thuộc hạ của các người khơi lên những trận động đất, lụt lội bởi vì tôi biết rằng đến hồi kết, mọi thứ sẽ cân bằng cả thôi. Các người sẽ thắng vài trận, kẻ thù của các người sẽ thắng vài trận khác, và trật tự cũ rồi sẽ trở lại."

"Như vẫn thế hằng bao thiên niên kỷ nay," Osiris nói.

Bà Phù thủy gật đầu đồng ý. "Cho tới khi các người tìm thấy Tiến sĩ Dee."

"Một tên thuộc hạ tuyệt vời. Xảo quyệt, kiến thức rộng, nhiều tham vọng, ham hiểu biết, và rất, rất mạnh mẽ," Isis nói ngay.

"Và lúc này đã hoàn toàn vượt tầm kiểm soát. Mọi

thuộc tính kia – sự xảo quyệt, kiến thức, tham vọng, lòng ham học hỏi, và quyền lực của hắn – đã quay ra chống lại các người."

"Chúng tôi đang từng bước vô hiệu hóa hắn," Isis nói với vẻ tự tin. "Hắn sẽ không tài nào trốn thoát được."

"Cho tới nay thì hắn đã trốn thoát rồi đó," Zephaniah đáp trả. "Lẽ ra các người nên hành động ngay khi biết hắn định vực dậy Quan chấp chính Coatlicue kìa."

Isis dợm lắc đầu, nhưng Osiris đã nói, "Tất nhiên, bà nói đúng đấy. Lẽ ra chúng tôi nên làm thế. *Đã* có vài cuộc nói chuyện để nhờ Machiavelli vô hiệu hóa hắn."

"Lúc này, các hành động của hắn đang đe dọa không chỉ thế giới này, nhưng là mọi Vương quốc Bóng tối." Đột nhiên Zephaniah đứng dậy, Isis và Osiris cũng đứng lên theo bà. "Đi với tôi," bà ta nói.

Gập cây gậy lại, nhét vào túi, bà chuồi cánh tay mình vào cánh tay hai người hai bên. "Đừng sợ," bà vừa nói khẽ, vừa vỗ mạnh vào bắp thịt nơi cánh tay Osiris.

"Bà đừng làm tôi sợ chứ, lão bà," Isis cáu kỉnh.

"Vâng, tôi sẽ thế, các người thân yêu ạ. Quả thật là tôi nên như thế. Hãy đi với tôi đến ngôi thánh đường kia và để tôi kể cho các người nghe về tương lai mà tôi đã nhìn thấy, một tương lai trong đó Coatlicue tự do rong chơi, một tương lai trong đó vị Quan chấp chính ấy nổi cơn thịnh nộ khắp các Vương quốc Bóng tối, không để lại gì ngoài mớ tro tàn theo sát gót chân mình. Một tương lai trong đó chúng ta không còn nữa. Không còn các Elder, cũng không có Thế hệ Kế tiếp. Và khi chúng ta thảy đều biến mất, mụ ta sẽ bắt đầu với giống người. Ôi chao, cả hai người sẽ nằm trong số những kẻ chết đầu tiên – và các người sẽ chết một cách hết sức kinh khiếp," bà ta nói thêm.

"Mà Dee ở đâu trong vùng tương lai này của bà?" Osiris hỏi.

"Thận trọng nào," Zephaniah nói. "Hắn đã niêm phong thế giới này tách khỏi các Vương quốc Bóng tối kia, sử dụng các Thanh kiếm Quyền lực để phá hủy mọi con đường dẫn đến Xibalba. Hắn thống trị các Vương quốc Bóng tối ấy như một hoàng đế."

"Còn Dare, tên giết người, ả có ở bên hắn không?" Isis hỏi.

"Trong tương lai này, ả ta sẽ chết. Bị Dee phản bội, bị làm mồi cho vị Quan chấp chính kia."

"Và đây là một tương lai chắc chắn xảy ra hay chỉ là có khả năng xảy ra?" Osiris thận trọng hỏi.

"Không cái nào cả. Các biến cố cứ tiếp diễn. Những dải thời gian đã biến đổi rồi lại xoắn vặn thành một kiểu mẫu mới. Dee có một kế hoạch khác, một thứ thuộc tầm cỡ to tát hơn nhiều." Bà Phù thủy kéo cặp đôi dừng hẳn lại. "Chờ chút."

Bộ ba dừng lại trước ngôi thánh đường xây dựng theo kiểu gô-tích, Zephaniah ngẩng đầu lên, hầu như thể thấy được công trình ấy. "Hừm, đây là nơi bọn họ đã chiến đấu..." Gương mặt bà di chuyển sang trái rồi sang phải khi bà ta hít hít vào không khí. "Các người có thể vẫn ngửi thấy mùi ma thuật đấy."

"Mùi hương vanilla," Isis nói.

"Hương cam," Osiris nói thêm.

"Và mùi bạc hà của Flamel," Zephaniah lẩm bẩm, "cả mùi hôi thối của Dee và Machiavelli."

Một nhân viên bảo vệ trông có vẻ lo lắng căng thẳng di chuyển giữa số đông du khách đang dừng lại để chụp ảnh mặt chính đã bị hư hại của công trình, cố hướng dẫn họ xa khỏi công trình phòng trường hợp các khối đá khác lại sụp xuống nữa. Anh ta đi thẳng tới bộ ba kỳ cục lúc này đang đứng quá gần phía trước tòa nhà. Ngay khi nhân viên bảo vệ an ninh vừa tới nơi, người đàn ông trọc đầu quay sang mỉm cười, anh nhân viên kia mặt mày rõ ràng trắng chợt ra, như thể vừa nhìn thấy ma. Anh ta vấp váp bước đi một mạch, không hề ngoái lại.

"Đưa tôi về lại ghế ngồi," Zephaniah ra lệnh.

Isis và Osiris quay người đi cùng Bà Phù thủy trở lại băng ghế kim loại. "Các người không bao giờ ưa Pháp sư Abraham, phải không?" Zephaniah hỏi họ.

"Không," Isis nói liền.

Osiris ngưng một lúc trước khi trả lời. "Tôi nghĩ chúng ta ai cũng sợ ông ấy," cuối cùng ông ta mới nói.

"Tôi đã làm việc với ông ấy một thời gian rất lâu, tôi nghĩ mình đã đến lúc hiểu ông ấy hơn hầu hết những người khác, nhưng thậm chí tôi còn không chắc ông ấy là ai nữa kia. Một Người Cổ đại, có lẽ; có thể còn là một vị Quan chấp chính. Và chắc chắn có một Elder Vĩ đại nào đó xúi giục ông ấy. Tôi và Prometheus đã ở bên ông ấy khi quá trình Biến đổi bắt đầu xâm chiếm lấy thân thể. Tôi đã quan sát lúc ông ấy làm việc cả ngày, cả đêm, không ngừng nghỉ, để tạo ra cuốn *Codex.*" Bà ta bật cười lớn, âm thanh nghe cay đắng và buồn bã sâu lắng. "Các người có biết tại sao ông ấy tạo ra cuốn *Codex* không?"

"Như một nơi cất giữ kiến thức của thế giới này chăng?" Osiris ướm hỏi.

"Cuốn sách ấy đã được tạo ra vì một mục đích duy nhất. Abraham biết rằng thời điểm này sẽ đến."

"Thời điểm nào?" Isis hỏi.

"Khi các người từ bỏ Dee, khi các người tuyên bố hắn ta là *utlaga*, các người đã tạo ra một kẻ thù nguy hiểm. Hắn dự định tiêu diệt hết thảy chúng ta."

"Bằng cách nào?" Osiris hỏi gặng. "Dee mạnh mẽ, nhưng không mạnh mẽ *đến thế.*"

"Bây giờ thì hắn mạnh đấy. Hắn đã có cuốn *Codex.* Trong đó chứa đủ hết mọi kiến thức trong thế giới này. Và hắn đang có cậu bé Song sinh Vàng dịch kiến thức ấy ra cho hắn. Hắn đã tiếp xúc được một số trong các pháp thuật cổ xưa nhất, chết người nhất trong thế giới này. Dee dự định đi lùi thời gian, tiêu diệt các Elder trên Danu Talis." Bà ta cười khùng khục. "Hắn muốn bảo đảm rằng hết thảy chúng ta đều phải chết trong ngày ấy, khi mà hòn đảo chìm xuống."

Isis bắt đầu phá ra cười, âm thanh cất cao và thuần khiết trong bầu không khí đêm. Các du khách vừa quay lại nhìn, vừa mỉm cười trước âm thanh ấy, nhưng chồng bà vẫn giữ khuôn mặt lạnh như tiền, đôi mắt mở lớn vì sốc. Cuối cùng tràng cười của Isis chìm vào cõi thinh lặng. Osiris gật đầu. "Vâng... vâng, hắn có thể làm điều đó. Và quan trọng hơn nữa, hắn *sẽ* làm điều đó."

"Làm thế nào chúng ta ngăn chặn hắn được?" Isis hỏi.

"Vậy thì cuối cùng các người cũng quyết định xin lời khuyên của tôi sao?"

"Thôi mà, Zephaniah," Osiris nài nỉ.

Bà lão đưa tay ra vỗ vào bàn tay Osiris. "Ông nghĩ xem tại sao tôi phóng thích ông chồng của mình khỏi lời nguyền xưa?" Zephaniah thận trọng nói. "Ông nghĩ xem tại sao thoạt đầu tôi lại đặt ông ấy dưới một câu thần chú? Tôi cần giữ ông ấy an toàn và khỏe mạnh cho chính ngày này."

"Bà đã biết điều này sẽ xảy đến sao?" Isis hỏi đầy vẻ khó tin.

"Tôi đã biết điều này *biết đâu có thể* xảy ra." Bà ta hạ cặp kính xuống, để lộ ra hai tấm gương trên gương mặt mình. "Tôi đã dâng hiến đôi mắt mình vì chuyện này kia mà."

"Bây giờ Mars Ultor đang ở đâu?" Osiris hỏi.

"Đã đi San Francisco để giết chết Tiến sĩ John Dee."

Chương mười tám

"Việc này chẳng có gì giống với lái xe hết." Josh nghiến răng, ghì chặt lấy bánh lái khi con thuyền máy Dee thuê tại Bến Đảo Châu báu dộng vào một đợt sóng khác đủ mạnh để làm hai hàm răng cậu va vào nhau lập cập.

"Nhanh hơn, nhanh nữa lên!" Virginia hối thúc, phớt lờ lời càm ràm của Josh. Ả đang ngồi trong ghế hoa tiêu phụ bên cạnh cậu, mái tóc dài thả ra đằng sau, lốm đốm những giọt nước. Khi quay sang Josh, đôi mắt xám của ả sáng bừng đầy phấn khích, cậu thấy ngạc nhiên – ả ta trông quá trẻ đến mức cậu hầu như có thể tưởng tượng mình đã gặp ả trong trường trung học của cậu.

"Không," John Dee cất giọng rầu rĩ từ phía sau thuyền vọng lên. Tay Pháp sư người Anh đang chồm người qua đuôi thuyền, xanh xao và mướt mồ hôi. Hắn đã bị say sóng hầu như ngay từ giây phút Josh thận trọng lái thuyền ra khỏi chỗ đậu trong bến để vào vùng nước động bập bềnh của vịnh. "Chậm đi, chậm bớt lại," hắn nói một cách khốn khổ.

Josh phải thừa nhận là cậu thấy có chút vui thích khi

được ở trong vị trí điều khiển. Cậu nhìn Virginia, cả hai mỉm cười; rồi Dare hất đầu về phía van tiết lưu. Josh lấy khuỷu tay đẩy nó tới trước và cả hai động cơ thật mạnh gắn bên ngoài con thuyền hú lên, khuấy tung mặt nước sủi bọt tung tóe ngay bên cạnh đầu của Dee. Họ nghe tiếng la oai oái bị tắc nghẽn của Dee, và khi quay lại nhìn, họ thấy hắn đang trừng trừng nhìn họ, mình ướt đẫm.

"Không phải chuyện đùa. Không có gì vui vẻ hết. Tôi khiển trách cô đấy, Virginia," Dee gào rú.

"Tôi tưởng một chút nước bắn tóe lên sẽ giúp ông tỉnh táo chứ." Ả nhìn qua Josh. "Ông ta luôn là một tay thủy thủ kinh khủng. Đó là một trong những lý do ông ta không vào được Hạm đội Tây Ban Nha. Lúc nào dạ dày cũng quặn thắt buồn nôn," ả nói thêm, "khiến mùi hương ông ta chọn cho bản thân mình tất cả càng đáng ngạc nhiên hơn."

"Tôi thích mùi lưu huỳnh," từ phía sau thuyền có tiếng Dee cằn nhằn.

"Chờ đã." Trong chốc lát, Josh quên tay Pháp sư đang buồn nôn. "Ông tự chọn mùi hương cho luồng điện của mình hả?" Đó là lần đầu tiên cậu nghe thấy một chuyện thế này. Cậu thắc mắc không biết có thể thay đổi mùi hương của mình thành một mùi gì đó ấn tượng hơn không. "Ông có thể chọn bất cứ mùi gì sao?"

"Tất nhiên. Hừm, ngoại trừ mùi của luồng điện bạc và vàng. Hai luồng điện này không có chọn lựa nào khác: kể từ thời xa xưa, hình như vậy, cả hai lúc nào cũng có mùi thế thôi." Ả ta quay sang Dee trở lại, tóc quất vào mặt, vướng vào khóe miệng khi ả đang nói. "Làm thế nào ông có được chiếc thuyền này?"

"Tôi đã hỏi mượn một cách tế nhị," hắn lầm bầm. "Khi đã muốn, tôi có thể rất thuyết phục kia mà." Hắn vặn người ngoái lui nhìn Bến Đảo Châu báu, ở đó, một người đàn ông lớn tuổi đội nón bóng chày màu trắng đang ngồi trên cầu tàu, ngây người nhìn xuống làn nước. Sau đó, lắc đầu, người đàn ông kia đứng dậy và lững thững trở lại về phía chiếc thuyền buồm.

"Chúng ta đâu có ăn cắp con thuyền này, phải không?" Josh hỏi, mơ hồ thấy bất an với ý nghĩ đó.

"Chúng ta chỉ mượn thôi." Dee cười điệu. "Ông ấy tự nguyện đưa chìa khóa cho tôi kia mà."

"Ông không sử dụng đến luồng điện của mình một lần nữa đấy chứ, phải không?" Virginia hoảng hốt hỏi. "Việc đó sẽ báo động cho mọi thứ −"

"Đừng coi tôi như một tên ngốc chứ!" Dee tức giận ngắt ngang, nhưng rồi hắn phải chồm qua con thuyền vì một đợt buồn nôn khác ập đến.

Virginia cười toe, nháy mắt với Josh. "Thật khó để nói nghe có vẻ hách xì xằng khi mình đang muốn nôn thốc nôn tháo ra, phải không nào?"

"Tôi căm ghét cô, Virginia Dare," Dee lầm bầm.

"Tôi biết ông không thật sự có ý muốn nói thế," ả nhẹ nhàng nói.

"Có đấy," hắn càu nhàu.

Virginia vỗ nhẹ lên vai Josh và chỉ vào đường bờ biển

bên tay trái. "Đi sát vào Đảo Châu báu. Chúng ta sẽ bám theo đảo suốt dọc đường vòng dẫn đến đầu phía bắc; như vậy chúng ta có thể nhìn thấy Alcatraz ngang qua vịnh."

Josh chưa kịp trả lời, thì một cầu tàu khổng lồ như một bức tường bê-tông xuất hiện ngay trước mặt họ, cậu bẻ lái qua bên phải. Bị chỉnh quá đà, con thuyền tròng trành theo một góc nhọn gắt, suýt hất Dee qua bên kia. Nước ập vào, và tay Pháp sư bò toài ra níu giữ, kết quả là bị trượt và ngồi phệt xuống một vũng nước có váng dầu.

Virginia hú lên cười.

"Cô đã quên là tôi không có khiếu hài hước sao," Dee cáu kỉnh.

"Nhưng tôi thì có," Virginia nói. Ả ta quay sang Josh trở lại, tay chỉ thẳng ra đằng trước. "Đi bên tay phải, vòng qua cầu tàu, rồi ngoặt trở lại qua trái lần nữa, bám sát bờ biển. Nhưng đừng quá gần," ả nói thêm. "Đá có thể tróc ra khỏi bờ biển đó. Đây là một hòn đảo nhân tạo mà, luôn luôn nằm trong mối nguy hiểm chờ chực. Tôi đã quan sát khi nó được xây dựng vào những năm 1930, hồi đó nó cao hơn bây giờ. Toàn bộ hòn đảo đang từ từ chìm xuống. Trận động đất lớn sắp tới chắc sẽ làm nó vỡ ra thành từng mảnh mất."

Josh liếc qua đường bờ biển đá. Phần lớn công trình này dường như mang tính công nghiệp, mà nhiều phần trong số đó đã ọp ẹp. "Trông nó hoang vắng quá. Còn ai sống ở đây không?"

"Còn chứ. Thực ra, quả là tôi có vài người bạn đang sống phía bên kia hòn đảo."

"Tôi không nghĩ cô mà lại có người bạn nào," Dee lầm bầm.

"Không như ông, Tiến sĩ à, tôi là một người bạn *tốt* đấy," Dare nói mà không nhìn quanh, rồi tiếp tục, "Hòn đảo này là một căn cứ hải quân cho tới khi bị đóng lại vào cuối thập niên chín mươi. Sau đó, một số phim tập và vài bộ phim truyền hình được bấm máy trên đó."

"Tại sao người ta lại gọi là Đảo Châu báu? Josh hỏi. "Bộ có châu báu trên đó hả?" Đã có lần cậu cười nhạo trước ý tưởng thế này, nhưng ngay bây giờ cậu lại sẵn sàng tin vào gần như mọi thứ.

Tiếng cười của Virginia dễ lây lan, và càng lúc Josh càng thấy mình có cảm tình với ả hơn. "Không. Người ta gọi nó là Đảo Châu báu dựa theo cuốn sách cùng tên của Robert Louis Stevenson. Stevenson sống ở San Francisco khoảng chừng một năm trước khi viết cuốn sách này." Khi họ đánh vòng lên đến đầu hòn đảo, Virginia đứng lên ngoái nhìn lại. "Tôi chắc chắn nó được đặt tên như một cách nói đùa thôi – đây là một hòn đảo được xây dựng trên mớ phế liệu và đồ đồng nát nên mới được gọi là Đảo Châu báu." Ả quay người đưa thẳng tay ra phía trước chỉ vào một vệt đá nhỏ nằm giữa vịnh. "Và đó là Alcatraz. Cứ hướng mũi thẳng tới đó."

Josh cằn nhằn khi chiếc thuyền đập vào một đợt sóng khác. Con thuyền nhô lên rồi rơi xuống trở lại dộng một cái rầm rung đến thấu xương. "Xa hơn tôi nghĩ. Trước nay tôi chưa bao giờ rời khỏi bờ xa đến thế này. Hồi nào tới giờ thậm chí tôi còn chưa bao giờ lái thuyền nữa ấy chứ."

"Người ta lúc nào cũng nên tận dụng cơ hội học tập kinh nghiệm mới," Virginia nói.

"Tôi có chút hồi hộp," cậu thú nhận.

"Tại sao?" Virginia tò mò hỏi. Ả ngồi xuống trở lại trong chiếc ghế bọc nhựa, nhìn cậu.

Cậu thiếu niên chợt có cảm giác không thoải mái dưới ánh mắt soi mói dữ dội của ả. "Ừm," cuối cùng cậu nói, "có gì đó sắp xảy ra. Con thuyền có thể chìm, hoặc động cơ có thể bị tắt ngấm, hoặc..."

"Hoặc cái gì?" ả hỏi. "Cậu biết không, theo kinh nghiệm của tôi, giống người phí phạm quá nhiều thời gian để lo lắng cho những việc chẳng bao giờ xảy ra. Đúng, con thuyền có thể chìm... nhưng cũng có thể không mà. Động cơ có thể ngừng chạy... nhưng tôi nghi ngờ chuyện đó. Chúng ta có thể bị sét đánh, hoặc –"

Bất thình lình Tiến sĩ John Dee từ phía đuôi thuyền lồm cồm bò lên. "Hoặc là bị loài nhân ngư ăn thịt," hắn nói gấp gáp. "Tôi vừa chợt nhớ. Hòn đảo đang bị bao vây bởi một vòng Nữ thần Biển bảo vệ." Hắn bật ho khan đầy bối rối. "Và tôi đã ra chỉ thị không được cho phép bất cứ thứ gì đi vào trong phạm vi mười lăm mét."

Virginia xoay tròn. "Có loài nhân ngư quanh hòn đảo này sao?"

"Ông Già Biển đang ở trên Alcatraz, ông ta mang các Nữ thần Biển theo mình," Dee nói. "Tôi cần phải báo cho Nereus biết chúng ta đang đến." Hắn rút điện thoại ra, nhưng khi bật nắp mở lên, nước từ trong đó chảy ra. Không dừng một giây, Dee tách mở điện thoại, lấy pin ra và lau khô bằng chiếc áo sơ-mi lôi thôi lếch thếch của mình.

Josh nhìn Virginia. "Tôi không biết những gì ông ta vừa nói."

"Nereus, Ông Già Biển, là một Elder cực kỳ thô lỗ," Virginia giải thích. "Ông ta chỉ trông giống như người đến ngang thắt lưng thôi, phần còn lại là bạch tuộc. Từng tuyên bố phần dưới biển là lãnh địa của mình. Vương quốc Bóng tối dưới nước rộng lớn nhất tiếp giáp với trái đất này quanh khu vực được biết đến với cái tên Tam giác Quỷ."

"Nơi mọi tàu thuyền đều biến mất?" Josh hỏi.

"Đúng là ở đó. Những bức tường giữa thế giới của ông ta với địa danh này mỏng mảnh mòn vẹt, và thỉnh thoảng tàu bè hoặc máy bay từ thế giới này lướt vào thế giới của ông ta, hoặc ở vùng biển gớm ghiếc nào đó thì bọn quỷ biển từ thế giới của ông ta lẻn vào Vương quốc Bóng tối Trái đất. Bọn Nữ thần Biển là con gái ông ta đấy." Virginia mỉm cười. "Đừng tự cho phép cậu bị cám dỗ đến quá gần mặt nước bởi nụ cười và những bài hát của chúng. Chúng là lũ ăn thịt người."

Dee vội vã ráp điện thoại vào lại, bật nguồn lên. Sau đó, hắn ghê tởm quăng mất. "Chẳng có gì. Tôi chẳng còn cách nào liên lạc với Machiavelli."

Virginia lôi ống sáo gỗ của mình ra, quay quay nó bằng mấy ngón tay. "Tôi không biết tại sao ông lại quá lo lắng thế, Tiến sĩ. Tôi có thể dễ dàng ru chúng ngủ bằng –"

Ả chưa nói dứt câu, một phụ nữ đuôi cá, da màu xanh

lá, tóc cũng màu xanh lá phóng nhảy thẳng ra khỏi mặt nước biển, giật lấy ống sáo nơi tay Virginia và bắn tóe trở lại vào mặt nước phía bên đối diện của con thuyền, bỏ lại ả với hai bàn tay trống không.

Tiếng kêu thét của Virginia Dare thật ghê gớm. Quăng vội chiếc áo khoác ám khói, kéo giật đôi giày ra, ả lao mình qua khỏi hông thuyền và biến mất dưới làn sóng không chút dấu tích.

"Tiến sĩ!" Josh thét thất thanh át tiếng ồn của động cơ. Cậu giơ cánh tay trái lên chỉ, và hài lòng khi thấy mấy ngón tay mình không run rẩy dữ dội.

Dee vội vã ra phía trước, chồm người qua mũi thuyền.

Mặt biển phía trước rải rác đầu của các phụ nữ, mái tóc màu xanh lá xõa ra quanh người như mớ tảo biển. Đồng loạt, chúng há miệng để lộ hàm răng như răng cá piranha[7]. Sau đó, cùng nhau chúng lao về phía con thuyền, dìm mình xuống rồi trồi lên khỏi mặt nước như bầy cá heo.

"Bây giờ chúng ta gặp rắc rối rồi," Dee nói. "Rắc rối to, to lắm."

---

[7] *Loại cá nhỏ nước ngọt ở vùng nhiệt đới Mỹ, thường tấn công và ăn thịt các động vật sống.*

Chương mười chín

Sophie Newman đứng trong bếp, nhìn ra khoảnh sân trong nho nhỏ, nơi Perenelle và Tsagaglalal đang ngồi với nhau. Đối với bất cứ người quan sát thông thường nào, họ cũng trông như hai quý bà lớn tuổi, một người cao ráo, gầy, nhưng mạnh mẽ, người kia thâm thấp, yếu ớt, đang ngồi dưới cây dù lớn có kẻ sọc, uống trà và nhấm nháp bánh quy rắc sô-cô-la thái mỏng. Nhưng hai người này chẳng có gì là các quý bà bình thường cả: một người gần bảy trăm tuổi, còn người kia... ừm, Sophie nghi ngờ thậm chí còn không biết người kia có phải là người hay không nữa.

Cả hai người phụ nữ quay sang nhìn cô, dù họ đang ngồi dưới bóng râm của cây dù, nhưng mắt họ sáng lóa – màu xanh lá và màu xám – khiến gương mặt họ có vẻ ngoài rất lạ.

Tsagaglalal ngoắc Sophie ra khỏi nhà. "Lại đây, bé con. Đến ngồi với chúng ta. Chúng ta đang chờ con đấy." Bà không nói tiếng Anh, nhưng Sophie hiểu và nhận ra ngôn ngữ cổ xưa của Danu Talis. Khi cô đi đến đứng bên cạnh bà lão, Tsagaglalal nắm tay cô. "Con không hôn bà dì ưa thích của mình sao?" bà ta hỏi, chuyển sang tiếng Anh.

Sophie giật tay ra. Cô không biết người phụ nữ này là ai – hoặc thậm chí không biết bà ta có phải *là* người hay không – nhưng cô dứt khoát mình không có bà con với bà. "Bà không phải là dì của con," cô lạnh lùng nói.

"Về huyết thống thì không, nhưng con là gia đình của ta. Luôn đã là thế," Tsagaglalal nói, hầu như buồn bã, "luôn sẽ là thế. Ta đã chăm sóc con và em trai con từ thuở hai đứa mới lọt lòng."

Sophie nuốt nước bọt đột nhiên tiết ra trong cổ họng, nhưng ngồi xuống mà không hôn lên bên má bà đang chìa ra. Có một ly trà đá và bánh quy rắc sô-cô-la thái mỏng sắp sẵn ra đĩa cho cô rồi. Cô cầm ly trà nhưng rồi để ý thấy có một lát cam nổi lên trong ly nước. Mùi hương nhắc cô nhớ đến Josh, cô cảm thấy dạ dày mình tròng trành. Cô đặt xuống, không nếm chút nào, và đẩy đĩa bánh đi. Một làn sóng hoàn toàn tuyệt vọng bất chợt tràn ngập khắp người. Trong tuần lễ vừa qua, cô đã đánh mất mọi thứ, kể cả cậu em trai. Thậm chí những quy chuẩn thuộc về quá khứ của cô – như bà dì này – cũng biến mất. Cô cảm thấy mất mát và hoàn toàn cô đơn.

"Con không đói sao?" Tsagaglalal hỏi.

"Thậm chí bà còn có thể hỏi con câu đó được sao?" Cơn giận dữ của Sophie tưởng chừng như sờ thấy được. "Không, con không đói. Con thấy buồn nôn. Josh đi mất rồi – mà nó còn căm ghét con. Con thấy điều đó trong ánh mắt nó."

Hai người phụ nữ nhìn nhau.

Sophie xoay qua nhìn Perenelle. "Còn chú Nicholas lại đang chết dần trên lầu. Tại sao không ai trong các người lên đó với chú ấy?"

"Ta sẽ đến với ông ấy khi tới thời điểm," Nữ Phù thủy thì thầm.

Sophie lắc đầu, đột nhiên những giọt nước mắt phẫn nộ dâng lên trong mắt cô. "Bà là ai?" cô hỏi gặng Tsagaglalal. "Bà không phải... thậm chí bà còn không phải là người. Còn cô," cô buộc tội Perenelle, "cô cũng *không phải* người thường! Tôi ghét các người. Hết thảy các người. Tôi ghét những gì các người đã làm cho tôi và Josh. Tôi ghét thế giới mà các người đã lôi kéo chúng tôi vào. Tôi ghét sức mạnh này, ghét biết những thứ linh tinh mà tôi không nên biết, ghét ý nghĩ của mình bị xâm phạm..." Những giọt nước mắt lớn lăn dài xuống mặt cô, nhưng cô không muốn họ nhìn thấy mình đang khóc. Níu chặt mép bàn, cô cố không đẩy ghế mình ra sau, nhưng đột nhiên cả Tsagaglalal lẫn Perenelle đưa tay ra đặt tay mình lên tay cô. Luồng điện của Sophie lóe lên một lúc, nhưng nó kêu xì xì rồi tắt ngúm, mùi hương vanilla của cô gái nhỏ đã bị tràn ngập bởi mùi hoa nhài. Luồng điện của Perenelle không có mùi hương.

"Yên nào," Perenelle lạnh lùng nói, và đó không phải là một lời mời. Sophie không nhúc nhích. Cứ như thể đột nhiên cô rơi vào một giấc mơ. Cô tỉnh táo, cảnh giác, nhưng cơ thể không có cảm giác gì.

"Nghe lời Nữ Phù thủy đi con," Tsagaglalal nói nhỏ

nhẹ. "Số mệnh không chỉ của thế giới này nhưng là của hết thảy mọi thế giới bây giờ đang lơ lửng trên bàn cân, cả con lẫn em trai con có sức mạnh để lật nghiêng nó theo cách này hay cách khác. Các đường thẳng lúc nào cũng đồng quy, như được tiên đoán từ mười ngàn năm trước. Các sự việc đều hiệp lực lại để xác nhận rằng hai đứa con quả thật là cặp song sinh huyền thoại." Đôi mắt xám của bà ngân ngấn nước. "Ta ước gì chuyện đã khác đi, vì lợi ích của hai đứa. Đây là một con đường khó khăn mà các con phải theo. Josh đang ở bên Dee, và điều này, dù tin hay không, cũng đã được tiên đoán hàng bao thiên niên kỷ trước. Những gì không nhìn thấy trước – những gì không thể đoán trước – đó là sự điên rồ của Dee và những gì hắn định thực hiện."

"Sophie," Perenelle Flamel khẽ khàng nói, "con phải tin khi ta bảo con rằng ta ước gì không có chuyện nào trong chuyện này xảy đến cho con và cho Josh. Con có tin như thế không?"

Sophie không rõ mình phải tin cái gì nữa. Cô muốn tin cậy Nữ Phù thủy, song... có gì đó ngăn cản cô. Người phụ nữ này đã nói dối cô, nhưng nhà Flamel đã sống trong dối trá hàng bao thế kỷ rồi. Sophie đoán chừng họ nói dối chỉ để tự bảo vệ mình và những người chung quanh họ. Tuy nhiên, Josh không muốn tin vào nhà Flamel. Có lẽ cậu đúng. Có lẽ việc đi cùng với Dee là một quyết định đúng đắn. Một ý nghĩ bất chợt lóe lên khiến cô lạnh cả người: chuyện gì xảy ra nếu cô đứng về phe sai trái trong trận chiến lâu đời này chứ?

Sự thật – chính sự thật cay đắng, lạnh lùng ấy – là điều

duy nhất cô không biết. Đúng và sai, tốt và xấu, tất cả đã trở nên xoắn vặn và rối bời. Thậm chí cô còn không thể phân biệt ai là bạn ai là thù nữa kia.

Tsagaglalal và Perenelle cùng một lượt nhấc tay ra khỏi tay Sophie, cảm xúc chảy tràn trở lại vào người cô. Luồng điện bạc của cô lóe sáng, kêu răng rắc bảo vệ quanh người cô, bốc hơi trong ánh mặt trời đầu buổi chiều. Cô hít vào một hơi căng cả người nhưng không có cử động gì cho thấy sẽ rời khỏi bàn.

"Sophie, con sẽ làm gì để giúp Josh, cứu cậu ấy, mang cậu ấy trở về?" Tsagaglalal hỏi.

"Bất cứ gì. Tất cả."

Perenelle chồm người tới trước để đặt cả hai cánh tay lên bàn. Hai bàn tay đan chặt vào nhau, các khớp đốt ngón tay trắng ra vì gồng cứng. "Và Sophie này, con nghĩ mình sẽ làm gì để giúp đỡ chồng của cô?"

"Bất cứ gì." Sophie nói lại lần nữa. "Tất cả."

"Chúng ta sẽ làm bất cứ gì – tất cả – để giúp đỡ những người chúng ta yêu quý. Đó là những gì tách biệt giống người ra khỏi Thế hệ Kế tiếp, hoặc các Elder, hoặc những người có trước họ. Đó là những gì làm cho chúng ta thành con người. Đó là lý do tại sao giống loài này phát triển mạnh; là lý do tại sao giống loài này sẽ luôn luôn sống sót."

"Nhưng loại tình yêu ấy đòi hỏi phải hy sinh," Tsagaglalal chậm rãi nói. "Đôi khi là những hy sinh phi thường..." Đôi mắt xám của bà lão chợt đẫm lệ.

Và Sophie bắt gặp ký ức lung linh của người phụ nữ ấy – trẻ trung hơn, rất trẻ, nhưng cũng với khung xương gò má nhô cao như thế và đôi mắt màu xám của Tsagaglalal – đang quay người đi khỏi một bức tượng cao cao bằng vàng. Người phụ nữ dừng lại, ngoái lui, và Sophie phát hiện ra đôi mắt xám sáng bừng của bức tượng kia thật sống động, dõi theo người phụ nữ ấy. Sau đó, Tsagaglalal quay người và phóng xuống những bậc cầu thang làm bằng thủy tinh tưởng chừng như không dứt. Bà ta đang ôm chặt một cuốn sách bằng cả hai tay: cuốn Codex. Nước mắt bà nhỏ giọt xuống bề mặt kim loại kia.

"Sophie," Perenelle nói tiếp, "hơn mười ngàn năm trước, Pháp sư Abraham đã thấy trước hết thảy chuyện này, ông ấy bắt đầu đưa ra một kế hoạch để cứu lấy thế giới. Con và cậu em song sinh của mình đã được chọn cho những vai trò này rất lâu trước khi chúng con sinh ra. Hai đứa con được nhắc tới trong một lời tiên tri đã được tuyên bố từ thời Danu Talis và trận lụt Đại Hồng thủy."

"'Hai là một, một là tất cả. Một sẽ cứu thế giới, một sẽ phá hủy,'" Tsagaglalal trích dẫn. "Đây là định mệnh của các con. Và không ai có thể chạy thoát được định mệnh."

"Ba con lúc nào cũng nói vậy."

"Ba con nói đúng đấy."

"Các người đang nói rằng con và em trai mình chỉ là những con rối phải không?" Sophie cất tiếng, nhưng miệng mồm khô như ngói, cô uống một hơi ly thức uống ướp lạnh để trước mặt. "Tụi con không được tự do có ý muốn sao?"

"Tất nhiên là các con có chứ," Perenelle nói. "Josh đã chọn lựa đấy thôi, và mọi chọn lựa đều nảy sinh từ lòng yêu hoặc ghét. Cậu ấy quyết định đi với Dee – không phải vì thích hắn, nhưng bởi vì, khi cậu nhìn thấy con tấn công vị Quan chấp chính kia, cậu ấy ghét con. Cậu đã nhìn thấy Coatlicue là một cô thiếu nữ xinh đẹp, chứ không phải là một sinh vật gớm guốc đúng như mụ ta là thế. Còn con... ừm, bây giờ con cần quyết định mình phải làm gì."

Từng lời của Perenelle như châm chích vào tai. *Josh ghét cô*. Song Sophie biết đó là sự thật. Cô đã nhìn thấy điều đó trong mắt cậu. Nhưng bất kể cậu có nghĩ gì về cô – điều đó không thay đổi những gì cô biết tận trong trái tim mình và cô cảm thấy thế nào về cậu. "Con sẽ theo Josh."

"Mặc dù cậu ấy đã từ bỏ con sao?" Tsagaglalal dịu dàng hỏi.

"Các người đã nói rằng hết thảy mọi chọn lựa đều nảy sinh từ lòng yêu hoặc ghét kia mà. Nó là em con. Con sẽ theo nó. Đó là chọn lựa của con."

"Vậy con sẽ đi đâu?" Perenelle hỏi.

Sophie ngây mặt nhìn bà. Cô không biết. "Con sẽ đi tìm nó," cô nói với một vẻ tự tin mà mình không hề cảm thấy. "Khi nào... khi nào nó gặp rắc rối, hoặc bị đau đớn gì đó, con thường cảm nhận được điều đó. Đôi khi trong đầu con còn lóe lên những hình ảnh mà nó đang nhìn thấy."

"Bây giờ con có thể cảm nhận được cậu ấy không?" Tsagaglalal hỏi, rõ ràng là tò mò.

Sophie lắc đầu. "Nhưng con có kiến thức của Bà Phù thủy trong người mình. Có lẽ con sẽ lấy ra được."

"Ta nghi ngờ Bà Phù thủy đã nhìn thấy trước bước

ngoặt mới nhất của các biến cố này," Tsagaglalal nói. "Ta biết bà ấy suốt cả cuộc đời dài đằng đẵng của mình kia mà, trong khi bà ấy có thể định đoạt được những chặng đường lịch sử quan trọng, thì những chuyển động của các cá thể luôn vuột thoát khỏi bà. Không như cậu em trai, Prometheus, hay ông chồng, Mars Ultor, bà ấy không bao giờ thật sự hiểu được giống người."

"Con có thể có chọn lựa khác," Perenelle khẽ khàng nói. "Con có thể chọn giúp chúng ta giải cứu thế giới. Chúng ta cần con," bà vội vã nói thêm. "Ngay lúc này, Machiavelli đang ở trên Alcatraz. Chúng ta biết y dự định sẽ thả các sinh vật quái dị vào San Francisco. Con nghĩ một thành phố hiện đại như thế này sẽ phản ứng thế nào trước một bầu trời đầy loài rồng và những cơn ác mộng lúc nhúc bò ra khỏi hệ thống cống thoát mà dồn xuống đường phố?"

Sophie lắc đầu. Chính ý tưởng ấy đã là khó lĩnh hội.

"Bao nhiêu người sẽ chết?" Perenelle nói tiếp. "Bao nhiêu người sẽ bị thương? Bao nhiêu người nữa sẽ hoàn toàn bị chấn thương tâm lý trước trải nghiệm này?"

Chết lặng vì sốc, Sophie lại lắc đầu.

"Và nếu con biết một người nào đó có thể giúp – một người có sức mạnh chiến đấu với bọn quỷ sứ này – liệu con có muốn họ đứng lên, chiến đấu, bảo vệ mười ngàn người này, hay là con muốn họ chạy đi giúp một người thôi?"

Sophie định trả lời, thì cô nhận ra rằng mình đã bị dẫn dụ hết sức khéo léo vào một cái bẫy.

"Chúng ta cần con chiến đấu bên chúng ta, Sophie ạ," Tsagaglalal tiếp lời. "Con nhớ Hekate, Nữ thần Ba Mặt không?"

"Người đã sống trong Yggdrasill và đã Đánh thức con. Làm sao con quên được chứ?" cô mỉa mai.

"Bà ấy mạnh mẽ khôn lường: trinh nữ vào buổi sáng, phụ nữ có chồng vào buổi trưa, và già lão vào buổi tối. Bà ấy tiêu biểu cho toàn bộ lĩnh vực kiến thức và quyền lực của người phụ nữ." Tsagaglalal chồm tới, gương mặt nhiều vết nhăn kề sát vào mặt Sophie. "Con là trinh nữ, Perenelle là phụ nữ có chồng, và ta là bà lão già cả. Cùng nhau, chúng ta sẽ có kiến thức phi thường và quyền lực đáng kể. Cùng nhau, cả ba chúng ta sẽ đứng lên bảo vệ thành phố này."

"Con sẽ đứng bên chúng ta chứ, Sophie Newman?" Perenelle Flamel hỏi.

Một ô cửa sổ phía trên đầu họ chợt mở ra, Niten ló ra. Anh ta không nói một lời, nhưng ánh nhìn trên gương mặt kia đã là quá đủ.

"Đã đến lúc quyết định," Perenelle nói. "Đến lúc chọn phe."

Sophie đứng quan sát Nữ Phù thủy đỡ Tsagaglalal ra khỏi ghế và bước vào nhà. Cô muốn chạy băng qua ngôi nhà, ra đường phố... rồi sao nữa? Cô sẽ đi đâu? Cô muốn tìm Josh. Nhưng cô đâu biết làm thế nào để thực hiện điều đó. Mà chuyện gì sẽ xảy ra khi các sinh vật kia xâm chiếm thành phố này? Luồng điện của cô và các Pháp thuật Cơ bản mà cô từng học được sẽ bảo vệ cô... nhưng ai sẽ bảo vệ mọi người khác?

Đây quả là lúc để chọn phe.

Nhưng phe nào?

Xa xa nghe tiếng còi tàu cất lên, tiếng còi nhắc Sophie nghĩ đến Alcatraz. Có bầy quái thú trên hòn đảo ấy – các sinh vật của ác mộng. Perenelle nói đúng: nếu chúng được phóng thích vào thành phố, sẽ có người chết và sự phá hoại ồ ạt... không một người nào có suy nghĩ đúng đắn lại muốn thế. Không một người nào biết suy nghĩ đúng đắn lại cố tình mang thứ hỗn loạn ấy vào thành phố.

Nhưng đó là những gì Machiavelli, Dee và Dare – cả Josh nữa – định thực hiện.

Bất giác, Sophie gật đầu, và đột nhiên việc chọn lựa trở nên rất đơn giản. Cô có thể kết hợp với Nữ Phù thủy và Tsagaglalal ngăn chặn không cho chuyện đó xảy ra. Sau đó, cô sẽ đi tìm cậu em mình.

Cô gái nhỏ bước theo hai người phụ nữ lớn tuổi trở vào nhà, đi ngang qua gian bếp, lên cầu thang.

Prometheus đang chờ họ nơi cửa phòng ngủ. Ông ta đứng lùi lại để họ từng người một bước vào phòng, tụ tập quanh giường Nicholas Flamel đang nằm. Nhà Giả kim trông teo quắt và yếu đuối mỏng manh, da ông bệt như tờ giấy trắng. Chỉ những chuyển động tinh tế nhất trong lồng ngực mới cho thấy là ông vẫn đang thở. "Giờ của ông đã đến," Prometheus thì thào.

Perenelle úp mặt vào tay mình, khóc nức nở.

Chương hai mươi

"Đĩa bay hả?" William Shakespeare hỏi. Ông ta đẩy kính lên mũi và vui vẻ cười toe. "Đĩa bay." Ông lấy cùi chõ thúc vào Palamedes. "Tôi đã nói với anh là chúng có thật mà. Tôi đã bảo anh có nhiều thứ trên –"

"Những chiếc vimana," Scathach chỉnh lại. "Những con tàu bay huyền thoại của Danu Talis." Ngửa đầu ra sau, che mắt lại, cô quan sát thêm sáu con tàu bạc đang xoay tròn nữa quét qua bầu trời xanh trong để rồi lơ lửng trong không trung bên trên họ. Bốn trong số các con tàu ấy hạ xuống đậu ngay trên mặt đất, nhè nhẹ nhấp nhô, như những con thuyền trên mặt sông. Có sự rung rung rất khẽ trong bầu không khí, và lớp cỏ bên dưới loại phương tiện ấy đóng thành một lớp nước đá lấp lánh.

Mái vòm kính trên đỉnh mỗi chiếc vimana mở ra, nhóm anpu xuất hiện. Cao và lực lưỡng, mặc giáp đen viền chỉ bạc và vàng, trang bị những thanh kiếm kim loại cong cong như lưỡi liềm – món vũ khí kopesh chết người – các chiến binh mình người đầu chó rừng kia mang Marethyu đi trước tiên. Người đàn ông đội mũ trùm chưa lấy lại ý thức, vẫn nằm trên mặt đất, tiếp tục co rúm người và run rẩy khi những tia lửa màu trắng ngả xanh lơ nổ tanh tách nơi chiếc móc câu, tạo thành hình cung trên lớp cỏ xanh rì. Ba tên anpu ấn bừa ông ta vào con tàu rộng nhất, ngay tức khắc con tàu cất tiếng o o bay đi.

Scathach quay người dõi theo đường bay của nó xuyên qua thành phố như một mê cung, chiếc đĩa bạc phản chiếu trên những con kênh đồng thời ném những chiếc bóng xuống đường phố bên dưới. Cô nhìn thấy nó bay qua kim tự tháp khổng lồ ngay giữa lòng thành phố, rồi hạ xuống đậu trong khoảnh sân của một cung điện rộng mênh mông bằng bạc và vàng lấp lánh trải dài phía sau.

Scathach quay trở lại với nhóm anpu đang tụ tập. Cô đã đụng độ với nhóm anpu trong mấy chục Vương quốc Bóng tối, và mặc dù cô chưa bao giờ đánh nhau với chúng, nhưng cô biết danh tiếng đáng gờm ấy. Chúng là những chiến binh chết người... nhưng Bóng Tối còn chết người hơn. Nữ Chiến binh đã sẵn sàng chiến đấu. Chà xát lòng bàn tay vào cẳng chân, cô vặn đầu từ bên này qua bên kia, đánh tan cảm giác tê cứng nơi vùng cổ. Nhóm anpu đã phạm một sai lầm chủ yếu: chưa tước vũ khí địch thủ của mình. Scathach vẫn còn mấy thanh kiếm, dao, và nhị khúc côn. Cả cuộc đời chiến đấu đã mài giũa bản năng chiến đấu trong người cô: trước hết cô sẽ sáp tới tên anpu gần nhất, dùng vũ khí của mình gạt chân gã. Cô sẽ chụp lấy gã khi gã té nhào và quay tròn thân hình gã quẳng vào hai tên đồng bọn, quật bọn chúng xuống. Sự xao nhãng này đủ để Joan và Palamedes tham gia, ngay thời điểm ấy, cô ném mấy thanh kiếm cho Saint-Germain và

Shakespeare. Tất cả sẽ kết thúc trong quãng thời gian vài phút. Sau đó, họ sẽ trưng dụng một chiếc vimana, và...

Scathach bắt gặp ánh mắt Palamedes nhìn sang cô. "Đó sẽ là một sai lầm," chàng hiệp sĩ lẩm bẩm bằng ngôn ngữ cổ xưa của quê nhà mình. Anh ta quay đi, che mắt, nhìn thành phố trong khi vẫn nói chuyện với cô. "Không có ai giỏi hơn cô, Nữ Chiến binh, nhưng nhóm anpu sẽ không ngã dễ dàng thế đâu. Sẽ có thương vong. Có lẽ là Saint-Germain, có khả năng là Joan, hay biết đâu đấy lại là Will. Đây là những mất mát không thể chấp nhận được. Hơn nữa, nếu các chủ nhân của nhóm anpu muốn chúng ta chết, chắc hẳn họ đã giết chúng ta từ hồi còn ở trên trời."

Hàm răng ma cà rồng của Scathach cắn vào môi. Palamedes nói đúng. Nếu thậm chí chỉ một người trong họ bị giết hay bị thương, thì cái giá trốn thoát thế là quá cao. Đầu Nữ Chiến binh cử động gần như không thể nhận thấy, nhưng cô biết Hiệp sĩ Saracen đã nhìn thấy. "Sẽ có một lúc khác," cô nói.

"Luôn luôn có mà," anh ta nhất trí.

Nhóm anpu di chuyển giữa họ với nhau, tập hợp vũ khí, rồi chia ra thành từng nhóm. Palemedes to lớn dềnh dàng bị đẩy về phía một con tàu, trong khi Saint-Germain và Shakepeare nhỏ hơn bị thúc về chiếc thứ hai. Scathach và Joan được hộ tống tới một chiếc vimana bạc bởi ba tên anpu trang bị vũ khí nặng trịch. Scathach trèo lên boong đầu tiên, con tàu hơi lún xuống trước trọng lượng của cô. Bên trong chiếc tàu gần như trống lốc, rỗng không, ngoại trừ bốn chỗ ngồi dài và hẹp được thiết kế cho bộ khung xương chó. Một tên anpu trong số đó, thấp hơn và mập bự hơn các tên khác, với những đường sẹo màu trắng mờ mờ vắt ngang mõm, chỉ tay vào chỗ ngồi mà không nói nửa lời, sau đó ra hiệu cho hai cô gái. Scathach thử ngồi, nhưng hầu như bị trượt khỏi ghế rồi cô mới phát hiện ra rằng nằm xuống sẽ thoải mái hơn. Joan làm theo, tên anpu đặt ba dải kim loại quanh từng người, khóa họ lại.

"Tụi mình vướng vào bao nhiêu thứ rắc rối rồi nhỉ?" Joan hỏi nhỏ nhẹ bằng tiếng Pháp.

Gã anpu mặt thẹo trừng mắt nhìn cô gái, cái miệng chó dài dài há ra để lộ một họng toàn răng. Gã đưa một chân lên môi, ra hiệu phải giữ im lặng. Joan phớt lờ.

"Theo tỷ lệ một phần mười," Scathach nói, "tụi mình đang hướng đến con số mười hai."

Gã anpu mặt thẹo chồm qua Nữ Chiến binh, đôi mắt to dán lên mắt cô. Nước bọt dinh dính rỉ ra khỏi hàm răng.

"Chúng không nói năng gì à?" Joan hỏi.

"Chỉ khi lao vào trận chiến thôi," Scatty nói. "Mà tiếng kêu thét của chúng khiến người ta lạnh thấu xương đấy. Tiếng thét ấy thường khiến con mồi bàng hoàng đến bất động."

"Chúng là thứ gì thế?"

"Tôi tin chúng là loài gì đó thuộc dòng giống Torc. Một cuộc thử nghiệm khác của Elder bị thất bại."

Cuối cùng, sau khi nhận thấy hai phụ nữ không vâng lời mình, tên anpu mặt thẹo quay ngoắt đi một cách căm phẫn.

"Chúng là bạn hay thù?" cô gái người Pháp hỏi.

"Khó nói lắm," Scathach thú nhận. "Thậm chí tôi còn không biết ai là ai nữa." Cô đang đưa mắt thẳng lên xuyên qua khe hở trên mái, nhìn ra bầu trời xanh. Chiếc vimana hụp xuống khi hai tên chiến binh anpu to bự trèo vào, sau đó mái vòm bằng kính trượt qua mái, dập tắt mọi âm thanh bên ngoài. Scathach để ý thấy mái vòm ấy bị những con ruồi nát ngứ dính lốm đốm và vấy bẩn.

"Thế nhưng chúng lại biết Marethyu là ai đấy," Joan nói.

"Dường như mọi người ai cũng biết ông ta là ai, trừ chúng ta. Rõ ràng ông ta là tay giật dây múa rối đằng sau tất cả chuyện này. Tôi thật sự căm ghét ý tưởng là hết thảy chúng ta đều đã bị dẫn dụ," Scatty nói dứt khoát. "Tôi hứa với cô rằng tôi và người đàn ông tay móc câu kia sẽ gặp lại nhau cho xem. Và rồi thì tôi sẽ đặt cho ông ta một vài câu hỏi khó trả lời."

Có một cảm giác chìm sâu tận trong xương, một sự rung rung, và rồi như thể họ rơi hướng lên phía trên, vào những đám mây trắng cuộn thành từng búi. Con tàu hạ thấp, mây quay tròn, rồi lao ngang qua – dấu chỉ duy nhất cho thấy họ đang chuyển động.

"Chuyện gì xảy ra nếu Marethyu chọn cách không trả lời cô?" Joan hỏi khẽ. "Cô nên ghi nhớ rằng các bạn chó của chúng ta đã cẩn thận làm cho ông ta bất tỉnh từ tận đàng xa. Rõ ràng là họ sợ ông ta và sức mạnh của ông ta."

"Ông ta sẽ trả lời tôi," Scathach nói với vẻ tự tin. "Tôi có thể rất thuyết phục đấy."

"Tôi biết cô có thể mà." Joan Arc nhắm mắt, hít một

hơi thật sâu. Cô khẽ cười, không quan tâm đến ánh mắt trừng trừng của tên anpu kia. "Tôi chỉ đang nghĩ: lâu lắm rồi tụi mình không có một chuyến phiêu lưu thật sự nào." Cô thở dài. "Y như những ngày xưa ấy."

Scathach cười khùng khục. Cô chắc chắn rằng thế giới này sẽ không giống một chuyến phiêu lưu nào hết. Cô và Joan đã chiến đấu – khi thì đơn lẻ, khi thì bên nhau – để giải cứu các vương quốc, thậm chí là các đế chế, để phục hồi ngôi vị các hoàng tử và ngăn chặn chiến tranh, nhưng bây giờ cọc thiêu sống đã ở quá cao rồi. Nếu họ tin Marethyu, họ sẽ chiến đấu cho tương lai của không chỉ loài người, mà là của mọi giống loài trong tất cả các Vương quốc Bóng tối đa dạng và phong phú.

Joan nằm tại chỗ, vặn mình cố lấy tư thế thoải mái. "Năm ngoái, hồi tôi và Francis ở Ấn Độ, chúng tôi đã nhìn thấy những bức tranh vẽ các con tàu đang bay này trong những bản viết tay cổ xưa, và được khắc vào các đền thờ. Francis bảo tôi rằng có nhiều câu chuyện kể về những con tàu bay trong các thiên anh hùng ca của Ấn Độ cổ đại."

"Điều đó có thật đấy," Scathach nói. "Và chúng cũng có mặt trong các truyền thuyết Ai Cập và Babylone. Nhiều chiếc vimana không có mặt trên Danu Talis khi hòn đảo này bị chìm đã thoát khỏi được trận phá hủy ấy. Cha mẹ tôi có một chiếc," cô nói tiếp, "mặc dù chiếc đó không có gì giống thế này. Lúc ấy, tôi đã đủ lớn để bay được, máy móc của chúng tôi cũ không thể tưởng, phải sửa chữa và vá víu quá thường xuyên nên chúng không còn giống với tình trạng nguyên thủy nữa. Nó gần như chỉ vừa vặn nhấc lên được khỏi mặt đất." Cô lắc đầu, mỉm cười nhớ lại. "Có lần cha tôi bảo rằng ông đã quan sát bầu trời tối đi vì những chiếc vimana đang chiến đấu khi phi đội đi chiến đấu với những người cuối cùng của các Thần Đất..."

Giọng Scathach kéo dài. Hiếm khi nào cô nói về cha mẹ mình, và không bao giờ nói một cách tự nguyện. Cô tự xem mình là người cô độc, và đã từng là kẻ bơ vơ suốt chừng ấy thời gian. Nhưng cô đã có một gia đình – một người chị em trong Vương quốc Bóng tối Trái đất mà cô chưa bao giờ gặp, cùng với cha mẹ và người anh sống trong một Vương quốc Bóng tối xa xăm được dựng theo khuôn mẫu thế giới Danu Talis đã mất đi. Bây giờ cô đã trở lùi lại mười ngàn năm trước, và thật kỳ quặc khi nghĩ rằng –chính tại giây phút này – cha mẹ cô còn sống và ở trong thành phố ngay bên dưới cô đây. Ý nghĩ ấy lóe lên trong đầu cô như một cú đấm tự nhiên khiến cô không thở được.

Bất chợt cô thấy mình mong muốn được gặp họ. Không, hơn thế nữa kia. Cô cần biết họ thế nào trước khi cô và người chị của mình sinh ra. Cha mẹ của Scathach và Aoife đã được tạo ra trong cay đắng và giận dữ bởi biến cố phá hủy thế giới ngày ấy. Họ đã lớn lên vào thời mà họ là những chủ nhân không bị ai tranh giành. Tất cả những điều ấy đã kết thúc khi hòn đảo chìm xuống. Ngay lập tức, thật rõ ràng thậm chí chỉ trong vài giờ ngay sau biến cố phá hủy Danu Talis, sẽ không còn chủ nhân và kẻ phục vụ, các Elder Vĩ đại và các Elder. Đơn giản chỉ có những người sống sót.

Lớn lên, Scathach và chị cô đã nhanh chóng nhận ra

cha mẹ bực bội với họ, vì họ được sinh ra sau biến cố hòn đảo chìm. Cặp song sinh nữ này là cặp đầu tiên của dòng dõi mà sau này được gọi là Thế hệ Kế tiếp. Sau đó, rất, rất lâu sau đó, Aoife và Scathach đã dần tin rằng cha mẹ họ xấu hổ vì họ. Hai cô gái đã được dạy cho biết rằng người anh Elder của họ, với nước da xanh tái và mái tóc đỏ quạch, sinh trên Danu Talis, mới là con cưng của cha mẹ họ. Không như cặp sinh đôi, anh ta là Elder.

Scathach cảm thấy dạ dày mình tròng trành khi chiếc tàu hụp xuống, chìm về phía thành phố.

Cô muốn nhìn thấy họ. Dù chỉ trong chốc lát. Cô muốn đứng quan sát cha, mẹ và anh mình đúng như bản chất của họ trước khi hòn đảo chìm. Bởi vì trong mọi thiên niên kỷ cô biết họ, chưa một lần cô nhìn thấy họ cười phá ra hoặc là cười mỉm, và khi họ nói về những người khác – thậm chí là về các Elder – luôn luôn đầy cay đắng. Cơn giận dữ đã tự hiện rõ trên con người họ, biến họ thành kẻ lưng gù, vặn vẹo, và xấu xí. Chỉ trong một tích tắc thôi, Scathach muốn gặp thấy họ khi đang còn trẻ trung và xinh đẹp. Cô cần phải biết họ có bao giờ hạnh phúc chưa.

Đột nhiên trời tối sầm. Scathach và Joan chăm chú nhìn rặng núi lởm chởm đen đủi phía trên đầu và cao vượt lên khi bầu trời co rút lại thành một đường tròn không đều màu xanh lơ.

"Chúng ta đang rơi vào cái gì đó...," Scathach mở lời, và rồi thoáng nghe có mùi lưu huỳnh. Cô hít thở sâu, cố tách biệt mùi hương ấy ra khỏi mùi chó không được tắm rửa của nhóm anpu và mùi kim loại chua chua của chiếc vimana.

"Tôi cũng ngửi thấy mùi đó," Joan nói. Cô cười rung cả người. "Lưu huỳnh – nhắc tôi nhớ đến Dee."

Chiếc đĩa bay bắt đầu rung chuyển mạnh rồi mới dừng hẳn lại, tên anpu mặt thẹo xuất hiện phía trên Scathach. Gã vẫy một thanh kopesh kim loại cong cong trước mặt cô trong lúc cẩn thận tháo dải băng rịt cô xuống bằng tay trái. Đôi mắt màu xanh lá của Scathach nheo lại khi cô nhìn vào món vũ khí ấy. Nó mang lại cho cô một ký ức cay đắng: rất lâu trước đây, cô đã huấn luyện chàng trai vua Tutankhamen làm thế nào chiến đấu với hai thanh kiếm cong như lưỡi liềm chết người này. Nhiều năm sau đó, cô phát hiện được rằng anh ta đã bị chôn cùng với thanh kiếm bộ mà cô đã tặng cho anh ta.

"Scatty...," Joan lên tiếng, thoáng chút e ngại trong giọng nói. Cô quay đầu quan sát Nữ Chiến binh đến bên chân cô. "Chúng ta đang ở đâu đây?"

"Ngục tù." Scatty quay lại, mỉm cười. "Mà cô cũng biết rằng không ngục tù nào trên thế giới này có thể cầm giữ tôi chứ," cô nói bằng tiếng Pháp rất nhanh.

Nóc chiếc vimana bật lên, thụt vào, và mùi lưu huỳnh hôi thối nồng nặc đến nỗi không thở được. Một luồng hơi nóng làm khô da họ, và bao phủ họ là những tiếng ầm ầm, tiếng nghiến ken két, gầm rống ồn ào.

"Tôi có cảm giác đây không phải là ngục tù ở mức trung bình của cô đâu," Joan nói khi Scatty bị dồn tới rìa con tàu.

Bọn anpu thúc vào lưng cô, Bóng tối quay lại cần nhằn, miệng cô thình lình nhe ra cả hàm răng ma cà rồng. Mấy tên anpu bò toài trở lại. Ngay trước khi bước ra khỏi con tàu, Scathach nhìn xuống, và khi quay trở lại với bạn mình, những đốm lửa phản chiếu bé xíu nhảy múa trong mắt cô. "Cô có thể nói rằng – chúng ta đang ở trong miệng một ngọn núi lửa đang hoạt động."

Chương hai mươi mốt

Hai tay áp sát vào hai bên hông, các Nữ thần Biển lặn xuống rồi trồi lên khỏi làn nước như một bầy cá heo.

"Có vấn đề gì thế?" Josh hỏi gặng. "Tôi có thể sử dụng luồng điện của mình và chỉ..."

"... chỉ để lộ ra vị trí của chúng ta cho mọi người thôi," Dee gắt. "Đừng, tôi cấm đấy."

"Vâng, nếu ông có một kế hoạch thiên tài nào thì bây giờ đã đến lúc tiết lộ rồi đó," Josh nóng nảy nói. Các Nữ thần Biển lúc này đã rất gần rồi, mái tóc dài màu xanh lá phất phơ phía sau chúng. Một số trông như những cô thiếu nữ xinh đẹp đến kinh ngạc, nhưng số khác lại có vảy và móng vuốt, giống cá hoặc cua hơn là giống con người. Miệng chúng cái nào cũng đầy những chiếc răng lởm chởm, nhọn hoắc như kim. Chúng nhắc cậu nhớ đến những con cá piranha.

"Lái băng qua chúng," Dee gắt lên. "Tốc độ tối đa."

"Đó là kế hoạch hả?" Josh hỏi.

"Bộ cậu có kế hoạch tốt hơn sao?" Giọng Anh của Dee

chợt ngắt rõ từng tiếng, bàn tay của người đàn ông nhỏ nhắn kia mở ra, siết vào thành từng nắm đấm.

Josh kéo van tiết lưu; động cơ gào rú và con thuyền máy lao tới trước, mũi hếch lên. Cậu quay bánh lái, con thuyền rẽ sóng đâm thẳng vào bầy Nữ thần Biển... chúng đơn giản chỉ nhẹ nhàng tách ra quanh con thuyền thôi, sau đó với tay cố bắt giữ được con thuyền. Móng vuốt cạo dọc theo mạn thuyền, hai con thật sự đã túm được thanh chắn kim loại phía dưới và cố đu lên thuyền.

"Mạnh hơn nữa chứ!" Dee cằn nhằn. Hắn chụp lấy đoạn dây thừng, dùng dây quật cho bọn sinh vật biển kia rơi ra khỏi hông thuyền. Chúng rơi xuống nước trở lại, cùng với tiếng rít cao thé, nghe gần như giọng cười trẻ con. Có một cú động khi một ả trong bọn bất thình lình nhảy ra khỏi mặt nước, đáp xuống phía sau con thuyền, cái miệng tàn ác bật há ra chỉ cách mắt cá chân Dee có vài xen-ti-mét. Tay tiến sĩ nhảy lùi ra khỏi tầm, nắm đuôi Nữ thần Biển, liệng ả ta từ trên mạn tàu xuống thẳng dưới biển. Hắn chùi hai bàn tay vào ống quần, để lại một đường vảy sáng lấp lánh trên lằn vải sẫm màu. "Tôi ghét bọn Nữ thần Biển," hắn cằu nhàu.

"Tiến sĩ...," Josh la lớn. "Giữ chặt!" Một Nữ thần Biển nhảy lên mũi thuyền ngay trước mặt hắn và đang quần quật tiến về phía hắn, mấy cái móng tay dài đến sáu phân nhọn sắc như dao cạo cắm vào vỏ con thuyền làm bằng sợi thủy tinh. Josh giật bánh lái qua một bên, con thuyền máy nghiêng một góc gần bốn mươi lăm độ. Sinh vật kia la thét và bắt đầu trượt ra khỏi thuyền, móng vuốt để lại những đường rãnh nham nhở trên vỏ thuyền. Ả ta bám lấy một lúc, rồi lao xuống vịnh làm nước bắn tung tóe.

"Nhanh nữa đi!" Dee hét lớn.

"Không thể nhanh hơn được nữa," Josh nói. Con thuyền nảy lên nảy xuống, dộng ầm ầm vào những đợt sóng với một lực đủ mạnh để thân hình đang ngồi trong ghế của cậu kêu ken két. Quai hàm cậu nghe đau điếng, đầu giật bưng bưng, nước muối mặn châm chích vào mắt, phủ một lớp vỏ cứng trên môi cậu, và mặc dầu không thường hay bị buồn nôn, nhưng cậu biết lúc này mình có thể nôn thốc nôn tháo ra bất cứ khi nào.

Bất thình lình, con thuyền tròng trành và đi chậm lại như thể bị dộng vào bờ cát. Động cơ hú hét, gào rú ầm ĩ, nhưng con thuyền hầu như không tiến tới được chút nào. Josh đánh liều liếc ngoái ra sau lưng. Hơn mười Nữ thần Biển tụm lại quanh con thuyền, níu lấy hai bên hông, giữ chặt, kéo con thuyền xuống biển. Từng lớp sóng tràn qua mạn, nước đọng lại dưới đáy thuyền. Nhìn vào những cặp mắt đói ngấu và hàm răng nhọn hoắt của bọn Nữ thần Biển, Josh biết cậu không mà Dee cũng không sống sót nổi hơn một phút dưới nước.

Dee đứng đằng sau Josh, lấy cuộn thừng vụt quật lung tung, nhưng bọn Nữ thần Biển quá nhanh đối với hắn, và không một cú vụt nào đánh trúng bọn sinh vật kia. Hắn đấm vào một ả vừa nhảy lên khỏi mặt nước. Ả ta đứng thăng bằng trên cái đuôi, cắn vào sợi dây thừng khi nó vụt ngang qua mặt, ngọt xớt cắt đứt ra làm hai.

"Sử dụng luồng điện của ông đi, bằng không chúng ta chết mất!" Josh kêu thét.

"Nếu tôi sử dụng luồng điện của mình, thì chúng ta *mới là* chết đấy!"

"Nhưng nếu ông không sử dụng luồng điện của ông, chúng ta sẽ làm mồi cho cá chỉ trong ít phút nữa." Cậu thiếu niên nghiến răng tuyệt vọng. "Chúng ta phải làm gì đó..."

"Một *chiến thuật*," Dee nói, chầm chậm nhấn mạnh từng chữ.

Josh gật đầu. "Một chiến thuật," cậu lên tiếng, nhưng ngay khi đang nói, cậu bắt gặp một hình ảnh lung linh gần như là ký ức, nhưng không phải ký ức *của cậu*...

... *một đạo quân trong bộ giáp quét sơn của Nhật Bản, bị mắc bẫy, bị bao vây và yếu kém về quân số...*

... *một chiến binh mình mặc giáp bằng da thuộc và mắc xích, đầu bọc trong chiếc nón bảo hiểm bằng kim loại, một mình trên một cây cầu, đối mặt với đạo quân chưa bao giờ từng là con người...*

... *ba chiếc thuyền buồm trang bị vũ khí hạng nhẹ bị bao vây bởi một hạm đội khổng lồ...*

Và trong mọi hoàn cảnh, pe yếu thế đã chiến thắng bởi vì... bởi vì họ có chiến thuật.

"Mấy thùng nhiên liệu dự trữ," Josh hét lên. "Có dầu xăng gì trong đó không?"

Dee vụt ngọn roi thừng vào một ả Nữ thần Biển trúng hai cái càng thế chỗ cho bàn tay. Móng vuốt của ả gãy tách một cái và đoạn thừng đứt ra khi ả ta rơi xuống nước trở lại. Tay Pháp sư chụp một thùng nhiên liệu, lắc mạnh.

Chất lỏng đập ùng ục bên trong. "Được nửa thùng. Có thể hơn." Hắn lắc thùng thứ hai. "Cái này đầy."

"Giữ chặt lấy," Josh nói. "Chúng ta sẽ ngoặt lại." Đổi hướng bánh lái qua mạn bên phải, cậu hướng con thuyền xa khỏi hòn đảo đang lao nhanh tới, bắt đầu đánh một vòng rộng trên mặt nước. Bọn Nữ thần Biển bối rối nhanh chóng ở lại phía sau. "Từ mạn tàu trút xuống biển đi," Josh ra lệnh. "nhưng đừng trút hết thảy một lần. Đổ ra từ từ thôi."

Không ý kiến, tay tiến sĩ kéo giật nắp thùng thứ nhất, quăng nắp đi. Mùi dầu diesel nồng nặc, hắn bật ho, chảy nước mắt. Sau đó hắn tựa thùng dầu lên cạnh thuyền, để dầu chảy trên bề mặt vịnh.

Ngay tức khắc Josh ý thức rằng dường như cậu đang nhìn thấy mọi thứ trong một chuyển động quay chậm. Cậu nhìn thấy bọn Nữ thần Biển đi xuyên qua làn nước, biết chúng đang vào vị trí chiến đấu. Cậu quan sát một đợt sóng gãy ra ngay đầu mũi thuyền và có thể đếm được từng giọt một khi nước văng ngang qua mặt cậu.

Một ả Nữ thần Biển xấu xí thảm khốc – giống cá hơn là giống người – giận dữ đứng sựng ngay trước mặt cậu. Cậu nhìn thấy từng múi cơ nơi vùng dạ dày của ả nhấp nhô rồi phẳng bẹt ra, cậu biết dưới nước, cái đuôi cá khổng lồ của ả đang quật mạnh điên cuồng, sẵn sàng đẩy ả vọt khỏi mặt nước. Ả sẽ đáp lên mũi thuyền rồi nhảy thẳng vào cổ họng cậu. Josh quay tròn bánh lái chính xác ngay thời điểm ả Nữ thần Biển kia phóng mình lên không trung. Ả hụt khỏi con thuyền chỉ vài xen-ti-mét và chìm xuống bên dưới những con sóng không thốt được tiếng nào.

"Xong nhé," Dee la lớn.

"Đốt đầu sợi thừng đi," Josh ra lệnh.

"Bằng cái gì?" Dee hỏi.

"Ông không có diêm à?"

"Chẳng bao giờ cần tới thứ đó." Dee ngọ nguậy mấy ngón tay. "Lúc nào cũng có luồng điện rồi mà."

Đầu óc Josh quay cuồng, ngay lập tức hình thành và tan ra hàng chục kịch bản. "Cầm lấy bánh lái," cậu chỉ thị. "Giữ cho chúng ta luôn quay tròn." Ngay khi tay Pháp sư chưa kịp chụp vào bánh lái, Josh đã hụp người xuống boong dưới để vào buồng máy nhỏ xíu. Cậu định tìm kiếm một thứ... Cậu nhìn thấy ngay.

Hộp cấp cứu được ghim vào tường, ngay bên dưới đó, trong cái hộp cửa trước bằng kính, treo một cây súng bắn lửa bằng nhựa màu đỏ, được thiết kế để bắn pháo sáng lên trời gây sự chú ý lỡ khi con thuyền gặp trục trặc.

Josh kéo mở hộp, xoắn mạnh cây súng ra khỏi tường. Trước đây cậu đã nhìn thấy ba mình sử dụng những cây súng thế này rồi, cậu biết chúng vận hành ra sao, mặc dù cậu chưa bao giờ được cho phép tự bắn một mình. Cậu phóng trở lại lên boong. Nếu có diêm, cậu sẽ nhúng một đầu dây thừng vào dầu máy, rồi đốt, và thả xuống nước. Với khẩu súng này, cậu chỉ có một cơ hội thả một ngọn lửa lóe sáng lên lớp dầu mỏng trên mặt nước.

Bọn Nữ thần Biển đang tiến lại gần. Bọn chúng tụ tập quanh con thuyền, miệng há ra ngậm lại, răng khua lích kích, nạo kèn kẹt vào nhau, mùi cá ươn nồng nặc.

Josh túm lấy một thùng dầu, lắc mạnh. Chất lỏng giập

mạnh. Chụp vào tay cầm nơi cái thùng, cậu vung thùng như thể ném một trái banh bóng rổ và liệng ra chỗ có thể nhìn thấy một váng dầu mỏng mang sắc cầu vồng trên mặt nước. Cái thùng bắn tóe ngay chính giữa vệt bẩn khác màu.

Con thuyền chìm xuống khi một ả Nữ thần biển mang cánh tay càng cua lạng một miếng bên hông thuyền.

Giữ cây súng bắn lửa nhựa bằng cả hai tay, theo bản năng Josh nhắm chếch lên phía trên thùng nhiên liệu đang nổi lềnh bềnh. Cậu ý thức nhạy bén về hướng gió, và biết lửa sẽ lan thành đường vòng cung, rồi bắn.

Cứ như một mũi tên.

Đặt tay lên cò súng, cậu bắn. Một ngọn lửa màu đỏ anh đào kêu xì xì nơi nòng súng, bắn lên không trung thành một hình vòng cung, rơi xuống... trúng thùng nhiên liệu, ngay tức thì bắn vọt lên thành những cột lửa màu vàng và da cam. Những ngọn lửa nhảy múa khắp mặt nước, uốn éo chạy vòng quanh con thuyền kết thành một vòng lửa.

Trong một giây ngắn ngủi, bầu khí o o vang lên những bài hát hay không thể tin nổi của bọn Nữ thần Biển, và rồi, không hé một lời, cả bọn chuồi xuống dưới lớp sóng và biến mất. Một tích tắc sau, ngọn lửa xanh lơ cháy bùng kia xì xì tắt ngấm.

Tiến sĩ John Dee nhìn quanh con thuyền mòn vẹt, bị cào xước. Rồi hắn gật đầu với Josh. "Rất ấn tượng, anh bạn trẻ ạ."

Josh chợt mệt lả. Thế giới này đã trở lại tốc độ bình thường, mang lại sự mệt mỏi nặng trịch. Cậu cảm thấy như thể mình vừa đá xong hai trận bóng bầu dục liên tiếp không nghỉ.

"Đâu ra ý tưởng đó vậy?" Dee vừa hỏi, vừa chăm chú nhìn sát vào Josh.

Josh lắc đầu. "Vùng ký ức," cậu làu bàu.

... một đạo quân trong bộ giáp quét sơn của Nhật Bản, bị mắc bẫy, bị bao vây và yếu kém về quân số, đang tạo ra một mê cung sậy và cỏ đang cháy phừng phừng chia cắt và đánh bẫy quân thù.

... một chiến binh mình mặc giáp bằng da thuộc và mắc xích, đầu bọc trong chiếc nón bảo hiểm bằng kim loại, một mình trên một cây cầu, đối mặt với đạo quân chưa bao giờ từng là con người, đang đốt cháy cây cầu ấy để bảo đảm bọn quỷ sứ kia chỉ có thể đến với anh từng hàng một.

... ba chiếc thuyền buồm trang bị vũ khí hạng nhẹ bị bao vây bởi một hạm đội khổng lồ. Một chiếc thuyền chất đầy thuốc nổ, kèo xà của thuyền ngâm trong dầu cá. Chiếc thuyền được mồi lửa cho bốc cháy và giong thẳng vào hạm đội địch đã bị quây chặt, nổ bùng, làm tán loạn.

Josh biết đó không phải là ký ức của mình, và cậu không nghĩ chúng có liên quan gì đến thanh Clarent. Dòng ký ức cậu trải nghiệm trong khi cầm Thanh kiếm Hèn nhát luôn để lại trong cậu cảm giác hơi buồn nôn. Còn ký ức này, ý nghĩ này, rất khác. Rất hồi hộp, hồ hởi, và trong ít phút đó, khi mọi thứ chậm dần, khi mọi vấn đề đã có lời giải và không gì vượt quá khả năng cậu, cậu có cảm giác được sống thật sự. Cậu đã lên kế hoạch trước hai ba bước. Nếu ngọn lửa không châm được vào lớp dầu, cậu biết hàng chục kịch bản khác sẽ nảy sinh.

"Cậu thấy thế nào?" Dee hỏi. Hắn ngoặt con thuyền về phía Alcatraz, nhưng mắt dán chặt vào Josh.

"Mệt." Cậu liếm đôi môi khô queo mặn chát trong lúc nhìn mông lung ra làn sóng nước. "Hy vọng Virginia xuất hiện trở lại ngay lúc này..."

Dee ném một ánh nhìn tò mò qua mặt nước xung quanh. "Cô ấy sẽ trở lại mà. Luôn là thế," hắn lầm bầm.

Tay Pháp sư xoay con thuyền thành một vòng rộng, Josh chồm người qua hông thuyền, tìm kiếm người bất tử, nhưng chẳng có dấu hiệu gì của ả hết. "Có lẽ bọn Nữ thần Biển đã bắt cô ấy rồi chăng?"

"Dám lắm. Bọn chúng sẽ bỏ mặc cô ấy một mình nếu biết đó là điều tốt cho chúng."

"Bọn chúng cũng biến mất cả rồi."

"Nhưng chúng sẽ trở lại," Dee nói. Hắn bước qua một bên để Josh cầm lái tiếp. Đảo Alcatraz lù lù phía trước. "Chúng ta hãy quan sát xem anh bạn người Ý phóng thích bọn quỷ sứ thế nào."

Chương hai mươi hai

"Đã đến lúc." Perenelle lấy tay ra khỏi mặt. Đôi mắt bà mở lớn với những giọt nước mắt màu trắng sữa. Những giọt khác đã lăn dài xuống má. "Prometheus," bà nói khẽ. "Niten. Hai người làm ơn cho chúng tôi chút riêng tư nhé?"

Elder và người bất tử nhìn nhau, rồi cả hai gật đầu và bỏ đi không nói một lời, để lại Perenelle, Tsagaglalal và Sophie đứng quanh giường.

Sophie nhìn Nicholas. Nhà Giả kim có vẻ yên bình, điềm tĩnh, và mặc dầu mấy ngày qua đã hằn sâu những đường nhăn lên mặt, nhưng một số đường vẫn còn nhạt và cô bắt gặp thoáng nét đàn ông điển trai từng có trên khuôn mặt ấy. Khó khăn lắm cô mới nuốt xuống được. Lúc nào cô cũng thấy thích ông, và cô biết rằng trong vài tuần lễ Josh làm việc với ông trong tiệm sách, cả hai cũng đã trở nên thân thiết. Có lẽ bởi vì ba mẹ hai đứa thường hay đi vắng, nên Josh luôn hướng về các nhân vật thể hiện quyền lực như các thầy giáo hoặc huấn luyện viên. Sophie biết cậu em trai mình thật sự rất kính trọng Nicholas Flamel.

Perenelle tiến đến đứng nơi đầu giường. Bộ lọc giấc mơ trang trí công phu màu vàng kim và xanh lơ phía sau vầng hào quang trên đầu bà rung leng keng trong ánh sáng xanh lơ ánh bạc. "Tsagaglalal, Sophie, tôi biết mình không có quyền xin hai người điều này." Trọng âm tiếng Pháp của người bất tử rõ rành rành và đôi mắt màu xanh lá lung linh nước mắt. "Nhưng tôi cần sự giúp đỡ của hai người."

Tsagaglalal cúi đầu. "Bất cứ điều gì bà cần," bà ta nói ngay.

Sophie mất một lúc mới trả lời. Cô không biết Perenelle muốn gì, nhưng cô đoán có gì đó liên quan đến người chết. Trước nay cô chưa trông thấy người chết bao giờ, bé và ý tưởng chạm vào đó khiến cô lúng túng. Cô ngước nhìn lên, chợt thấy hai người phụ nữ kia đang chăm chăm nhìn mình.

"Con không thể... ý con là... cô muốn con làm gì? Tất nhiên con sẽ giúp. Nhưng con không thể làm những việc gì như sửa soạn cho người chết đâu. Con không nghĩ mình có thể sờ vào đó. Vào chú ấy," cô nhanh nhảu chữa lại.

"Không, không có gì giống vậy hết," Perenelle nói. Mấy ngón tay bà di chuyển khắp mái tóc cắt ngắn của chồng mình, nhẹ nhàng vuốt đầu ông. Những vệt bạc tuôn khỏi mấy ngón tay. Bà mỉm cười. "Mà, vả lại, Nicholas đã chết đâu. Chưa mà."

Bị sốc, Sophie nhìn trở lại Nhà Giả kim. Cô tưởng ông đã nhẹ nhàng ra đi khi đang ngủ. Nhưng lúc này, nhìn kỹ hơn, cô có thể trông thấy chuyển động nhỏ nhất của từng mạch nhịp nơi cổ ông, một nhịp đập không đều. Cô nhắm nghiền mắt và tập trung vào thính giác đã được Đánh thức của mình. Chú ý lắng nghe, cô thật sự có thể nghe thấy tiếng đập chậm – rất chậm – của trái tim ông. Nhà Giả kim còn sống – nhưng được bao lâu? Cô mở mắt, nhìn Nữ Phù thủy. "Cô cần con làm gì?" cô vội vàng hỏi.

Perenelle gật đầu với vẻ biết ơn. Xòe mấy ngón tay ra, bà đặt lên hai bên đầu chồng mình. "Hồi tôi còn là một cô gái nhỏ," bà nói, ánh mắt xa xăm, mơ màng, "tôi đã gặp một người đàn ông mắt xanh lơ, đội mũ trùm, với một chiếc móc câu bằng kim loại thế chỗ cho bàn tay trái."

Tsagaglalal hít một hơi thở gắt. "Cô đã gặp Sự Chết! Tôi không biết có chuyện đó."

Nụ cười của Perenelle buồn bã, đăm chiêu. "Bà biết ông ta à?"

Bà lão gật đầu rất chậm rãi. "Tôi đã gặp ông ta trên Danu Talis trước khi nó chìm... và rồi một lần nữa, khi kết thúc. Abraham biết ông ta đấy."

Sophie từ từ quay nhìn Tsagaglalal. Bà dì của cô vừa nói rằng bà đã ở trên Danu Talis ư? Bà bao nhiêu tuổi rồi? Những mảnh hình ảnh và ký ức nhấp nháy hiện ra rồi nhòa đi khỏi đầu óc cô...

... một thiếu nữ xinh đẹp có đôi mắt xám đang ghì chặt cuốn sách kim loại, đang chạy lên những bậc thang tưởng chừng như không bao giờ dứt của một kim tự tháp cao không thể tưởng. Các hình tượng phóng ngang qua cô, loài người cùng với loài không phải người, quý sứ và quái thú, đang chạy trốn những đường sọc lởm chởm của thứ ma thuật hoang dã đang nhảy

*múa phía trên họ. Một hình dạng tối tối xuất hiện trên đỉnh
kim tự tháp, một người đàn ông với chiếc móc câu lóe sáng thế
chỗ bàn tay trái rỉ ra một ngọn lửa màu xanh lơ nhàn nhạt...*

Giọng Perenelle cất lên cắt ngang dòng ký ức, mang
Sophie trở về hiện tại. "Tôi lên sáu thì bà ngoại mang tôi
đến gặp người đàn ông đội mũ trùm ấy." Từng búi luồng
điện màu trắng tinh như nước đá của Perenelle trôi giạt
ra khỏi da thịt và cuồn cuộn quanh người bà, như khoác
cho bà một tấm áo choàng trắng. "Trong một cái hang
lốm đốm pha-lê trên bãi biển nơi Vịnh Douarnenez, ông
ta đã nói về tương lai của tôi. Nói với tôi về một thế giới,
một thế giới mơ hồ không tả được, một thế giới pháp
thuật, đầy giấc mơ và những điều kỳ diệu."

"Một Vương quốc Bóng tối ạ?" Sophie thì thầm.

"Một thời gian dài tôi đã tin như thế, nhưng bây giờ
tôi biết ông ta đã mô tả chính thế giới hiện đại này."
Perenelle lắc đầu, ngôn ngữ chuyển đổi, thoạt tiên trượt
sang tiếng Pháp rồi thành tiếng Breton cổ thời tuổi nhỏ
xa xưa của mình. "Người đàn ông có bàn tay móc câu
ấy đã nói với tôi rằng tôi sẽ gặp tình yêu cả đời mình và
trở thành bất tử."

"Nicholas Flamel," Sophie vừa nói, vừa nhìn trở lại
thân thể đang nằm im lìm trên giường.

"Tôi còn rất nhỏ," Perenelle kể tiếp, như thể Sophie
chưa hề nói gì. "Và mặc dù đây là một thời đại mà chúng
ta tin vào ma thuật – hãy nhớ, hồi ấy chỉ mới là đầu thế
kỷ mười bốn – thậm chí tôi còn biết rằng người ta không
thể sống mãi được. Tôi nghĩ người đàn ông ấy hoặc điên

khùng hoặc ngốc nghếch... nhưng vào thời đó, chúng tôi vẫn kính trọng những người như thế và lắng nghe họ, chú ý đến những lời tiên tri của họ. Nhiều thế kỷ sau, tôi mới biết tên của người đàn ông có bàn tay móc câu kia: Marethyu."

"Sự Chết," Tsagaglalal nói lại lần nữa.

"Ông ta dự đoán rằng tôi sẽ lập gia đình khi còn rất trẻ..."

"Nicholas," Sophie lẩm bẩm.

"Không phải." Perenelle lắc đầu, làm cô ngạc nhiên. "Nicholas không phải là người chồng đầu tiên của tôi. Có một người khác kia, lớn tuổi hơn tôi, một nhà quý tộc nhỏ và là một địa chủ. Ông ấy chết không bao lâu sau khi chúng tôi cưới, để lại tôi làm một bà góa giàu có. Lẽ ra có thể tôi đã kiếm được một người chồng tốt nhất – nhưng tôi đã đi Paris và đem lòng yêu một người viết bản thảo không một xu dính túi trẻ hơn tôi đến mười tuổi. Lần đầu nhìn thấy Nicholas, tôi nhớ ngay Marethyu đã nói rằng đời tôi sẽ đầy dẫy những sách vở và văn bản. Vì thế tôi biết lời tiên tri kia đang ứng nghiệm."

Nhiệt độ trong phòng hạ xuống, mát dần, rồi lạnh buốt. Hơi thở Sophie phà ra thành khói trước mặt, cô cưỡng lại cám dỗ muốn chà hai bàn tay vào nhau cho ấm. Luồng điện của Nữ Phù thủy tuôn ra khỏi người bà, tụ lại phía sau và cuồn cuộn tỏa ra như đôi cánh trắng to lớn. Sophie cảm thấy luồng điện mình nổ lốp bốp và bò lan khắp làn da, khi nhìn qua Tsagaglalal, cô thấy nét mặt bà lão mờ mờ đằng sau làn sương mỏng màu xanh tai tái của bà.

Cũng như Nữ Phù thủy, bà được bọc trong một chiếc áo choàng trắng, và khi Sophie cúi xuống, cô giật mình vì thấy mình cũng đang được bao bọc trong lớp áo choàng bạc dài phủ từ cổ xuống đến mắt cá chân. Hai bàn tay cô biến mất trong ống tay áo dài cuộn lên.

"Marethyu – người đàn·ông hầu như tôi đã quên là từng tồn tại trên đời cho tới một ngày kia ông ta xuất hiện trong cửa tiệm chúng tôi," Perenelle nói tiếp. Vừa nói, vừa áp chặt cả hai lòng bàn tay mình vào đầu ông, từng sợi luồng điện màu xanh lá mỏng như tơ quay tròn ra khỏi da thịt ông, bốc lên không trung nổ ra thành những chiếc bong bóng. "Đó là một ngày thứ Tư – tôi có thể nhớ lại rõ như thể mới xảy ra hôm qua – bởi vì đó là một ngày trong tuần mà tôi không ở cùng Nicholas trong tiệm sách. Tôi chắc chắn Marethyu đã cố tình chọn ngày hôm ấy để gặp lúc chồng tôi đang ở một mình. Tôi về đến nhà, thấy cửa tiệm đóng cửa dù lúc ấy mới đầu buổi chiều và ánh sáng vẫn còn phía trời tây. Nicholas ở trong phòng phía sau nhà. Căn phòng sáng trưng – có các ngọn nến đủ kích cỡ trên mọi bề mặt. Ông đã đặt hơn một chục ngọn trên bàn, xung quanh một vật bằng kim loại hình chữ nhật nho nhỏ. Đó là Cuốn *Codex*, Quyển Sách của Pháp sư Abraham, và lần đầu tiên nhìn thấy nó, ánh sáng phản chiếu ra khỏi miếng bìa như thể đó là một vầng mặt trời thu nhỏ. Thậm chí trước cả khi Nicholas há miệng định gọi tên nó ra thì tôi đã biết đó là gì rồi. Trước đó chưa bao giờ tôi nhìn thấy, nhưng tôi biết trông nó giống cái gì."

"Marethyu," Tsagaglalal vừa nói, vừa gật gù. Nước mắt lăn dài xuống hai gò má nhăn nheo. "Ông ta đã giữ nó."

"Sao dì biết?" Sophie thì thầm, mặc dù khi cô đang đặt câu hỏi, thì câu trả lời đã hình thành...

"Bởi vì chính ta đưa cuốn sách cho ông ấy mà," Tsa-gaglalal nói, luồng điện bà bất chợt lóe lên.

Và ký ức ập đến với Sophie như một cú đấm nảy lửa.

Bầu trời nổ ra ánh chớp, mặt đất phun lửa, những phiến đá khổng lồ của kim tự tháp rung bần bật tự tách ra... và cô thiếu nữ mắt xám giúi cuốn sách bìa kim loại vào người đàn ông cụt một tay...

Sophie lảo đảo bước khỏi bàn và những hình ảnh kia nhạt dần.

Căn phòng lạnh như nước đá, mọi thứ bắt đầu phủ một lớp sương giá lóng lánh như gỉ đồng. Một phần luồng điện của Perenelle lúc này đã tràn ra khắp mặt sàn, cuồn cuộn thành sương mù, trong khi phần còn lại đập đập như đôi cánh rộng trên vai bà. Mấy sợi uốn éo lần theo hai bàn tay, bọc quanh những ngón tay bà rồi mới bò lan xuống khung xương sọ Nicholas như những con sâu ngọ nguậy.

"Khi tôi còn nhỏ, Marethyu đã nói rằng tôi và chồng tôi sẽ trở thành những người bảo vệ một cuốn sách bìa kim loại. Chúng tôi sẽ là người cuối cùng trong một hàng dài những con người bảo vệ vật quý giá này. Ông ta nói rằng cuốn sách chứa toàn bộ kiến thức của thế giới... nhưng lần đầu tiên trông thấy cuốn sách ấy, tôi biết đó không thể là sự thật được. Có rất ít trang. Làm sao toàn bộ kiến thức của thế giới này lại có thể chứa trong hai mươi mốt trang sách được? Rất lâu sau tôi và Nicholas mới khám phá được bí mật của Cuốn *Codex* và những chủ đề của nó luôn thay đổi mãi không ngừng."

"Cô không thể đọc được sao?" Sophie hỏi, thậm chí không hề sốc khi nhận ra mình đang nói đúng ngôn ngữ Perenelle đang dùng.

"Không. Hai thập kỷ sau mới hiểu ra." Da Perenelle bừng lên làn ánh sáng trắng như nước đá. Một dấu tĩnh mạch hồng hồng thấy rõ trên lưng bàn tay bà, ánh sáng tụ lại trong đôi mắt màu xanh lá kia, lấy đi mọi màu sắc, làm cho bà trông như bị mù. "Cuối cùng, mọi điều Marethyu từng nói với chúng tôi đều trở thành hiện thực..." Hơi thở bà tỏa bung ra thành luồng trắng tinh trong bầu không khí lạnh buốt. "Rốt cuộc lại, chỉ còn một lời tiên tri thôi."

"Nói cho chúng tôi nghe đi, Nữ Phù thủy," Tsagaglalal nói. Bây giờ luồng điện của bà đã phủ khắp thân mình, bọc bà trong tấm áo choàng trông như của người Ai Cập, và bên dưới làn da nhăn nheo, Sophie thoáng nhìn ra nét xinh đẹp của cô thiếu nữ một thời bà từng mang.

"Marethyu nói với tôi rằng sẽ đến một ngày – trong một tương lai xa xôi, trong một vùng đất chưa từng được đặt tên – khi cả hai người, tôi và chồng tôi tiến gần đến cái chết." Giọng Perenelle nhẹ nhàng, không chút cảm xúc, nhưng có nước mắt chảy ướt gò má. "Nicholas sẽ chết trước, rồi hai ngày sau, tôi cũng sẽ chết."

Sophie chớp mắt, những giọt lệ bạc chảy xuống hai bên má. Cô không thể tưởng tượng sẽ phải thế nào khi sống cùng với ý thức về sự chết của chính bạn. Điều đó kinh khủng, hay hoàn toàn tự do?

"Marethyu hỏi tôi sẽ làm gì nếu có thể giữ được chồng mình sống thêm một ngày nữa. Tôi đã nói với ông ta..."

"Bất cứ gì. Tất cả," Sophie thầm thì, không ý thức mình đang thốt những từ ấy thành tiếng.

"Bất cứ gì. Tất cả," Perenelle tán thành. "Không có liều thuốc bất tử kia, có lẽ tôi chỉ còn sống được hai ngày nữa." Luồng điện bà sáng bừng, đôi cánh trọn vẹn hơn, hai đầu cánh chạm qua tới trần nhà. "Marethyu nói rằng tôi không thể cứu Nicholas thân yêu của mình, nhưng có thể ban cho ông ấy thêm một ngày sống nếu... tôi cho ông ấy ngày sống của mình."

Sophie thở hổn hển.

"Con cũng sẽ làm thế với cậu em song sinh của mình," Perenelle nói không chút ngần ngại.

Sophie run bần bật khi có gì đó lạnh buốt bò dọc theo chiều dài xương sống. Cái giá của tình yêu là bất cứ gì.. và tất cả.

Nữ Phù thủy lướt mắt từ Sophie qua Tsagaglalal, rồi quay trở lại cô gái nhỏ. "Tôi cần hai người giúp chuyển một phần luồng điện của tôi vào Nicholas."

"Bằng cách nào?" Sophie thì thào.

"Tôi cần hai người cho tôi luồng điện của mình."

Chương hai mươi ba

Niềm kiêu hãnh đáng tự hào nhất của Scathach là không ngục tù nào có thể cầm giữ cô được và không có người bạn nào của cô bị nhốt vào ngục tù khi họ không muốn. Nhưng cô đã bắt đầu phát hiện ra rằng nhà tù Danu Talis thật khác biệt. "Tôi đang nghĩ," Scatty nói, "có thể chúng ta đang gặp rắc rối. Rắc rối thật sự đấy."

Nữ Chiến binh đang đứng nơi lối vào của một cái hang còn thô nguyên cắt vào vách miệng núi lửa đang hoạt động. Nhưng chưa bao giờ như thế này. Nữ Chiến binh đã bị săn lùng và bị giam giữ trong những Vương quốc Bóng tối chết người, bị bỏ trên những hòn đảo hoang vắng, và bị bỏ mặc phải tự xoay sở lo liệu lấy trong những nơi xa xôi nhất và nguy hiểm nhất của trái đất này. Cô đã phá tung Lâu đài Elmina rất kinh hãi ở Ghana và đã phải dùng đến trò đánh lừa mới thoát thân khỏi lâu đài Chateau d'If ở Địa Trung Hải.

Scatty nhìn quanh. Những bức vách cao ngất của ngọn núi lửa rải rác hàng trăm miệng hang. Hơn một nửa trong số đó giam giữ các tù nhân, số khác không chứa thứ gì hơn là những bộ xương đã tủn mủn và mảnh vụn quần áo.

Cô quan sát chiếc vimana di chuyển hướng lên trên, mùi kim loại của con tàu nhanh chóng xua tan mùi hôi thối của lưu huỳnh. Con tàu dừng lại trước một miệng hang khác và cô nhìn thấy Joan từ con tàu nhảy vào hang. Một con tàu thứ hai đáp xuống miệng núi lửa và dừng hẳn lại gần như cán thẳng qua cô. Nắp tàu mở ra và Saint-Germain bị đẩy vào hang. Người bất tử phủi bụi khỏi mình, rồi chợt nhìn thấy cô và Joan. Ông ta vẫy tay, Scatty vẫy đáp lại. Saint-Germain khum tay quanh miệng, hét lên, nhưng tiếng gầm rống ầm ầm từ bên dưới át hết mọi lời ông ta cố nói. Ông ta nhún vai bằng một động tác lăn tròn vai rất tao nhã và biến mất vào trong hang... rồi một lát sau xuất hiện trở lại, lắc lắc đầu.

Scathach chúi đầu vào hang của mình để xem xét. Xà-lim của cô – và cô đoán mấy cái khác cũng tương tự – là một cái hốc thụt vô hơn là một cái hang. Cao vừa đủ để đứng và hẹp vừa đủ để cô có thể chạm tới hai bức vách cùng một lúc. Cô suýt bật cười khi nghĩ đến Palamedes trong một cái hang thế này. Trừ phi là mấy cái xà-lim ấy phải có kích cỡ lớn hơn, bằng không thì anh ta hẳn phải rất khó chịu. Không có cửa ra vào, cũng không có bất cứ nhu cầu nào cho một người: ngay bên dưới lối vào hang – một đường dài hướng xuống – là dung nham màu đen đỏ đang sủi bong bóng, và từ bức vách phía sau của cái hang tới quãng dốc dựng đứng dẫn thẳng xuống hố chỉ khoảng ba bước ngắn. Chỉ có Joan, người nhỏ nhắn nhất trong nhóm, mới có thể nằm xuống được thôi. Những gì có thể tạm gọi là ánh sáng lại xuất phát từ sự phản chiếu lung linh từ bên dưới. Mùi và sức nóng thật không thể tả.

Bóng Tối khoanh tay trước ngực, nhìn quanh. Không có cầu thang, thang cây hay là cầu bắc qua gì hết; lối đi duy nhất để đến được mấy cái hang này đã bị mấy chiếc vimana chiếm dụng rồi. Cô cứ chăm chú nhìn chiếc tàu bạc cuối cùng hướng lên theo hình xoắn ốc, rời khỏi khu vực núi lửa.

Cô nhìn qua Saint-Germain, rồi nhìn tới nơi William Shakespeare tình cờ tựa vào bức vách xà-lim của ông, nhìn xuống cô. Ngang tầm với ông ta, cô chợt thấy Palamedes đang ngồi nơi miệng hang, bàn chân đong đưa qua gờ hang, và khi cô liếc nhìn lên, Joan đang chồm người qua gờ hang của mình nhìn xuống cô. Cô ta vẫy tay, Bóng Tối vẫy đáp lại. Mọi người đều đang nhìn vào cô. Và Scathach biết vì sao.

Bất cứ khi nào bạn bè gặp rắc rối, Scathach đều giải thoát họ. Cô đã cứu Nicholas khỏi nhà tù Lubyanka ở Moscow chỉ vài giờ trước giờ ông bị hành hình, cô đã mang lại tự do cho Saint-Germain – mặc dù thật sự cô không thích ông ta – từ nhà tù Đảo Quỷ khét tiếng. Khi Perenelle bị nhốt trong Tháp London, Scathach đã chiến đấu mở đường xuyên qua hàng trăm tên lính gác và bọn lính đánh thuê trang bị vũ khí hạng nặng, lúc ấy đang nằm chờ, mong mỏi cô đến. Nữ Chiến binh chỉ mất chưa đầy ba mươi phút để giải thoát Nữ Phù thủy. Và tất nhiên, cô đã từng cưỡi ngựa vào tận giữa lòng Rouen để cứu Joan thoát khỏi cái chết trên giá treo cổ.

Nằm sấp người xuống, Scathach xem xét mấy vách đá, tìm xem có lỗ nào để đặt chân đặt tay vào được không, nhưng chúng trơn láng như gương. Lăn qua nằm ngửa, cô xem xét hòn đá phía trên đầu mình. Cứ như thể nó được đánh bóng vậy. Nhổm dậy, cô ngồi xếp bằng, thả hai bàn tay vào lòng. "Vụ này có thể là phức tạp đây," cô làu bàu.

Thường thường, thậm chí một lời đe dọa của Bóng Tối cũng đủ để bảo đảm cho việc phóng thích một tù nhân. Khi Hel bắt Joan và kéo cô ta vào Vương quốc Bóng tối của bà ta, Scathach đưa tin thông báo rằng cô sẽ đứng trên Cầu Gjallarbrú ngay lối vào vương quốc của Hel đúng vào nửa đêm. Nếu Joan không được thả ra mà không mang thương tích gì, Scathach hứa sẽ tiếp tục đi qua chiếc cầu vàng để vào tới Vương quốc Bóng tối. Khi nói xong, cô thề rằng toàn bộ thế giới ấy sẽ chẳng còn gì ngoài bụi đất. Chính xác một phút trước nửa đêm, chính Hel đã hộ tống Joan tới cầu để trao cho Nữ Chiến binh chăm sóc.

Một viên sỏi rớt trúng đầu, cô ngước nhìn lên. Joan đang săm soi chồm qua gờ một cái hang cao khỏi đầu cô ta khoảng gần một thước. "Sao, trên nấc thang từ một tới mười," cô gái bất tử người Pháp hét với xuống, "*bây giờ* chúng ta đang ở rắc rối thứ bao nhiêu?"

Chúng ta đang đứng ngoài vạch chia ấy, Scatty nghĩ, nhưng những gì cô nói lại là "Chúng ta đã vượt khỏi số mười hai, đang hướng tới số mười ba." Cô nhìn thấy cặp chân mày mỏng của cô gái người Pháp nhướng lên có vẻ không tin. "Được rồi, có lẽ mười bốn," Scatty chữa lại.

"Vậy thì, chúng ta may mắn là không có một ngục tù nào trên thế giới này có thể cầm giữ cô," Joan nói, không có chút mỉa mai nào trong giọng nói ấy.

Có lẽ ngoại trừ chỗ này, Scathach nghĩ.

Chương hai mươi bốn

Josh thả lỏng cho con thuyền máy ghếch lên cầu tàu gỗ trên Alcatraz, cố đậu sát hết mức vào miếng ván cầu, chỗ trước đây du khách thường lên bờ. Động cơ kêu khục khặc, thổi phù phù rồi tắt hẳn. Cậu xoay chìa khóa trong bộ đánh lửa, thử khởi động lại máy tàu. Có một tiếng bật tách, nhưng không có gì xảy ra. Chồm người tới trước, cậu gõ nhẹ vào đồng hồ đo xăng hình tròn. "Chúng ta hết dầu máy rồi," cậu gọi vói ra sau lưng, tới nơi lúc nãy Dee đã đổ gục qua bên hông con thuyền đầy những vết thẹo. Ngay khi mối nguy hiểm của bọn Nữ thần Biển qua đi, cơn buồn nôn của hắn liền trở lại. "Ông có nghe tôi nói không?" Josh cao giọng lên để tay Pháp sư chú ý. Cậu thích thú khi thấy tay bất tử người Anh không thoải mái.

"Tôi có nghe cậu," Dee càu nhàu. "Cậu muốn tôi làm gì nào?"

"Thế nghĩa là chúng ta bị mắc kẹt ở đây," Josh nói. "Chúng ta sẽ rời khỏi hòn đảo này bằng cách nào nếu...," cậu lên tiếng, rồi im bặt.

Virginia Dare đang ngồi trên miếng ván cầu, tựa lưng

lên một cánh tay, bàn chân trần dơ bẩn duỗi ra phía trước. Ống sáo gỗ nằm trong bàn tay trái. Ả ấn nhẹ ống sáo lên môi, nhưng nếu ả có thổi ra bất cứ âm thanh nào thì Josh cũng không nghe thấy được qua tiếng sóng vỗ vào mấy thân cọc gỗ. Người bất tử ướt đẫm mình mẩy, những sợi tảo biển quấn quanh thắt lưng. Với mái tóc dài, ẩm ướt được vuốt ngược ra khỏi khuôn mặt, ả ta trông hết sức trẻ. Ả nhìn xuống Josh và mỉm cười. Sau đó, lấy ống sáo chỉ ra ngoài vịnh. "Dù sao cũng làm tốt lắm. Làm rất tốt đấy."

"Sao cô biết tôi đã làm thế?" Josh hỏi, lời khen kia khiến hai má cậu ửng đỏ.

"Tinh tế như thế thì tay Tiến sĩ người Anh kia không làm được đâu." Dare cười toe. "Chắc hẳn Dee sẽ gọi sấm sét xuống, hay là rút cạn nước toàn bộ vùng vịnh kìa. Ông ta không biết ý nghĩa của từ *kiềm chế*."

"Lẽ ra cô đã có thể giúp chúng tôi," Dee vừa cằn nhằn, vừa ngồi lên đằng sau thuyền.

"Tôi chắc hẳn đã có thể," Dare nói. "Nhưng tôi lại chọn không làm."

"Tôi không chắc là mình có gặp lại cô nữa không," Josh nói. "Mà tôi cũng không bao giờ nghĩ là cô lấy lại được ống sáo của mình cơ đấy," cậu nói thêm, hất đầu về phía nhạc cụ ấy.

Virginia nhẹ nhàng xoay ống sáo trong tay trái. "Ồ, chúng tôi là bạn bè cũ mà, tôi và chiếc ống sáo này. Chúng tôi đã có... *giao kèo*. Tôi sẽ luôn luôn có thể tìm thấy nó. Và nó sẽ luôn luôn trở lại với tôi." Dare lại mỉm cười. "Mụ Nữ thần Biển kia đã phạm sai lầm khi cố thổi sáo – không ai sử dụng được ống sáo này ngoài tôi cả." Gương mặt của người bất tử chợt như chiếc mặt nạ và nụ cười làm đôi môi ả quăn tớn lên chợt thấy rất tàn ác. "Có thể nói được rằng Nereus bây giờ có bốn mươi chín cô con gái chứ không phải là năm mươi nữa rồi."

"Cô giết chết họ à?" Josh hỏi. Cậu thấy thật khó mà hình dung được cô gái trông còn rất trẻ đang ngồi trên cạnh cầu tàu này đây lại là kẻ sát nhân.

Virginia lại xoay tròn chiếc ống sáo, và trong thoáng chốc Josh nghĩ mình thoáng nghe thấy đoạn nhạc mà cậu đã nghe các Nữ thần Biển hát. "Chúng tôi đã đánh cắp mấy bài hát của mụ ta, giọng ca của mụ ta. Bây giờ, mụ ta bị câm mất rồi; mụ ta sẽ không bao giờ còn ca hát được... và Nereus sẽ không cần đến mụ ta nữa," Dare nói dứt câu, hầu như vui sướng hân hoan lắm. Sau đó, ả phá ra cười, chiếc ống sáo của ả vang vọng âm thanh, mặc dù không hề được đặt đâu đó gần môi ả.

"Nhưng cô không sử dụng luồng điện của mình đấy chứ?" Dee vội vàng hỏi trong lúc run rẩy trèo ra khỏi thuyền. Hắn đưa tay xuống và Josh trao cho hắn hai thanh kiếm đá Excalibur và Joyeuse.

Dare nhẹ nhàng đứng dậy, lấy ống sáo gỗ gõ nhẹ vào vai Dee. Chỉ trong tích tắc, bầu không khí buổi chiều rung ngân lên những đoạn nhạc nghịch tai. "Không đâu, Tiến sĩ ạ. Tôi chẳng cần gì phải sử dụng luồng điện của mình. Ống sáo của tôi có họ hàng với mấy thanh kiếm của ông đấy – cổ xưa, bất diệt, và siêu phàm – nhưng khác với kiếm của ông, chỉ được dùng để phá hoại và giết chóc, của tôi còn là một nhạc cụ tinh tế nữa kìa. Thậm chí còn có thể kiến tạo một cuộc sống mới ấy chứ." Ả quay người đi lên tấm ván cầu, hướng về phía bức tường đá được lắp vào một chiếc đồng hồ treo và một dấu hiệu với dòng chữ ĐẢO ALCATRAZ được viết bằng mực trắng trên nền nâu. Ả dừng lại bên cạnh chiếc đồng hồ, quay lại và nhắm mắt, ngửa mặt về phía mặt trời. "Cảm giác thật dễ chịu."

Josh dắt hai thanh kiếm kia – thanh Clarent và Durendal – vào lưng mình rồi trèo ra khỏi thuyền. "Thuyền hết nhiên liệu rồi," cậu lặp lại, chân bước theo họ. "Chúng ta bị kẹt ở đây mất thôi."

"Không đâu, trong khi chúng ta còn mấy thanh kiếm này," Dee nói với ra sau, giọng hắn khẽ vang vang trên cầu tàu trống trơn. "Nếu chúng ta sẵn sàng để lộ ra vị trí của mình, chúng ta có thể đốt cháy chúng bằng luồng điện của chúng ta và sử dụng chúng để tạo ra những cổng tuyến bất cứ nơi nào... tới bất cứ nơi đâu..." Đột nhiên, giọng hắn kéo dài ra thành tiếng thì thầm. "... tới bất cứ nơi đâu trên hành tinh này." Hắn nín bặt như thể bị choáng.

Đôi mắt Virginia mở choàng. "Tiến sĩ?"

Cả Josh và Dare chăm chú nhìn trong khi gương mặt người bất tử màu sắc biến mất không còn chút nào, để lại hắn trông thật bệnh hoạn, xanh xao, đôi môi viền xanh lè. Những vùng tối phía dưới mắt hóa thành màu thâm cũ kỹ. Josh và Dare nhìn nhau hoảng hốt.

"Tiến sĩ?" Virginia hỏi lại lần nữa. Ả nhoài người nhẹ nhàng đặt một bàn tay lên trán hắn. "John, ông ổn không?"

Dee nhấp nháy mắt, rồi nhấp nháy lại lần nữa, nhưng mặc dù hắn đang nhìn thẳng vào Virginia Dare, rõ ràng là hắn chẳng hề thấy ả.

"John," Virginia nói, thoáng vẻ hốt hoảng. Rụt cánh tay về, ả nhanh nhẹn tát vào mặt hắn một cái.

Dee lảo đảo lùi trở lại, rồi ấn bàn tay vào má mình, trên đó dấu ngón tay của Dare khoanh viền đỏ ửng. Khi hắn nhìn vào Virginia, mắt hắn rất, rất điên dại – con ngươi mở lớn, đen nhánh, nổi bật trên khuôn mặt tái mét, trông cứ như hai lỗ cháy trên tờ giấy. "Ừ," hắn nói, giọng ken dày cảm xúc. "Ừ, tôi khỏe. Thực sự. Tôi khỏe."

Josh chưa kịp đúc kết mọi diễn biến để xem chuyện gì xảy ra thì có tiếng bước chân vang lên từ cổng vòm phía bên phải họ, bộ ba xoay tròn, tay lần thả xuống trên những món vũ khí. Hai nhân vật xuất hiện, vội vã tiến về phía họ.

"Nào, đây là một cặp đôi cọc cạch," Dee lầm bầm.

Niccolò Machiavelli, vẫn cố gắng để trông tao nhã trong bộ vét đen vấy bẩn, dừng lại trước tay Pháp sư người Anh. Tay người Ý nhìn sang nhóm ba người, gật đầu nhanh với Josh, rồi mới chuyển sự chú ý qua Dee. "Tôi nghe thấy đúng đấy chứ, hay là lỗ tai đã lừa tôi rồi? Không, ông không *khỏe* tí nào cả, Tiến sĩ Dee ạ," tay người Ý nói bằng giọng Anh không trọng âm và chính xác từng từ. "Ông có cái vẻ *ấy* trong mắt mình."

"Vẻ gì?" Dee không thừa nhận.

"Vẻ ông luôn có khi định làm điều ngu ngốc không tin nổi và hủy diệt tày trời."

"Tôi không biết ông đang nói về chuyện gì," Dee nói. "Tôi hơi bị buồn nôn."

"Ồ, ông ta *bị* say sóng ấy mà," Virginia Dare nói, lóe lên thật nhanh một nụ cười toe. Sải bước tới trước, ả xòe bàn tay ra cho tay người Ý. "Vì ông tiến sĩ đã hoàn toàn quên khuấy cách xử sự và quá thô lỗ không biết giới thiệu, nên tôi sẽ tự làm vậy. Tôi là Virginia Dare."

Machiavelli bắt tay ả, rồi chồm qua, suýt, chứ chưa, áp môi vào lưng ngón tay ả. "Vinh dự được gặp cô, Quý cô Dare. Thanh danh của cô còn tới trước cô nữa kia."

Virginia quay sang Billy, rộng miệng cười. "Thật hay khi được gặp lại anh, anh bạn cũ ạ. Anh khỏe không?"

"Rất khỏe, thưa Quý cô Dare," Billy nói. Gã bước tới ôm chầm lấy ả một cách thân thiết. "Mọi chuyện đều tốt hơn khi được gặp cô."

"Hai người biết nhau à?" Dee nói có vẻ ngạc nhiên, hỏi đúng câu mà Josh đang nghĩ. Rồi Dee nhận ra điều đó là tất nhiên, hợp lý thôi – hai người Mỹ bất tử này chắc hẳn đã gặp nhau tại một giai đoạn nào đó suốt hàng bao thế kỷ.

"Ồ, Kid và tôi đã có vài cuộc phiêu lưu cùng nhau," Virginia vừa nói, vừa nháy mắt với anh chàng thanh niên kia. "Phải vậy không, Billy?"

"Không rõ tôi có thể gọi đó là những cuộc phiêu lưu được không nữa," Billy nói kèm theo một nụ cười gần như là e lệ. "Chúng thường kết thúc bằng việc tôi sắp sửa ăn một phát đạn hoặc mắc kẹt vào một trận ác liệt."

"Và tôi lại cứu anh," Virginia nhắc.

"Thật vui, tôi luôn nghĩ đó là một cách khác để rày đây mai đó," Billy nói.

Machiavelli hướng sự chú ý về Josh trở lại và xòe bàn tay ra. Josh bắt tay y, cảm thấy sức mạnh trong cái siết chặt của tay người Ý. "Rất vui khi gặp lại cậu," Machiavelli nói khẽ khàng, mất một lúc Josh mới nhận ra rằng người đàn ông kia đang nói với cậu bằng tiếng Ý và cậu hoàn toàn hiểu được hết. "Tôi ngạc nhiên khi thấy cậu ở lại với anh bạn người Anh của chúng tôi."

"Tôi nghe được đấy," Dee cáu kỉnh. "Tôi nói được tiếng Ý mà!"

"Tôi biết." Machiavelli mỉm cười. "Tôi chỉ đang nhắc anh bạn trẻ Newman rằng cậu ta vẫn có những chọn lựa thôi mà."

Josh cắn bên trong má để cố gắng giữ cho gương mặt ngay thẳng. "Rất vui khi gặp ông," Josh đáp lại bằng tiếng Anh. Thành thật mà nói, cậu thích tay người Ý này, nhiều hơn là thích Dee. Machiavelli sở hữu nhân tính mà Dee còn thiếu. "Ông đến đây bằng gì?" cậu hỏi. "Cổng tuyến hay là..."

"Máy bay." Machiavelli quay sang Billy và ngoắc gã ghé sát vào. "Đây," y nói, "là Josh Newman. Một Người Vàng đấy," y nói thêm với vẻ quan trọng. "Và là một trong cặp song sinh đã được tiên báo."

Billy bắt tay Josh, Josh ngạc nhiên sao mà bàn tay Kid lạnh và thô ráp đến thế. Josh cũng khám phá ra rằng cậu cao hơn Kid một chút.

"Chưa bao giờ nghĩ mình lại gặp một Người Vàng," Billy nói.

"Chưa bao giờ nghĩ mình lại được gặp một huyền thoại," Josh nói. Đột nhiên cậu thấy mình đang cười nhăn nhở như một tên ngốc, cậu cố gắng hết sức để điềm tĩnh lại. Cậu chỉ mơ hồ biết về Dare và Machiavelli trước khi gặp họ, và chưa bao giờ nghe nói đến Dee, nhưng Billy the Kid thì khác. Đây là một huyền thoại Mỹ thật sự. Một người mà khi lớn lên cậu đã nghe kể nhiều câu chuyện.

Kid trông như bối rối. "Tôi thật ra thì có gì mà huyền thoại. Hơn nữa, bây giờ đã có Wild Billy, Jesse James, Geronimo hay là Cochise – họ mới là huyền thoại chứ."

"Vâng, tôi nghĩ ông cũng là một huyền thoại," Josh nằng nặc.

Billy cười toe. "Được rồi, bản thân cậu cũng có một chút huyền thoại, phải không nào. Một người trong cặp song sinh huyền thoại – một giải cứu thế giới, một phá hủy," gã nói lè nhè. "Cậu là người nào?"

"Tôi không biết," Josh nói nghiêm túc. Mặc dù cậu đã nghe nói về lời tiên tri ấy trong tuần lễ vừa qua, nhưng thật sự cậu không bao giờ ngưng cân nhắc từng từ ngữ ấy. *Một giải cứu thế giới, một phá hủy*. Cậu hy vọng mình là người giải cứu... nhưng như thế lại có nghĩa là cô chị gái cậu sẽ là người phá hủy thế giới này. Ý tưởng này khiến cậu choáng váng.

"Đi nào," Machiavelli ngắt ngang, "chúng ta nên nhanh lên." Tay người Ý quay người và ra hiệu cho cả nhóm theo mình. Y sải bước trở lại phía cổng vòm bắc ngang lối đi dẫn đến tháp nước. "Nereus đang định đánh thức Lotan," y nói, công trình bằng gạch vang đi vọng lại tiếng nói của y. "Tôi muốn có mặt ở đó để xem sự việc diễn ra."

Josh bắt cùng nhịp bước đi bên Billy the Kid. "Lotan là gì vậy?" cậu hỏi.

Billy cười toe. "Một con quỷ biển bảy đầu."

Josh ngoái đầu nhìn qua bên kia vịnh. Một con quỷ biển bảy đầu sẽ tiêu diệt thành phố. Và rồi, từng mảnh ghép cùng nhau ráp lích kích trong đầu cậu. Có phải cậu là người song sinh mang số phận hủy diệt thế giới này chăng? "Những bảy đầu?" cậu lầm bầm. "Đó là thứ tôi sẽ thấy sao."

"Tôi cũng vậy," Billy nói. "Tôi muốn ông ta đánh thức một con thủy quái, nhưng hình như chúng quá nhỏ thì phải."

Virginia Dare đi sau hai người bạn trẻ, chờ Tiến sĩ Dee theo kịp. "Ông đang âm mưu," ả nói, giọng lí nhí. "John, tôi cũng đã nhìn thấy như những gì Machiavelli vừa nhận xét."

"Tôi đang suy nghĩ thôi." Dee mỉm cười với vẻ hài hước thật tình, và trong thoáng chốc trông hắn rất trẻ. "*Fortis Fortuna addiuvat*," hắn nói.

"Ông sẽ phải nói lại câu đó bằng tiếng Anh chứ. Tôi làm sao thừa hưởng nền giáo dục cổ điển khi sống hoang dã trong những cánh rừng ở Bắc Carolina được."

"Vận may chiếu cố đến những người dũng cảm." Hắn lơ đãng xoa má, trên đó vẫn còn đỏ vì cú tát như trời giáng của ả. "Một ý tưởng đang hình thành. Một điều thật sự táo bạo và cả gan."

"Ý tưởng táo bạo và cả gan gần đây nhất của ông đã không có kết cuộc hay ho cho lắm," Virginia nhắc.

"Lần này sẽ khác đấy."

"Lần cuối cùng khi nói thế, ông đã thiêu rụi London ra tro còn gì."

Dee phớt lờ. Hắn lại xoa vào má. "Cô có cần phải đánh tôi mạnh đến thế không? Tôi nghĩ mình gãy răng mất rồi."

"Tin tôi đi," Virginia bật cười lớn tiếng, "cú đó đâu có mạnh gì lắm."

Chương hai mươi lăm

Aten, Chúa tể Danu Talis, đứng trên mái Điện Thái dương, quan sát những chiếc vimana nhô lên khỏi miệng ngọn Huracan, ngục tù núi lửa.

"Và không ai trốn thoát được chứ?" ông vừa hỏi, vừa nhẹ hất đầu.

"Không ạ, thưa anh. Nhóm anpu của em đã bắt bọn chúng dễ dàng."

"Còn người đàn ông có bàn tay móc câu?"

"Đã bị tách khỏi nhóm kia, theo đúng như mệnh lệnh của anh."

Aten day mặt về phía người đi cùng. Xưa kia, hắn không thể nào phân biệt họ được, nhưng gần đây Quá trình Biến đổi bất chợt xảy đến cho mọi Elder đã bắt đầu có tác dụng trên Aten, kéo dài khung xương sọ, mũi và hàm của ông ta ra, môi dày lên và kéo cặp mắt thụt lún vào đầu, khiến rõ ràng là chúng xếch ngược lên. Lúc này ông ta đang mặc áo choàng bằng kim loại nặng nề với chiếc mũ sâu, hai ống tay áo dài che giấu tình trạng biến dạng của mình.

"Chúng ta nên giết chết họ ngay đi và thế là xong," Anubis nói. Quá trình Biến đổi cũng bắt đầu chạm đến thân thể ông ta. Như anh mình, Anubis trước kia hết sức điển trai nhưng bây giờ hàm răng ông ta dài ra giống các sinh vật ông ta đã tạo ra trong những phòng thí nghiệm dưới lòng đất, kết cấu và màu sắc của nước da màu đồng thau của ông nay có nhiều chỗ đen như than, khắc lên đó những tĩnh mạch đỏ nhỏ xíu. Việc nói năng đã trở nên khó khăn, và cả hai anh em đều biết chẳng bao lâu nữa mình sẽ không còn nói được nữa. Không như Aten lúc nào cũng cố che đậy Quá trình Biến đổi, Anubis – như nhiều Elder khác – phô bày ra như một dấu hiệu vinh dự.

"Giết chết họ à?" Aten nói có vẻ ngạc nhiên.

"Giết họ chứ sao. Luôn luôn, giải pháp nhanh nhất cho một vấn đề là trừ khử nó."

"Nhưng nếu chúng ta giết chết họ, em à," Aten nói, "vậy thì chúng ta đánh mất cơ hội phi thường nhất cho cuộc sống của chúng ta rồi còn gì. Abraham đã nói họ đến từ tương lai kia mà."

Anubis cố nói to ra nhưng không được, đành kết thúc bằng việc rít ré giữa hai kẽ răng. "Chúng ta cũng nên giết chết cả ông ấy nữa." Ông ta bước tới chỗ anh mình, họ đưa mắt ngang qua thành phố có hình tròn, nhìn về phía ngọn núi lửa.

"Tính ham hiểu biết rất khoa học của em đâu rồi?" Aten hỏi nhẹ nhàng. "Anh nhớ hồi em còn nhỏ, em tò mò tưởng chừng như vô tận kia mà."

Anubis xòe hai bàn tay. Mấy ngón tay ông ta uốn cong

lại thành móng vuốt, móng tay dài nhẵng và đen thui. "Cứ nhìn xem điều đó đưa em tới đâu. Em đang trở thành một con quỷ sứ đây này. Em đã dần tin rằng những thử nghiệm kia cách nào đó đã làm em bị nhiễm độc và dẫn đến Quá trình Biến đổi của em. Chắc chắn là chúng ta trông giống nhau chứ, anh trai?"

"Abraham tuyên bố rằng Quá trình Biến đổi đơn giản chỉ là quá trình khám phá ra bản ngã thật của mình thôi," Aten dịu dàng nói.

"Vậy thì điều đó khiến em thành cái gì?" Anubis càu nhàu.

Aten quay đi khỏi bức tường thấp chạy vòng quanh rìa mái, bước lên nấc thứ nhất của khu vườn treo khổng lồ trong điện hoàng gia. Ông ta không muốn nói cho Anubis biết rằng quả thật ông ta đang trở thành con quỷ đầu chó mà ông đã tạo ra lần thứ nhất từ cả ngàn năm trước. "Đi với anh," ông ta ra lệnh.

Khu vườn trên mái – Thái Âm Viên – được chia thành bảy khu vực riêng biệt có hình tròn, mỗi nơi mang màu sắc khác nhau và đầy dẫy những loài khác nhau trong hệ thực vật. Aten bước vào vòng tròn thứ nhất, kéo tấm áo choàng nặng nề thít chặt quanh người, nhắm mắt và hít thở sâu. Bên trong vòng tròn này, hoàn toàn chiếm trọn phần mái của cung điện, là những đám hoa sen – trên một ngàn loại được sưu tập từ khắp trái đất này – và ông ta có thể phân biệt từng loại bằng mùi hương dễ nhận diện của chúng.

"Em trai, không được để xảy ra chuyện gì cho những

vị khách của chúng ta," ông vừa nói, vừa để cho quyền lực thấm vào giọng mình. Ông biết Anubis có khả năng hành động sau lưng ông. "Họ được cho ăn uống. Không bị tra tấn – anh sẽ tự mình làm việc đó."

"Aten, như thế có khôn ngoan không?"

Không quay người, Chúa tể Danu Talis nói khẽ, "Đừng thách thức anh lần nữa đấy, em trai ạ. Hãy nhớ những gì đã xảy ra cho người anh em kia của chúng ta. Em cứ làm như anh nói, không thắc mắc. Nếu có bất cứ chuyện gì xảy đến cho các vị khách ấy, anh sẽ bắt em chịu trách nhiệm cá nhân." Ông ta quay người nhanh và bắt gặp vẻ chế giễu kênh kiệu trên gương mặt em trai mình. "Em nghĩ anh đã yếu đi rồi, phải không?" Aten nhẹ nhàng hỏi.

Anubis sải bước tới trước. Ông ta đang mặc áo choàng dài không tay bằng giáp xích dài ngay trên đầu gối. Chiếc áo xoắn quanh mình khi ông bước đi, các gờ cạnh bằng kim loại kết lại lạng ngang những nụ sen thanh tao trong các luống hoa xung quanh, làm hỏng chúng. Ông ta quỳ một gối xuống trước Aten và cúi đầu thấp. "Em đã từng nhìn thấy anh chiến đấu với các Người Cổ đại và các Quan chấp chính. Em đã từng săn lùng các Thần Đất với anh. Anh cai trị vương quốc này trải dài từ đường chân trời này sang đường chân trời khác, từ vùng cực này sang vùng cực nọ. Chỉ có kẻ ngốc mới nghĩ anh là một tên hèn nhát hoặc yếu đuối."

"Vậy thì đừng làm một kẻ ngốc!" Aten cúi xuống chụp lấy bờ vai lực lưỡng của em mình, kéo ông ta đứng dậy. Hai con ngươi trong đôi mắt vàng phẳng bẹt thu hẹp từ những đường tròn tới đường chân trời. "Tuy nhiên, em không nói thêm là hết thảy mọi kỳ công đó đã được thực hiện từ lâu lắm rồi. Anh đã không còn cưỡi ngựa chiến đấu cả tám trăm năm nay rồi."

"Tại sao chúng ta phải đánh nhau cơ chứ, không phải bây giờ chúng ta đã có nhóm anpu chiến đấu cho chúng ta rồi sao?" Anubis run run hỏi, cố gắng giữ cho giọng mình đều đều, mặc dù mắt ông ánh lên vẻ sợ hãi.

"Em nghĩ sống ở đây đã khiến anh trở thành người ủy mị," Aten nói tiếp như thể ông không nghe thấy người em nói gì. "Em nghĩ Quá trình Biến đổi đã khiến anh yếu đuối," ông nói thêm, rồi mấy ngón tay siết chặt vào vai em mình, kẹp chặt vào hệ thần kinh, bắt ông ấy phải quỳ xuống trở lại trên con đường rải pha-lê thạch anh. "Và một nhà cai trị mềm mỏng, yếu đuối có thể dễ dàng bị cách chức đi và được thay thế bằng một người mạnh mẽ hơn. Một người như em vậy. Nhưng hãy quên đi, em trai ạ, anh có nhiều gián điệp trong thành phố này như có hoa trên mái nhà vậy. Anh biết em sẽ nói gì, anh biết em đang âm mưu chuyện gì." Khép nắm đấm trên lớp giáp xích, Aten kéo Anubis trở lại bờ tường thấp, đẩy ông ta vào đó. "Nhìn xuống đi," ông nạt. "Em thấy gì?"

"Chẳng có gì..."

"Chẳng có gì sao? Vậy thì em bị mù mất rồi. Nhìn lại đi."

"Em thấy người ta, nhỏ xíu vì quá xa. Những người tầm thường, vô nghĩa."

"Những người tầm thường, vô nghĩa, đúng, nhưng họ

là người *của anh*, thần dân *của anh*. Không phải của em. Không bao giờ là của em cả." Aten lôi người em mình tiến sát vào cạnh rìa. "Nếu em nghi ngờ anh lần nữa, anh sẽ giết em đấy. Nếu anh thấy em âm mưu chống lại anh, anh sẽ giết em. Nếu em còn nói về anh hoặc hoàng hậu của anh với công chúng một lần nữa, anh sẽ giết chết em. Anh nói thế đã rõ chưa?"

Anubis gật đầu. "Anh sẽ giết chết em," ông ta lầm bầm.

Aten hất Anubis qua một bên, để ông ta nằm chình ình trong một ao hoa sen trắng tinh tuyền. Mùi hương của hoa thật khó chịu. "Em là em trai của anh, và hãy ngạc nhiên khi nghe thấy điều này, anh yêu quý em. Và đó là thứ duy nhất giữ em còn sống đến ngày hôm nay. Nào giờ thì mang người đàn ông có bàn tay móc câu đến cho anh."

Chương hai mươi sáu

Hai thanh niên tóc lết bết dầu đứng dựa vào bức tường của Cao ốc Esmiol ở San Francisco đang quan sát một người đàn ông tầm vóc cao lớn bước đi dềnh dàng lảo đảo ra khỏi con phố hẹp đối diện, sửa mình vững vàng trở lại trước khi rẽ trái hướng xuống phố Broadway. Bình thường, bọn chúng hay tránh né những người cao lớn, hoặc những thanh niên rõ ràng là sung sức, mạnh khỏe, chúng thích đánh cướp phụ nữ, người già, và trẻ em hơn, nhưng ngoại lệ chúng cũng cướp những người trông như say rượu. Những kẻ say rất dễ xử lý. Không nhìn nhau, bọn chúng đẩy người ra khỏi bức tường kia, bước cùng nhịp với người đàn ông từ bên này qua bên kia đường.

"Thấy cái cách gã ta bước đi không? Gã đã giải phẫu hông thì phải," Larry nói, cậu ta là một thiếu niên gầy ốm một cách không tự nhiên với một hình mạng nhện xăm ngang qua tai. "Bà tao đi như vậy đó."

"Hoặc là thay đầu gối," thằng bạn tên Mo nói. Mo to bè chắc nịch và vạm vỡ, với bộ ngực rộng của vận động viên thể hình và eo lưng nhỏ. Tên này đeo một lưỡi dao cạo mạ vàng bên tai phải như một chiếc bông tai. "Gã ta không thể thẳng chân ra được. Nhìn kích cỡ của gã xem; tao cược là trước đây gã từng chơi bóng bầu dục. Có lẽ bị gãy đầu gối." Cậu nhóc cười toe, phơi ra hàm răng xấu xí. "Nghĩa là gã ta cũng không thể chạy được."

Larry và Mo vội vã chạy lên đường, lấy làm vui mừng vì mọi người nhìn đi chỗ khác hoặc tránh qua một bên để bọn chúng đi qua. Hầu hết các khách bộ hành trong khu vực này của thành phố đều biết đến tiếng tăm của bọn thanh niên ấy.

Hai thiếu niên hối hả hướng theo mục tiêu và rồi dừng lại bên ngoài một thẩm mỹ viện nhỏ, nhìn ngoái lại qua bên kia đường để thẩm định giá trị con mồi. Chúng đã làm việc này lâu nay rồi, và chỉ chọn những anh chàng khờ khạo có thứ gì đó giá trị để đánh cắp. Bất cứ người nào khác đều là liều lĩnh không cần thiết và phí thời gian.

"Gã to con quá," Larry nói.

Mo gật đầu. "Rất to con," cậu nhóc tán thành. "Nhưng già rồi..."

"Cái áo vét da đẹp dành cho người già," Larry nói tiếp. "Đồ cổ, phong cách của mấy tay lái mô-tô."

"Rất đẹp. Đáng đồng tiền đấy."

"Đôi ủng cũng ngon lành. Trông còn mới."

"Thắt lưng da đẹp quá, khóa thắt lưng to," Mo nói. "Trông cứ như một kiểu thiết kế mũ chiến ấy. Tao sẽ lấy nó nhé," cậu nhóc nói thêm.

"Ê, vậy là không công bằng, mày đã lấy cái đồng hồ đeo tay của thằng cha vừa rồi còn gì."

"Chứ mày tặng cái ví da của mụ đàn bà kia cho bà mày để làm quà sinh nhật thì sao. Tụi mình huề."

Đột nhiên gã đàn ông to cao kia quay người, lảo đảo băng qua đường, chẳng quan tâm gì đến mấy chiếc xe hơi đang lao tới mình, hướng thẳng vào Larry và Mo. Hai anh chàng thiếu niên quay người nhìn vào cửa sổ thẩm mỹ viện, chăm chú nhìn vào hình phản chiếu của gã say trong kính. Bây giờ gã đã tới sát bên, bọn chúng có ấn tượng rõ hơn về kích cỡ của gã. Gã là tên khổng lồ, và thậm chí trông còn to bự hơn vì mớ quần áo lớn quá khổ: quần jeans màu xanh lơ, áo thun rộng lùng thùng có thể từng là màu trắng nhưng bây giờ đã mơ hồ chuyển sang màu xám, mòn sờn dưới chiếc áo vét da màu đen đóng khuy kim loại to tướng theo kiểu của các tay lái mô-tô. Một chiếc khăn lớn hai màu trắng đen buộc chặt ngang đầu, thắt nút phía sau ót, đôi mắt gã ta giấu đằng sau cặp kính râm thuộc phong cách phi công lái máy bay.

"Kính Ray-Bans chăng?" Larry vừa hỏi, vừa cố nhìn xem cặp kính râm của người đàn ông kia có biểu tượng chữ ký dễ nhận dạng trên mặt kính bên phải không.

"Hàng nhái, tao cược đấy. Nhưng tụi mình sẽ lấy bằng được. Có lẽ sẽ kiếm được vài đồng từ mấy tay du khách."

Bọn chúng quay đi khi người đàn ông kia khệnh khạng bước qua bằng dáng đi cứng ngắc cẳng chân. Mấy cái nút kim loại màu bạc trên lưng áo vét nổi rõ lên thiết kế một chiếc mũ chiến giống với khóa cài nơi thắt lưng. Một cái đinh tán màu đỏ và một cái màu xanh lơ làm thành hai con mắt săm soi nhìn ra từ hai bên của thanh chắn mũi thuôn dài.

"Gã ta là tay lái mô-tô đấy," Larry nói, dợm lắc đầu. "Mà mấy tay lái mô-to phiền lắm. Tao nghĩ mình nên để gã đi cho rồi."

"Vậy xe mô-tô của gã đâu?" Mo hỏi. "Tao không nghĩ gã là thứ gì khác hơn một lão già mập ú thích ăn diện theo kiểu mạnh mẽ đấy thôi."

"Biết đâu là một tay lái mô-tô thật, thậm chí mấy lão lái mô-tô già vẫn khó nhai lắm."

"Ừ, nhưng tụi mình còn khó nhai hơn." Mo thò tay dưới lần áo thun, sờ vào một khúc ống chì nhét vào lưng quần jeans. "Và không ai dẻo dai hơn anh bạn kim loại nhỏ của tụi mình đây."

Larry gật gật ra dáng hồ nghi. "Tụi mình sẽ đi theo, nhưng chỉ lấy đồ của gã nếu có cơ hội tiếp cận gã từ đằng sau thôi. Đồng ý không?"

"Đồng ý."

Bọn chúng chăm chú nhìn người đàn ông kia chợt nhảy xóc lên rẽ qua bên phải đi trên Ngõ Turk Murphy, một con đường nhỏ hẹp nối vào Broadway với Phố Vallejo.

"Ấy, trời đất, người ta cứ hay đòi hỏi." Mo cười toe. "Đây là ngày may mắn của tụi mình." Cậu nhóc đập tay với Larry và cả hai hối hả xuống Broadway theo người đàn ông mặc áo vét da. Bọn chúng thậm chí còn chẳng buồn bàn kế hoạch. Chúng sẽ đánh cướp lão già này trên con phố vắng vẻ ấy, giật lấy áo vét, ủng, thắt lưng, tiền nếu có, rồi chạy đến ngõ hẻm kia. Tuy nhiên, cả hai bước chậm lại bình thường rồi mới rẽ lên Phố Vallejo – Ngõ Turk Murphy dẫn ra ngay vị trí đối diện trạm cảnh sát trung tâm. Larry và Mo biết những con đường đi vào và đi quanh khu Phố Tàu rõ như lòng bàn tay mình, và chúng sẽ chạy xa đến vài khối nhà trước khi có người bắt gặp thân hình nằm co quắp và la lên báo động.

"Nhớ nhé," Mo nói, "cái thắt lưng có khóa là của tao nghe chưa."

"Được thôi – lần sau tao sẽ chọn trước, nhưng mà..."

Tuy nhiên, khi đánh vòng qua góc phố, chúng mới thấy người đàn ông cao lớn ấy đang chờ chúng, đứng vuông vắn ngay giữa vỉa hè.

Một nắm đấm khổng lồ vọt ra chụp lấy ngực áo thun dơ bẩn của Larry. Người đàn ông nhấc cậu nhóc thẳng lên không trung rồi ném xa đến sáu mét đáp xuống đất nằm một đống chình ình trên nóc một chiếc xe đang đậu. Kính chắn gió nứt như mạng nhện và còi báo động bắt đầu cất lên.

Thậm chí không một người đi đường nào thèm liếc xuống con hẻm phụ.

Mo lòn tay xuống áo thun tìm ống chì, nhưng bất chợt một bàn tay to bè khép lại trên đỉnh đầu. Và siết mạnh. Cơn đau phải nói là đặc biệt khác thường. Ngay tức khắc, những chấm đen nhảy múa trước mắt cậu nhóc, hai cẳng chân oằn xuống dưới thân mình. Lẽ ra cậu ta đã ngã nhào, nhưng người đàn ông kia cứ nắm đầu cậu giữ lại. Mo quan sát ông lão – chợt trông không già mấy – đang cầm ống chì lên, nhìn, ngửi, liếm vào nó bằng cái lưỡi đen như than, rồi nghiền nát nó ra như một cái lon thiếc và quăng sang một bên. Người đàn ông cất tiếng, nhưng tất cả những lời ông ta nói đều không thể hiểu được. Ông ta thử hết lần này đến lần khác, dùng nhiều thứ ngôn ngữ khác nhau, cho tới khi... "Bây giờ cậu có hiểu được tôi chưa?"

Mo cố thốt lên một tiếng kêu oai oái bị tắc nghẽn trong họng.

"Cậu nên mừng vì hôm nay tôi có tâm trạng tốt đấy," người đàn ông nói. "Tôi đang tìm các chỉ dẫn."

"Các chỉ dẫn?" Mo thì thầm.

"Các chỉ dẫn chứ sao." Người đàn ông nới lỏng tay, Mo bước đi loạng choạng rồi ngã trở lại vào một bức tường. Cậu nhóc ấn hai tay lên đầu, tin rằng mình sẽ tìm thấy những dấu lún của mấy ngón tay khổng lồ kia hằn trên da thịt mình.

"Các chỉ dẫn," người đàn ông lặp lại. "Tôi đã viết địa chỉ ở đâu đó," ông ta nói lầm bầm, rồi thò tay vào áo vét da. Mo tấn công ngay lập tức, cố tung một cú đấm karate vào cổ họng người lạ kia. Nhanh như chớp, người đàn ông chụp cánh tay Mo, siết mạnh, sau đó vỗ lòng bàn tay vào ngực anh chàng trẻ tuổi. Lực của cú đấm đẩy Mo văng trở lại bức tường, đầu đập bốp vào mặt gạch. "Đừng ngốc chứ," người đàn ông cao lớn cất giọng rền rền. Ông ta rút một mảnh giấy, quay về phía cậu thiếu niên. "Cậu có biết chỗ này ở đâu không?"

Phải mất vài giây Mo mới nhìn rõ được, nhưng cuối cùng địa chỉ ấy được in bằng những chữ cái vẽ phác như của trẻ con trên giấy ghi chú lướt nhanh qua tầm mắt. "Có." Giọng cậu nhóc giờ chỉ còn là những tiếng thì thầm đầy kinh hãi. "Có."

"Nói tôi nghe xem."

"Đi bộ hay đi xe?"

"Tôi có trông giống như người đang lái xe không?" người đàn ông làu bàu. "Cậu có nhìn thấy một chiếc xe ngựa đâu quanh đây không?"

Khó khăn lắm Mo mới nuốt xuống được. Ngực cậu nhóc đau điếng, thấy mình thật khó thở, và đầu vẫn còn kêu ong ong do cú đập vào tường. Lẽ ra cậu đã có thể nguyền rủa người đàn ông vừa nói "chiếc xe ngựa."

"Hướng dẫn."

"Ông theo đường này, Broadway, cho tới khi gặp Đường Scott – sẽ nằm bên tay trái ông. Địa chỉ này đâu dưới đó."

"Xa không?"

"Không gần lắm," Mo vừa nói, vừa ráng mỉm cười. "Ông sẽ thả tôi đi chứ, thưa quý ông, phải không ạ? Tôi đâu có làm gì ông."

Người đàn ông cao lớn gấp mảnh giấy ghi địa chỉ, nhét trở lại vào túi sau của chiếc quần jeans phồng ra. "Với tôi thì không, nhưng cậu và tên đi cùng cậu đã cướp bóc những người khác. Các người đã khủng bố cả vùng lân cận."

Anh chàng trẻ tuổi há miệng định chối, nhưng người đàn ông kia đã cởi cặp kính Ray-Bans ra, xếp cất vào túi áo trong. Đôi mắt màu xanh lơ đến ngạc nhiên dán chặt lên gương mặt cậu thiếu niên. "Cậu bảo với bạn bè mình – hoặc những người giống như cậu, bởi vì tôi chắc cậu làm gì có bạn – rằng tôi đã trở lại, và tôi sẽ không khoan thứ cho những cuộc tấn công thế này đâu."

"Trở lại? Ông là ai? Ông là người điên..."

"Không còn thế nữa rồi." Người đàn ông mỉm cười, và Mo phát hiện ra rằng miệng ông đầy những răng sữa uốn cong như những chiếc răng nanh ma cà rồng man dại. Một cái lưỡi đen chẽ nhánh chuồi ra giữa hàm răng nanh. "Nói cho các bạn cậu biết rằng Mars Ultor đã trở lại." Rồi ông ta chộp lấy ngực áo thun của Mo, nhấc bổng cậu nhóc lên khỏi mặt đất, quăng cậu ta dọc theo chiều dài con hẻm, đáp xuống ngay trên đầu anh bạn kia. Tiếng còi xe báo động quác quác kêu lên rồi tắt ngủm.

Mars Ultor lê bước trở lại Broadway, đi tìm Phố Scott và Tsagaglalal.

Chương hai mươi bảy

Theo bản năng, Sophie biết điều Perenelle yêu cầu có gì đó không ổn, tuy cô hoàn toàn không rõ vì sao. Những ý tưởng và ký ức mơ hồ nhất lung linh, nhảy múa trong tâm trí cô, nhưng với ánh mắt màu xanh lá sáng trưng của Nữ Phù thủy đang dồn trên mình, thật khó tập trung. "Cô muốn con cho cô luồng điện của mình ạ?"

"Đúng, chỉ một chút..."

"Làm thế nào... tại sao?" Sophie không giơ tay nắm lấy bàn tay Nữ Phù thủy đang chìa ra.

"Con là Người Bạc, Sophie, hết sức mạnh mẽ," Perenelle giải thích. "Con sẽ đặt bàn tay con vào tay ta và chúng ta sẽ rút sức mạnh từ luồng điện của con để bổ sung vào luồng điện của ta trong khi ta chuyển một ít sức sống của ta vào chồng. Có thể ta làm một mình cũng được, nhưng có khả năng nguy hiểm là luồng điện của ta có thể áp đảo bản thân và ta sẽ tự đốt cháy mình mất. Có con và Tsagaglalal bên cạnh, hỗ trợ ta, ta sẽ an toàn."

"Sophie," Tsagaglalal nói rất đỗi dịu dàng, "làm đi con. Đó là cách tốt nhất lúc này."

"Cô sẽ làm gì?" cô gái trẻ hỏi, vẫn rất cảnh giác.

"Bọc Nicholas trong luồng điện của ta."

Sophie cố tập trung. Cô được nhắc cho nhớ Bà Phù thủy Endor đã bọc mình trong lớp không khí thế nào. Mặc dù trước đây chưa bao giờ nghĩ đến chuyện này, nhưng bây giờ cô nhận ra rằng chắc hẳn thứ đó còn hơn một lớp không khí – Zephaniah đã quấn Sophie trong luồng điện mình và đã chuyển qua không chỉ một phần sức mạnh của bà, mà cả kiến thức và ký ức của bà nữa.

"Sophie, chúng ta không có nhiều thời gian," Perenelle nói, nghe thoáng bực bội trong giọng nói bà. "Ta không thể làm việc này một mình được."

"Sophie," Tsagaglalal nói giọng đều đều. "Nicholas đang chết dần đấy."

Vẫn không thoải mái với ý tưởng này, nhưng Sophie cũng chìa bàn tay phải của mình ra, Perenelle nắm lấy. Bà siết thật chặt, đầu ngón tay và trong lòng bàn tay bà có nhiều nốt chai sần.

Ngay lập tức, Sophie cảm nhận một luồng ký ức cô biết không phải của mình, luồng ký ức ấy đánh mạnh vào cô đến nỗi có vẻ như đây là lý do tại sao cô ngần ngại không cho phép Perenelle kết nối vào luồng điện của mình. Sau các biến cố ít ngày gần đây, Sophie không còn hoàn toàn tin tưởng vào Nữ Phù thủy. Và trong khi có nhiều điều cô muốn biết về Perenelle thì cũng có những ký ức, ý nghĩ và ý tưởng Bà Phù thủy Endor từng chia sẻ với cô mà cô không muốn người bất tử này thâm nhập vào. Chẳng có lý do gì để quyết định không nói. Nhưng nếu các biến cố xảy ra trong ít ngày gần đây đã dạy cô mọi thứ, thì chúng cũng dạy cô phải tin ở bản năng mình.

"Con bọ hung, Tsagaglalal," Perenelle nói.

Sophie quay sang chăm chú nhìn Dì Agnes nhấc con bọ hung được chạm khắc chi tiết đến không tin nổi từ trên kệ gỗ và khum nó trong cả hai tay. Ngay lúc bà chạm vào, vật ấy bắt đầu chiếu ra một thứ ánh sáng màu xanh lá ấm áp và luồng điện trắng của Tsagaglalal tỏa ánh lung linh, kẻ sọc bằng những sợi ngọc bích phát quang. Con bọ hung đập rộn lên một màu xanh ngọc lục bảo và bất chợt mọi dấu vết tuổi tác biến đi khỏi người phụ nữ lớn tuổi, khiến bà trông trẻ ra như trước kia và xinh đẹp lạ thường. Nó đập theo nhịp một lần nữa và Tsagaglalal trở lại thành người Sophie biết là Dì Agnes.

Sophie nhìn người phụ nữ, và nhớ lại...

... *Tsagaglalal đang ngồi bên kia bàn thu tiền cách xa một người đàn ông mang mặt nạ bằng vàng che quá nửa khuôn mặt... trừ phi đây không phải là mặt nạ. Da thịt ông ta cứng lại thành kim loại. Bụm trong hai bàn tay – một tay bằng xương bằng thịt, một tay bằng vàng – là con bọ hung ấy. Ông ta nhẹ nhàng đặt nó vào tay Tsagaglalal, gấp các ngón tay bà trên đó. "Bà là Tsagaglalal," ông ta nói, giọng ông ta trầm trầm vang rền, "Người Canh Giữ, Bây giờ và mãi mãi. Tương lai của giống người là đây trong tay bà. Hãy gìn giữ thật tốt."*

Sophie nhấp nháy mắt và nhìn thấy...

... *Tsagaglalal đang đứng trước hai cô gái tuổi thiếu niên có đôi mắt màu xanh lá và mái tóc đỏ gần như giống hệt nhau: Aoife và Scathach. Hai cô gái ăn vận như những chiến binh, mặc đồ da hoẵng của vùng Đại Đồng bằng. Phía sau họ, khói tỏa trên một bãi chiến trường mênh mông, rải rác những xác sinh vật không phải người cũng không phải thú mà là loài gì đó lai tạp giữa hai giống loài ấy. Một trong hai cô gái, vóc người nhỏ nhắn hơn cô kia, tàn nhang lấm tấm trên mũi, bước tới để nhận con bọ hung ngọc bích từ tay người phụ nữ được cả bộ tộc biết đến dưới chức danh Người Canh Giữ. Sau đó, cô gái nhỏ quay người giơ con bọ hung lên cao, và đạo quân đang tụ tập kêu thét tên cô: "Scathach!"*

Sophie chăm chú nhìn các hình ảnh kia biến đổi và xoắn vặn thành...

... Aoife, mặc trang phục hai màu đen và xám, nhảy ra khỏi một ô cửa sổ nơi tòa tháp, rơi vào một đường hào phủ một lớp băng. Ngay trước khi cô biến mất dưới làn nước xám đen, cô giương cao vật chạm khắc ngọc bích vừa đánh cắp được.

Sophie ý thức thời gian đang trôi qua vùn vụt, từng tháng, từng năm lung linh thoáng qua chỉ trong vài giây. Lúc này, cô gái nhỏ tóc đỏ có gương mặt lấm tấm tàn nhang đã trở thành một thiếu nữ và...

... Scathach, mặc đồ lông thú và da thuộc, phóng xuyên qua khu rừng tre, những mũi tên đen khổng lồ như mưa tuôn xuống quanh người. Một tay cầm một thanh kiếm cong, tay kia cầm con bọ hung. Đằng sau, Aoife lẻn qua rừng tre đón đầu một đạo quân toàn những con quỷ sứ da xanh lè.

Vùng ký ức tràn ngập, những hình ảnh nhanh chóng dồn đến, cái này tiếp nối cái kia, mô tả...

... Scathach đang quỳ trước một cậu trai mặc áo choàng hoàng gia Ai Cập, cánh tay cô vươn lên dâng tặng cho cậu ta viên ngọc bích màu xanh lá.

... vẫn là Scathach, đang đứng trên thân thể bất động của chính cậu trai kia. Hai cánh tay cậu ta khoanh trước ngực, cô nhẹ nhàng gỡ con bọ hung ra khỏi mấy ngón tay cứng đờ. Cô đưa nó lên môi, hôn vào đó và nhỏ những giọt nước mắt đỏ như máu khóc thương bạn mình, vị vua trẻ tuổi Tutankhamen. Có tiếng kêu la, Bóng Tối quay lại rồi nhảy ra cửa sổ ngay khi những tên lính bảo vệ người Nubia của nhà vua xông vào phòng. Bọn họ đuổi theo cô băng qua sa mạc ròng rã suốt ba ngày cho tới khi cô trốn thoát.

Thêm nhiều hình ảnh nữa, nhanh không thể tưởng, những mảnh vụn của các khuôn mặt cùng những nơi chốn khác nhau – và rồi, ngay tức khắc, xuất hiện...

... Perenelle, trong y phục tao nhã thuộc thế kỷ mười chín, với Nicholas bên cạnh, đang nhận một chiếc hộp buộc bằng dải băng từ Scathach, đang mặc quân phục của một người đàn ông, thanh kiếm dắt ngang hông. "Sao, cô lại tặng tôi một con bọ phân ư," người phụ nữ Pháp vừa nói vừa mỉm cười trong lúc đang mở hộp.

Sophie nhấp nháy mắt, và nhìn thấy...

... Perenele, lúc này đã mặc trang phục của thế kỷ hai mươi, đội nón chụp, tặng đúng chiếc hộp buộc dây kia cho Tsagaglalal, Người Canh Giữ. Đằng sau họ, đống tàn tích của San Francisco âm ỉ cháy, bốc khói, hậu quả của một trận động đất kinh khủng.

Ký ức nhạt dần, Sophie mở choàng mắt, chăm chú nhìn bà lão trao con bọ hung cho Perenelle. "Tôi đã biết vật này hàng mười ngàn năm nay," Tsagaglalal nói, và mặc dù nó thường vuột khỏi tầm sở hữu của tôi, nhưng chẳng sớm thì muộn cũng sẽ luôn quay trở về với tôi thôi. Tôi thường tự hỏi không biết tại sao lại thế. Có phải tôi – cũng như mọi Người Canh Giữ khác – phải giữ cho nó an toàn cho tới tận giây phút này?"

Perenlle ngước nhìn lên. "Tôi nghĩ bà, cũng như mọi người khác, sẽ biết chứ."

Tsagaglalal lắc đầu. "Khi ông ta trao nó cho tôi, ông ta đã nói tôi đang nắm giữ tương lai của nhân loại trong bàn tay mình. Nhưng ông ta vẫn thường nói những điều như thế mà. Ông ta lúc nào cũng rất ấn tượng."

Nữ Phù thủy nhìn vật chạm khắc kia, quay nó về phía ánh sáng để chiêm ngắm từng chi tiết. "Khi Scathach trao thứ này cho tôi vào sinh nhật thứ năm trăm của mình, tôi đã trêu chọc rằng cô ấy đã tặng tôi một con bọ phân. Nữ Chiến binh trả lời, 'Phân còn có giá trị hơn bất kỳ thứ kim loại quý nào. Bà đâu thể trồng thực phẩm trên vàng được.'" Perenelle nhìn sang Tsagaglalal. "Tôi đã không nhận ra rồi thì nó sẽ có giá trị và cổ xưa biết bao."

Tsagaglalal lắc đầu. "Tôi cũng vậy, mặc dù ông ấy tặng nó cho tôi vào trước hôm tặng cho tôi Cuốn sách kia."

Sophie cau mày. "Ai tặng cho bà con bọ hung và Cuốn sách kia ạ?" Một cái tên lung linh trong tâm trí cô. "Đó có phải là Pháp sư Abraham không?"

Tsagaglalal gật đầu buồn bã, rồi mỉm cười. "Đúng, đó là Pháp sư Abraham, mặc dù ta chưa gọi ông ấy là Pháp sư bao giờ. Đó là một chức danh mà ông ấy ghét lắm."

"Thế bà gọi ông ấy là gì?" Sophie hỏi. Trái tim cô chợt đập rất nhanh, khiến cô như ngộp thở.

"Ta gọi ông ấy là chồng."

Chương hai mươi tám

Billy the Kid vừa phóng từ bên này qua tới bên kia hành lang, vừa nhìn vào các xà-lim làm chuồng cho các sinh vật đang ngủ. "Tôi muốn nói là mình đã sống trên trái đất này suốt cả một thời gian rất dài mà tôi chưa bao giờ trông thấy bất cứ thứ gì giống như thế." Gã đang nhìn vào một người đàn ông vạm vỡ nước da màu xanh lơ, với mớ tóc đen cứng đanh và hai cái sừng uốn cong lú lên khỏi đầu. "Ông đã trông thấy bao giờ chưa?" gã hỏi Niccolò Machiavelli.

Machiavelli liếc nhanh vào xà-lim. "Đó là một con oni," y nói. "Một con quỷ gốc Nhật Bản," y nói thêm, trước khi Billy kịp hỏi. "Mấy con da xanh rất khó chịu, nhưng bọn da đỏ mới thật sự là tệ hại." Tay người Ý tiếp tục bước xuống dãy hành lang nhà tù đầy sát khí, hai bàn tay đan sau lưng, đôi mắt xám lạnh lẽo dán chặt phía trước.

"Ông lại có những ý nghĩ thâm hiểm, những ý nghĩ đen tối ấy nữa rồi," Billy nói, hạ giọng xuống khi gã cùng nhịp bước bên cạnh người bất tử mặc bộ vét sẫm màu.

"Vậy ra bây giờ anh trở thành người đọc tâm trí kẻ khác rồi sao."

"Đọc thân hình người khác thì có. Sống trong vùng Tây Cổ nghĩa là phải quan sát xem người ta đứng và di chuyển thế nào, hiểu được vẻ ngoài, động tác co rúm, kéo giật, mới biết ai là người có khả năng rút súng và ai là người ngã xuống. Tôi rất giỏi việc đó," tay người Mỹ nói hết sức tự hào. "Và lúc nào tôi cũng biết khi nào người ta sẽ làm chuyện ngu ngốc," gã nói thêm rất nhẹ nhàng.

"Tôi sẽ không định làm gì ngu ngốc đâu," Machiavelli khẽ nói. "Tôi đã có lời hứa của chủ nhân mình kia mà, và tôi sẽ bám sát vào đó: tôi sẽ đánh thức bầy quái thú này, thả chúng vào thành phố."

"Nhưng ông không vui vẻ gì khi thực hiện việc đó, đúng không nào?'

Machiavelli loáng nhìn Billy thật nhanh.

"Ý tôi là, trông thấy những thứ nằm trong các xà-lim này, tôi không chắc là mình muốn chúng tự do lang thang trong bất cứ thành phố nào," Kid nói, giọng gã lí nhí. "Bọn này toàn là lũ ăn thịt và uống máu, đúng không?"

"Chưa gặp một con quỷ sứ nào ăn chay bao giờ," Machiavelli nói. "Nhưng đúng đấy, hầu hết bọn này đều là loài ăn thịt. Một số trông gần như giống hệt con người, tuy nhiên, lại sống nhờ vào năng lượng hắc ám của giấc mơ và những cơn ác mộng."

"Ông có muốn chúng được tự do ở San Francisco không?" Billy hỏi khẽ.

Machiavelli im lặng không nói gì, nhưng hơi lắc đầu, môi chụm lại hình thành một từ mà y không thốt ra tiếng. *Không.*

"Tuy nhiên ông lại đang bịa đặt chuyện gì đó, tôi có thể nói vậy," Billy nói thêm

"Sao anh lại nói thế được?" Machiavelli hỏi, kèm theo một nụ cười nhẹ.

"Dễ thôi." Đôi mắt màu xanh lơ của tay bất tử người Mỹ lóe lên trong vùng tối. "Ông quá dễ nhận biết. Ông sẽ không bao giờ sống sót nổi ở miền Tây đâu."

Machiavelli chớp mắt đầy vẻ ngạc nhiên. "Tôi đã sống sót ở những nơi còn nguy hiểm hơn nước Mỹ của anh hồi thế kỷ mười chín, tôi đã làm được thế là nhờ biết giữ gương mặt mình không biểu cảm và giữ ý kiến cho riêng mình."

"À, nhưng đó mới chính là nơi ông đang phạm sai lầm, Ông Machiavelli ạ."

"Cứ gọi tôi là Niccolò. Huấn luyện cho tôi đi, anh bạn trẻ."

Billy vui vẻ cười toe, khoe ra hàm răng vẩu. "Chưa bao giờ nghĩ mình lại có gì đó để dạy ông."

"Ngày chúng ta ngừng không học nữa là ngày chúng ta nhắm mắt xuôi tay kia mà."

Billy lanh lợi xoa hai bàn tay vào nhau. "Vậy thì tôi nghĩ mình đúng khi nói rằng ông là một người ham học hỏi – đúng, phải không Ông Machiavelli?"

"Luôn đúng. Đó là một trong nhiều nét tương đồng giữa tôi và Dee. Cả hai chúng tôi đều ham học hỏi ghê gớm. Tôi luôn tin rằng tính tò mò là một trong những thế mạnh nhất của con người."

Billy gật đầu. "Tôi cũng rất hay tò mò. Điều đó đưa tôi

vào nhiều rắc rối lắm," gã nói thêm. "Bây giờ, nếu ông liếc nhanh ra phía sau mình..."

Machiavelli liếc ngoái ra sau, Josh, Dee và Dare đang theo sát.

"Cậu con trai rõ ràng là kinh ngạc và sợ hãi..." Billy vẫn chăm chăm nhìn thẳng ra phía trước.

Josh Newman đang đi theo hai người bất tử trong tâm trạng sửng sốt, hai mắt mở lớn và miệng cậu há hốc khi đi ngang qua hết xà-lim này đến xà-lim khác, và mỗi cái đều có một sinh vật mới xuất hiện. Cậu thấy kinh khiếp – điều đó thật rõ rành rành. Từng tua khói màu vàng kim uốn vặn bốc ra từ mái tóc cậu, rỉ ra khỏi tai và lỗ mũi, hai bàn tay khóa chặt trong nắm đấm như chiếc găng bằng vàng.

"Dee không quan tâm đến các sinh vật kia, bởi vì hắn là người tụ tập chúng và biết thứ gì đang ở đây," Billy nói tiếp, "còn Virginia cũng không quan tâm, bởi vì hoặc ả ta cũng đã từng chiến đấu với chúng trong quá khứ, hoặc biết rằng Elder ống sáo sẽ bảo vệ ả." Gã nghiêng đầu qua một bên, cân nhắc. "Hoặc có lẽ bởi vì ả biết rằng mình còn nguy hiểm hơn cả bọn chúng."

"Tôi chỉ biết ả ta qua tiếng tăm thôi," Machiavelli nói. "Ả ta có tệ như người ta nói không nhỉ?"

"Tệ hơn ấy chứ," Billy vừa nói, vừa gật đầu hăm hở, "tệ hơn nhiều, nhiều lắm. Đừng bao giờ phạm phải lỗi lầm là tin vào ả."

Dee và Dare đi cuối hàng. Machiavelli để ý thấy Dee nói chuyện rất nhiều với người phụ nữ kia. Khuôn mặt ả là một chiếc mặt nạ kết bằng vỏ cứng, đôi mắt xám cùng màu với những khối đá dựng thành sàn và tường. Ả thoáng bắt gặp Niccolò đang nhìn mình và giơ bàn tay lên đáp lại. Dee ngước nhìn lên, trừng mắt, mùi trứng thối rất nhanh lấp đầy cả khối xà-lim, thậm chí còn mạnh hơn mùi hôi thối của bầy quái thú đang ngủ kia. Machiavelli nhìn đi chỗ khác trước khi Dee kịp nhìn thấy y mỉm cười. Y thấy lòng vui vui khi biết rằng y vẫn khiến cho tay Pháp sư người Anh phải kinh sợ.

"Vì thế, theo thói tò mò của mình, ông *nên* nhìn vào mấy căn xà-lim mới phải," Billy nói dứt ý. "Nhưng ông lại không làm vậy. Thế có nghĩa là ông đang suy nghĩ đến điều gì đó quan trọng hơn nhiều."

"Ấn tượng," Machiavelli tán thành. "Lập luận của anh không chê vào đâu được... ngoại trừ một điều."

"Điều gì?"

"Bọn sinh vật hình thù quái dị và lũ quái thú gớm guốc này từ lâu đã mất khả năng khiến tôi kinh sợ rồi. Tình thật, chỉ có loài người thật sự – và những họ hàng gần của họ, các Elder và Thế hệ Kế tiếp – mới có khả năng hay làm tôi sợ hãi thôi." Y hất đầu vào dãy xà-lim. "Bọn quái thú tội nghiệp kia bị dồn tới đây đơn thuần chỉ do nhu cầu sống còn và ăn uống của chúng. Đó là bản chất của chúng, và bản chất đó đã khiến chúng trở nên có thể đoán trước được. Trái lại, con người lại có khả năng thay đổi bản chất của mình. Con người là loài thú duy nhất có thể hủy diệt thế giới này. Bọn quái thú chỉ sống trong hiện tại, nhưng loài người có khả năng sống cho tương lai, truyền lại những kế hoạch cho con cái, cháu chắt của họ, những kế hoạch có thể mất hàng nhiều năm, nhiều thập kỷ, thậm chí nhiều thế kỷ, mới đạt độ chín muồi."

"Tôi có nghe nói loại hoạch định như thế là chuyên môn của ông," Billy nói.

"Chính xác." Machiavelli vẫy một bàn tay về phía căn xà-lim chứa ba con domovoi lông lá đang nằm ngủ, con này gớm guốc hơn con kia, con kia còn gớm guốc hơn con nọ. "Vì thế, mấy thứ này đâu có làm tôi sợ được, thậm chí tôi còn không quan tâm."

"Ông nói nghe có vẻ kiêu căng ngạo mạn như Dee vậy," Billy cáu kỉnh, thoáng vẻ cứng rắn len vào trong giọng nói. "Và tôi chắc chắn những người sống ở San Francisco này sẽ không đồng ý với các người đâu."

"Đúng vậy," Machiavelli thừa nhận.

Billy hít vào một hơi thật sâu. "Nếu các sinh vật này tới được bờ biển, sẽ có..." Gã dừng lại một chút, tìm từ thích hợp. "Hỗn độn. Hoảng loạn."

"Bây giờ, ai đang có những ý nghĩ đen tối thâm hiểm vậy cà?" Machiavelli nhẹ nhàng hỏi. "Chắc hẳn ai đó đang nghĩ tới điều này – một người sống ngoài vòng pháp luật lại có lương tâm kia đấy."

"Có lẽ cũng chính là những ý nghĩ đen tối thâm hiểm hệt như ông đang có thôi mà," Billy làu bàu. "Tôi sẽ thừa nhận là không thoải mái chút nào khi thả những con quỷ sứ này lên người của mình."

"Người *của anh*?" Machiavelli châm chọc.

"Người của tôi chứ sao. Tôi biết họ không phải là người của ông, họ đâu phải là người Ý...," Billy dợm nói.

"Họ là con người mà," Machiavelli nói, "và điều đó làm cho họ cũng trở thành người của tôi nữa chứ."

Billy the Kid nhìn Niccolò thật nhanh. "Lần đầu tiên khi gặp ông, tôi cứ nghĩ ông giống hệt như Dee ấy... nhưng bây giờ tôi không còn chắc chắn thế nữa."

Đôi môi Machiavelli cử động thành một nụ cười thoáng qua rất nhanh. "Tôi và Dee có nhiều tính cách giống nhau lắm – nhưng đừng nói với hắn điều đó. Hắn sẽ bị sỉ nhục đấy. Chỗ khác nhau giữa chúng tôi là Dee sẽ làm bất kể việc gì cần thiết để đạt được mục tiêu cuối cùng của mình. Tôi đã quan sát hắn tuân theo mệnh lệnh chủ nhân mình thậm chí cả khi điều đó có nghĩa là phải tiêu diệt toàn bộ các thành phố và hàng mười ngàn sinh mạng. Tôi chưa từng làm thế bao giờ. Cái giá cho sự bất tử của tôi là khả năng phục vụ, chứ không phải linh hồn tôi. Bây giờ tôi là con người, và tôi luôn luôn là thế."

"Tôi nghe theo ông," Billy the Kid lầm bầm.

Dãy hành lang kết thúc tại một cánh cửa ra vào bằng kim loại. Machiavelli đẩy cánh cửa mở ra, nhấp nháy mắt trước ánh mặt trời buổi chiều và hối hả bước xuống những bậc thang bằng bê-tông dẫn ra sân tập thể dục. Tay người Ý hít thở sâu, đưa vào phổi bầu không khí giàu muối, xua tan mùi xạ hôi thối của thú vật tràn ngập cả khối xà-lim. Y đợi Billy lên cùng mình. Y quay lại trong lúc Kid vẫn còn ở bậc trên cùng, để mặt hai người ngang tầm. "Tôi đã có lời hứa với chủ nhân của mình và với Quetzalcoatl rằng tôi sẽ mở cửa thả lũ sinh vật này vào thành phố. Tôi không thể phản bội lại lời hứa của mình."

"Không thể hay chắc chắn sẽ không?"

"Không thể," Machiavelli nói chắc nịch. "Tôi sẽ không trở thành *waerloga* – một người phản bội lời thề."

Billy gật đầu. "Tôi kính trọng người biết giữ lời hứa. Cứ bảo đảm là ông đang giữ lời hứa đó vì một lý do đúng đắn."

Machiavelli chồm người tới trước, mấy ngón tay cứng như thép cắm vào vai Billy. Tay người Ý dán chặt mắt mình trên mắt Billy. "Không, anh phải bảo đảm mình đang *phản bội* lời hứa đó vì một lý do đúng đắn thì có!"

Chương hai mươi chín

Perenelle nhẹ nhàng đặt con bọ hung màu xanh ngọc bích vào giữa ngực Nicholas, rồi hơi dịch sang bên trái cho tới khi nó nằm ngay trái tim ông.

Tsagaglalal đưa tay ra nắm lấy bàn tay Nhà Giả kim, tay trái, rồi tay phải, đặt trên mình con bọ hung ngọc bích, gần như hoàn toàn phủ kín nó. Sau đó, bà nhìn Nữ Phù thủy. "Bà chắc chứ?" bà ta hỏi.

"Chắc."

"Không phải lúc nào cũng thành công. Nguy hiểm đấy."

"Nguy hiểm? Ý bà là sao khi nói nguy hiểm?" Sophie hoảng hốt hỏi. Cô vẫn đang nắm tay Nữ Phù thủy, chợt cảm nhận thoáng sợ hãi lộ ra qua sự kết nối giữa họ. Cô cũng thấy sợ hãi khi biết Nữ Phù thủy cũng lo sợ. Mặc dù đầu Perenelle không hề động đậy, nhưng mắt bà chuyển sang dán chặt vào mắt Sophie.

"Nếu quá trình này không có tác dụng, thì Nicholas sẽ chết, còn ta sẽ phí hoài một ngày sống của mình," bà nói. "Nhưng ta phải làm thôi. Không còn chọn lựa nào khác." Nữ Phù thủy siết chặt mấy ngón tay Sophie. "Và nếu thành công, thì chúng ta sẽ có Nicholas thêm một ngày nữa." Một câu hỏi lung linh xẹt ngang qua tâm trí Sophie... và Perenelle trả lời cho câu hỏi ấy. "Đúng, sẽ tạo ra một thay đổi lớn lao."

Tsagaglalal đặt bàn tay trái mình trong tay Perenelle, rồi đưa bàn tay phải qua bên kia giường hướng về phía cô gái trẻ. "Perenelle sẽ rút một chút luồng điện của chúng ta và chuyển vào con bọ hung, đến lượt mình, nó sẽ phóng thích vào cho Nicholas. Cứ nghĩ quá trình hoạt động như một thỏi pin. Miễn là có năng lượng trong con bọ hung thì Nicholas sẽ còn được sống."

Sophie đặt bàn tay trái mình vào bàn tay xương xẩu của bà lão đang nắm chặt như có móng vuốt.

"Không đau đâu," Tsagaglalal nói tiếp. "Con còn trẻ; chí ít thì luồng điện của con cũng sẽ nhanh chóng được làm đầy trở lại thôi."

"Còn luồng điện của hai người thì sao ạ?" Sophie hỏi ngay.

"Ngay như nếu có thể, thì luồng điện của ta cũng không cần tự tái sinh làm gì. Mục đích của ta trong Vương quốc Bóng tối này hầu như đã đạt được rồi." Đôi mắt màu xám như đá lửa kia bỗng hóa xa xăm. "Nhiệm vụ của ta là để ý quan sát con, rồi trông nom canh giữ con. Chẳng bao lâu nữa ta sẽ có thể yên nghỉ trong an bình."

Bất thình lình, nhiệt độ trong phòng rơi tuột xuống mức lạnh đến thấu xương. Sophie thở hổn hển vì sốc. "Bất kể con làm gì," Perenelle nói, hơi thở của bà phà ra từng búi khói trắng tinh theo từng từ phát ra, "con không được phá vỡ vòng tròn này cho tới khi con bọ hung được nạp đầy năng lượng từ luồng điện của con. Con có hiểu không?"

Sophie gật đầu.

"Con có hiểu không?" Perenelle hỏi lại một lần nữa, kiên quyết hơn. Nếu quá trình này không hoàn tất, Nicholas sẽ chết tại đây ngay bây giờ, còn ta sẽ chết vào ngày mai."

"Con hiểu ạ," Sophie nói, hai hàm răng cô bắt đầu đánh lập cập. Cô cúi xuống nhìn thân thể bất động của Nicholas Flamel. Da thịt ông xám ngoét, một lớp pha-lê mỏng sương giá hình thành quanh cánh mũi và môi.

Luồng điện màu trắng như nước đá của Perenelle xoắn vặn và cuồn cuộn dâng lên quanh người bà, Sophie ngay lập tức ý thức những sợi bạc – bạc *của* cô – đan dệt qua đó. Cô nhìn xuống mới phát hiện ra rằng luồng điện của mình đã biến thành những chiếc găng tay sắt bọc quanh hai bàn tay ngay chỗ cô đang nắm chặt những ngón tay Tsagaglalal và người phụ nữ bất tử.

Nữ Phù thủy nhắm mắt. "Và thế là khởi đầu một quá trình," Perenelle nói.

Sophie cảm thấy luồng điện bạc của mình nở ra, luồng hơi nóng bất ngờ xâm chiếm toàn thân cô. Luồng điện trổ hoa ngay giữa vùng ngực, rồi tỏa ra phía ngoài, chảy xuống đi vào hai cẳng chân, châm chích tận những ngón chân. Hơi nóng chạy rùng rùng dọc cánh tay, nung đốt hai lòng bàn tay, cắm những đinh ghim và kim nhọn nhảy múa nơi các đầu ngón tay. Luồng hơi ấm dâng lên ngang cổ, thiêu đốt hai bên má, hong khô đôi mắt. Cô nhắm tịt mắt lại, rùng mình khi một mớ bòng bong ký ức lộn xộn rối bời ngập tràn thân người mình. Cô biết đó là của Perenelle...

... một người đàn ông đội mũ trùm đang ngồi giữa một hang động, đôi mắt màu xanh lơ sáng rực lấp lánh những hình ảnh phản chiếu của những khối pha-lê khổng lồ được dát trên mấy vách hang. Ông ta đang cầm một cuốn sách nhỏ bìa bọc kim loại trong bàn tay phải. Ông ta chống cuốn sách kim loại cong cong, lấy chỗ cho bàn tay trái đặt trên bìa sách...

... Nicholas Flamel – người mảnh khảnh, tóc sẫm màu, trẻ trung và điển trai – đang đứng phía sau một quầy bán hàng bằng gỗ chỉ bày có ba cuốn sách dày bìa da dê. Ông quay người nhìn bà, đôi mắt không nheo nheo cười...

... và lại là Nicholas nữa, lúc này đã đứng tuổi hơn, tóc và râu đã bạc, đang ở trong một căn phòng nhỏ bé tăm tối, hàng chục dãy kệ chứa gấp hai lần sách và các bản thảo viết tay.

... chỉ duy một cuốn sách nằm trên bàn, Cuốn Codex *bìa kim loại, các trang sách nhất loạt bật mở ra rồi cuối cùng mới dừng lại nơi trang giấy lúc nhúc chữ viết như những cây gậy, lấp lánh sáng màu sắc hình thành nên những hình dạng của bọ hung, rồi tái hiện trở lại thành những gì chắc hẳn là một vầng trăng khuyết... hoặc một cuốn sách.*

... và một thành phố đang bốc cháy, cháy, cháy rừng rực...

Hơi nóng bùng lên suýt làm Sophie nghẹt thở, các hình ảnh kia biến đổi, hóa sẫm đen, tím ngắt, trở thành dòng ký ức của Tsagaglalal...

... một kim tự tháp nứt nẻ ra thành từng mảng.

... một khu vườn treo tròn tròn sắc màu rực rỡ, những giống cây nước ngoài xa lạ nổ ra thành trái banh lửa, nhựa cây sôi sục, bắn vọt lên thành những vệt lửa...

... một cánh cửa kim loại khổng lồ nóng chảy, chạm đục những gương mặt được kéo dài ra vì sức nóng, phân hủy, chảy rỉ ra thành những viên dài dài dính dính, bằng vàng và bạc lóa sáng khắp mặt sàn đá cẩm thạch láng bóng, xoắn cuộn vào với nhau...

... hàng trăm con tàu hình tròn bay lượn từ trời cao rơi xuống như những dải sao chổi đang bùng cháy nổ tung khắp thành phố như một mê cung...

... và Scathach cùng với Joan Arc, mình mẩy toàn những máu và dơ bẩn, đang đứng đâu lưng vào nhau trên dãy cầu thang của một kim tự tháp bị bọn quỷ sứ đầu chó khổng lồ bao vây...

... trong khi Palamedes đứng cao vượt lên trên một Shakespeare đã bị ngã, đang bảo vệ ông, cánh tay mạnh mẽ của ông đang nắm một con đại bàng đầu sư tử, đôi cánh tơ vỗ phần phật giật mạnh lấy ông, mấy cái răng nanh tàn ác chỉ còn cách đầu ông có vài phân...

... còn Saint-Germain đang tuôn lửa từ trời xuống như mưa rào, trong khi đằng sau ông mặt biển dâng lên thành một bức tường nước đen ngòm...

... và Sophie... hoặc là một cô gái nhỏ trông hết sức giống cô đến mức tưởng chừng như là cô em song sinh giống hệt cô...

Đột nhiên, một Sophie năm tuổi đang đứng trong chính căn nhà này, tay nắm tay cậu em mình, được giới thiệu với một bà lão mà trước giờ cô chưa hề gặp.

"Còn đây là dì Agnes," mẹ cô đang nói. "Bà sẽ trông nom tụi con khi ba mẹ không ở đây..."

Có gì đó rất lạnh trườn bò nơi ngóc ngách tâm trí Sophie, không phải ký ức nhưng là một ý nghĩ, một thứ chua chát và cay đắng. Nếu Dì Agnes không phải là dì ruột của cô, vậy còn bà dì khác, Dì Christine bí ẩn, người đang sống trên Mũi Montauk mà hai đứa nhỏ thường viếng thăm mỗi Giáng Sinh thì thế nào? Bà Christine cũng không có họ hàng bà con gì với bọn trẻ cả. Bà ấy là ai? Chắc cũng như Agnes, và hai người phụ nữ này có họ với nhau không? Sophie vô cùng muốn nói chuyện với ba mẹ; cô cần hỏi họ xem làm thế nào họ quen biết Agnes và Christine, họ quen biết hai người này bao lâu rồi. Cô thấy mình đang thắc mắc không biết làm thế nào hai bà lão này lại khéo luồn lọt vào cuộc sống của nhà Newman được kia chứ. Cô nghe ba nói chuyện về Dì Agnes, và mẹ đã trải qua mọi mùa hè hồi thời thơ ấu với Dì Christine. Mối quan hệ mật thiết này quả là kinh khủng. Gia đình Newman đã bị đặt dưới sự giám sát bao lâu rồi? Và tại sao? Có phải bởi vì cô và Josh là cặp song sinh? Nhưng vậy thì tại sao dì Agnes và dì Christine đang canh chừng ba mẹ cô? Trừ phi cả hai đã biết, hàng bao nhiêu năm trước đó rồi, là Richard và Sara sẽ gặp nhau, phải lòng nhau, cưới nhau và sinh ra cặp song sinh vàng và bạc. Có phải họ đã biết chuyện này sẽ xảy ra một cách tự nhiên, hay là bằng cách nào đó, họ đã lôi kéo vận động cho điều đó xảy ra? Một cơn rùng mình chạy xuyên suốt người Sophie: thậm chí cả ý tưởng này cũng thật kinh khủng.

Cô cần phải nói chuyện này với Josh; ước gì có cậu ở đây.

... Và bất thình lình, Josh xuất hiện...

Cô cảm nhận được mối liên kết với cậu em sinh đôi của mình, cứ như thể theo luật tự nhiên, một lần nữa cô nguyên vẹn trở lại. Suốt mười lăm năm qua, cô chưa bao giờ từng nghĩ hai đứa lại bị sống xa nhau một hai ngày như lần này, và ngay cả như thế thì hai đứa vẫn luôn liên lạc với nhau qua điện thoại, tin nhắn, và email. Mới đây, khi Josh quay lưng lại cô và bỏ đi theo Dee với Dare, cô cảm thấy như thể mình vừa bị thương toàn thân, như thể một phần thân thể cô bị mất đi. Nhưng chí ít thì cô cũng biết là lúc này cậu vẫn còn sống.

Cậu đang... cậu đang...

Sophie tập trung nhìn cho rõ, dồn hết sức vào cậu em trai mình, cố gắng dữ dội để nhớ lại mọi thứ cô đã được dạy cho đến nay về cách sử dụng các giác quan được Đánh thức. Cô chỉ cần biết rằng lúc này cậu an toàn và không bị tổn hại gì. Và nếu bằng cách nào đó cô có thể phát hiện ra ngay lúc này cậu đang ở đâu, cô sẽ đi kiếm về liền. Cô chắc chắn rằng hôm nọ, nếu chỉ có mình cô với Josh – không có ai khác quanh đó để can thiệp vào – thì cô đã có thể nói chuyện phải quấy với cậu được rồi.

Cô nhìn thấy cậu ấy trong đầu mình rõ hơn. Mái tóc vàng hoe bờm xờm bây giờ lính dính nhờn và cần phải tắm gội, hai túi mắt thâm đen dưới đôi mắt màu xanh lơ, từng vệt bồ hóng đen nhẻm dính đầy mặt...

Bất chợt cô ngửi thấy mùi muối và i-ốt, trộn lẫn với mùi của một sở thú, mùi xạ hương và mùi thịt, sau đó những hình ảnh kia bắt đầu hình thành. Một hình rõ hơn các hình khác: đường viền rõ nét của một hòn đảo phía trên là tòa nhà đá màu trắng với một ngọn hải đăng ở một đầu.

Josh đang ở trên Alcatraz.

Cậu đang đi xuống một hành lang nhà tù. Có các xà-lim nằm cả hai bên, mỗi căn giữ một sinh vật khác nhau. Cậu không thể gọi tên các sinh vật ấy, nhưng Bà Phù thủy Endor có thể nhận ra tất cả bọn chúng, và Sophie phát hiện rằng mình cũng biết chúng nữa – đây là các cluricaun của người Celt, oni của Nhật Bản, boggart của người Anh, bọn quỷ lùn của người Scandinavi, lũ huldu của Na Uy cùng với một con quỷ đầu trâu của Hy Lạp, và một con Windigo của người Mỹ Nguyên thủy trong xà-lim kế cận một con vetala của Ấn Độ. Cô có thể cảm nhận được hơi thở ngắn dần đến hổn hển của cậu em trai, cảm thấy dạ dày cậu tròng trành khi cậu đi ngang qua một xà-lim nhốt con nue, một sinh vật giống chó có đầu khỉ và đuôi rắn.

Dường như cậu vẫn bình yên vô sự, không ai có chú ý đặc biệt gì đến cậu. Ngay trước mặt cậu, người đàn ông đã rượt đuổi hai đứa nhỏ ở Paris – Niccolò Machiavelli – đang nói chuyện với một người đàn ông trông rất trẻ mặc quần jeans bạc phếch, mang đôi ủng cao-bồi mòn vẹt. Josh quay đầu lại, và Sophie nhìn thấy John Dee cùng với Virginia Dare đang gấp gáp thì thầm với nhau. Cả hai dừng hẳn lại và đồng loạt nhìn thẳng vào Josh, chính là vào Sophie.

Ngay tức thì, cô đứt kết nối với cậu em trai và tự buộc mình phải quay trở về hiện tại, tập trung vào cảm giác luồng hơi nóng đang dấy lên khắp người. Căn phòng lạnh cóng. Cô tự ép mình phải ý thức đến bàn tay hai người phụ nữ đang nằm trong tay mình và hoàn toàn biết rõ luồng điện đang chảy qua mấy đầu ngón tay cô rót vào bàn tay Perenelle.

Nicholas Flamel co rúm người.

Sophie bàng hoàng suýt thả rơi hai bàn tay của Perenelle và Tsagaglalal. Cô cúi xuống nhìn Nhà Giả kim. Những dải luồng điện bạc của cô và luồng điện trắng của Tsagaglalal đang cuộn quanh cánh tay dang của họ chảy thẳng vào hai tay Perenelle. Những tia lửa bạc và những sợi tơ nhỏ đùng đục nổ lốp bốp trên thân mình Nữ Phù thủy và nối kết với con bọ hung lúc này đang nhè nhẹ đập phập phồng theo nhịp, màu xanh lá tai tái chuyển thành màu sẫm, rồi trở lại xanh tái. Sophie ngay tức khắc ý thức nhịp đập của trái tim mình... và rồi nhận ra rằng con bọ hung đang đập cùng nhịp. Nước da Nhà Giả kim đã phơn phớt hồng, những đường hằn sâu quanh khóe mắt và trên trán có phần nhạt đi. Trông ông đã trẻ ra.

Ông lại co rúm người, mấy ngón tay nắm chặt, thả lỏng ra, rồi siết chặt một lần nữa trên con bọ hung chạm khắc kia.

"Một chút nữa," Perenelle thì thầm, giọng lè nhè vì kiệt sức.

"Tôi không thể cho cô thêm nhiều hơn nữa," Tsagaglalal làu bàu. Những tia lửa màu trắng ngả xanh lơ bò trườn xuyên qua mái tóc bà.

"Vậy thì chỉ còn có con thôi, Sophie," Perenelle khẩn nài. "Ta cần luồng điện của con thêm một chút."

Cô gái nhỏ lắc đầu. "Con không thể." Cô mệt lả đến lảo đảo và có cảm giác như nóng hừng hực vì sốt. Đầu cô động thùm thụp, cổ họng khô ráp và dạ dày cồn cào như vừa ăn ớt tươi. Cô nhớ lại cảnh báo của Scathach về những nguy hiểm vì sử dụng luồng điện quá nhiều: nếu một người sử dụng hết năng lượng từ luồng điện tự nhiên của họ, luồng điện ấy sẽ bắt đầu bòn rút da thịt người đó để tiếp nhiên liệu. Đó là một mối nguy hiểm rất thật có thể tự phát thành ngọn lửa cháy bùng lên.

"Con phải cố!"

"Không!"

Sophie cố rút tay ra, nhưng người bất tử giữ chặt lấy như gọng ngàm. "Có!" Perenelle nói một cách tàn ác, và trong tích tắc, luồng điện của bà rung rung từ trắng sang xám, rồi hóa đen, trước khi một màu trắng như khói cháy bùng lên trở lại.

Sophie giật mạnh mấy ngón tay ra nhưng không thể rút ra khỏi cú nắm chặt cứng của người phụ nữ kia. "Thả tôi ra!"

"Ta cần thêm một chút nữa. Nicholas cần thêm một chút nữa thôi."

Luồng điện Nữ Phù thủy tối sầm, dày lên, và bất chợt bầu không khí lạnh buốt tràn ngập mùi trà xanh và cây anise. Sophie nhận ra mùi hương của Niten và Prometheus một tích tắc trước khi những dải màu sắc trong luồng điện của họ bắt đầu thấm lên mặt sàn, màu xanh lơ thẫm quấn quanh thân cột dày màu đỏ rực như máu. Luồng điện của họ dời qua tới bên kia mặt sàn rồi mới cuộn lên quanh người Nữ Phù thủy, nhanh chóng nhuộm thẫm luồng điện của bà thành màu đen nhánh trở lại.

"Đủ rồi, Nữ Phù thủy," Tsagaglalal rền rĩ. "Đủ rồi. Cô đã làm mọi thứ có thể làm rồi."

Cánh cửa dẫn vào phòng bật mở thật mạnh, Prometheus và Niten ùa vào. Luồng điện của Elder và anh chàng bất tử người Nhật lóe sáng lên thành bộ áo giáp bọc quanh thân thể họ, nhưng bộ giáp kim loại đỏ được trang trí công phu bị tái đi, hóa thành pha-lê trong suốt khi mọi màu sắc bị gạn đi hết, còn bộ giáp gỗ và mắc xích theo kiểu samurai của Niten lởm chởm và bị cọ sờn.

"Nữ Phù thủy," Prometheus gầm lên, "bà đang làm gì vậy chứ?"

"Đủ rồi," Niten nói lạnh lùng. "Bà sẽ hủy diệt hết thảy chúng ta mất."

"Không bao giờ đủ," Perenelle cáu kỉnh. Luồng điện của bà bện lại thành những tua xoắn và những vệt dài nổi bật trên các luồng điện của mọi người trong căn phòng. Màu sắc chạy đan vào nhau, trở thành đục ngầu, hóa đen, rồi ra màu bùn, cuối cùng mới biến đổi thành một luồng điện đen nhánh đập theo từng nhịp. Mùi hôi thối mốc meo tụ lại trên không trung. Khi Nữ Phù thủy quay đầu lại nhìn Prometheus và Niten, đôi mắt màu xanh lá của bà chỉ tuyền một màu cẩm thạch đen. "Tôi cần thêm... Nicholas cần thêm."

Sophie vặn mạnh bàn tay thoát ra khỏi cú kẹp chặt của Nữ Phù thủy. Lực bung ra bất ngờ hất cô xoay tròn qua tới bên kia phòng, ngã vào vòng tay Niten, ở đó luồng điện bạc của cô biến bộ giáp samurai thành ra cứng cáp và trông như kim loại.

"Không!" Perenelle hét thất thanh, với tay tới Sophie. "Chúng ta chưa hoàn tất!" Một dải trắng rung rung chạy xuyên qua luồng điện đen nhánh của bà, biến nó thành màu xám, lọc hết màu tối đen kia ra.

Prometheus bước tới trước mặt Sophie và Niten. "Bà đã hoàn thành rồi, Nữ Phù thủy ạ." Ông ta nhìn bà lão và gật đầu. Tsagaglalal thả tay Perenelle và bước lùi lại.

"Nhưng Nicholas...," Perenelle thì thào. Luồng điện của bà lung linh trắng trở lại, đôi mắt kia từ từ hóa thành màu xanh lá.

"Bà đã làm tất cả những gì có thể làm cho ông ấy rồi," Elder nói.

Ngay lập tức, Nicholas thở ra, một hơi thở dài kêu rin rít uốn éo làn khói trắng từ đôi môi xanh dờn của ông tỏa vào không khí. Đôi mắt không màu của ông rung rung mở ra và ông ngồi bật lên, nhìn quanh quất. "Tôi đã bỏ lỡ chuyện hứng thú gì đó rồi phải không?"

Chương ba mươi

Năm tên anpu hộ tống người đàn ông có bàn tay móc câu đi xuyên qua dãy hành lang làm bằng đá cẩm thạch kết hợp với vàng ròng trong Điện Thái Dương. Dãy hành lang bình thường rộn ràng giờ vắng teo, và nhóm anpu được trang bị vũ khí, một số dẫn những con chó trông giống nhóm anpu bốn chân có vóc dáng nhỏ hơn, bảo vệ từng cánh cửa ra vào. Những ngọn nến tỏa hương và những ống sậy thơm cháy trong giá cao gắn theo từng khoảng cách đều đặn dọc dãy hành lang được thắp sáng trưng, nhưng mùi hương dìu dịu ấy lại hoàn toàn bị lấn át bởi mùi xạ hôi thối nặng nề của nhóm anpu.

Marethyu bị quấn trong những sợi xích đá không bẻ gãy được, mỗi sợi một bên cổ tay, một sợi khác quấn vòng quanh thắt lưng và thêm hai sợi quanh mắt cá chân. Mấy tên lính gác giữ mỗi tên một đầu dây, giữ ông ta ngay chính giữa một vòng tròn. Ông ta bị cởi tấm áo choàng phủ bên ngoài ra, lúc này mấy tên lính gác lấy nó vắt qua cánh tay, để ông ta mặc một chiếc áo sơ-mi tay dài bằng giáp xích kết lại, che người từ cổ xuống đến thắt lưng, phủ bên trên chiếc quần jeans xơ mòn và dơ bẩn. Những đầu mũ kim loại sáng lấp lánh trên mấy ngón chân của đôi ủng mòn vẹt và trầy xước. Mái tóc vàng hoe dài thượt dính bết lớp nhớp thả qua vai, và những nhát cắt xấu xí ngang trán lòa xòa lộn xộn qua đôi mắt màu xanh lơ đầy vẻ hoảng hốt. Râu ria xám bạc lởm chởm ba ngày không cạo mọc khắp hai bên má và cằm. Đầu ông ta lắc qua lắc lại trong lúc cả nhóm đi sâu hơn vào cung điện, đôi môi mấp máy khi ông ta phiên dịch lại những nét chạm khắc trên mấy tấm pa-nô ốp tường xưa cổ hoặc giải mã những chữ viết hệ Ogham[8] được phác thảo như một cách trang trí bên dưới những bệ tượng bằng kính hoặc kim loại đặt theo những khoảng cách đều nhau dọc hành lang.

Nhóm bảo vệ anpu lôi kéo ông ta trên đường đến một cánh cửa đôi cao và hẹp. Bọn chúng không gõ mà cũng chẳng vào.

Người đàn ông có bàn tay móc câu chồm tới trước dựa vào mớ xích để xem xét cánh cửa. Hai phiến kim loại mỏng khổng lồ, bằng vàng và bạc, xếp vào khe hở, được đánh bóng sáng như gương. Bên trên, một thanh rầm đỡ toàn bằng vàng cao cỡ một người đàn ông được chạm khắc hàng ngàn hình tượng vuông vức, trong mỗi hình tượng đều có gương mặt của một con người, con vật, hoặc quái thú. Vài hình tượng để trống, hoặc bỏ dang dở. Nhưng chính giữa thanh rầm là một hình vuông, to lớn hơn các hình vuông khác, cho thấy một hình chạm khác rất chi tiết của một vầng trăng khuyết... hoặc một cái móc câu.

Marethyu giật mạnh bàn tay trái, suýt làm tên anpu

---

[8] *Hệ thống chữ cái của Anh và Ai–len.*

đang nắm giữ sợi xích ngã nhào khi ông ta giơ cánh tay lên để so sánh chiếc móc câu của ông ta với hình chạm. Hầu như chúng giống hệt nhau. Liếc mắt, ông ta chịu khó dịch các hình tượng khắc chung quanh bức hình chiếc móc câu.

"Kỳ lạ quá hả, phải vậy không?" Một giọng nói mạnh mẽ vang lên khắp dãy hành lang.

Cánh cửa đôi răng rắc mở ra và làn khói trắng thơm nồng uốn éo tỏa ra, loắn quắn khắp cả mặt sàn. Làn khói đượm mùi ngòn ngọt giả tạo của hương trầm. Người nói vẫn còn ẩn mặt cho tới khi hai cánh cửa mở toang hẳn ra và ánh sáng trắng gay gắt từ bên trong lóe ra. Đóng khung trong khoảng hở kia là một hình dáng cao một cách thiếu tự nhiên, ánh sáng trắng tuôn ra khỏi chiếc áo choàng kim loại dài, có mũ trùm như một thứ chất lỏng. "Ta đã tìm thấy ngưỡng cửa này trong mớ tàn tích từ một thành phố của Thần Đất nằm giữa bãi lầy khốn khổ rất xa về hướng nam tính từ đây. Đầm lầy đã nhấn chìm hầu hết thành phố; ngưỡng cửa này thật cổ xưa và còn y nguyên. Đã mười ngàn – có lẽ đến mười lần mười ngàn – năm tuổi rồi đấy."

Marethyu lại giật mạnh một lần nữa, tên anpu đang giữ sợi xích cố giữ thăng bằng. Ông ta giơ cao cánh tay và vầng trăng khuyết bằng kim loại phẳng bẹt gắn vào cổ tay ông ta hóa thành bạc, rồi thành vàng trước ánh sáng phản chiếu. "Đúng là kỳ lạ," ông ta tán thành, "song điều này không làm tôi ngạc nhiên đâu. Không còn khiến tôi ngạc nhiên được nữa rồi." Ông ta hất cằm chỉ vào những hình tượng vuông vức xếp thành hàng. "Thật mừng khi thấy rằng họ vẫn nhớ đến tôi trong dòng lịch sử của họ."

"Các Thần Đất biết ông mà."

"Chúng tôi từng có một cuộc chạm trán ngắn ngủi."

"Hơn cả ngắn ngủi chứ, chắc thế phải không? Họ đã khắc hình tượng của ông lên đó cùng với danh sách các vị vua và nhà cai trị của họ kia mà." Dáng người cao cao mặc áo choàng kim loại bước tới trước, hất mũ trùm ra sau, để lộ đôi mắt bị kéo dài ra và nét mặt nhọn. "Tôi là Aten của Danu Talis."

"Tôi biết ông là ai mà. Còn tôi là... Marethyu."

"Tôi đang chờ ông đây," Aten nói.

"Abraham đã nói với ông là tôi đang đến sao?"

"Không," Aten đáp. "Tôi đã biết về ông lâu lắm rồi... rất lâu." Ông ta đưa mắt nhìn nhóm anpu canh gác, rồi nhìn vào những sợi xích đá quấn quanh Marethyu. "Mấy thứ xiềng xích này có cần thiết không?" ông ta hỏi.

"Dường như em trai ông nghĩ là có," Marethyu nói kèm theo một nụ cười để lộ ra hàm răng trắng nhỏ. "Thực tế, ông ta là người cố chấp nhất đấy."

Hàm răng dài của Aten ấn vào môi dưới. "Tôi cho là chúng vô dụng được chứ?"

"Hoàn toàn là thế." Bầu không khí nổ lốp bốp và một khoảnh bóng tối lung linh xung quanh người đàn ông một tay. Những xiềng xích bằng đá khua lách cách rồi vỡ vụn thành bụi đất quanh mình ông ta. Cú sốc khiến nhóm anpu canh gác lảo đảo bước thụt lùi, quờ quạng kéo cây kopesh của chúng lại. Marethyu lấy bàn tay phải xoa xoa vào cổ tay bên trái.

Aten nhìn bọn lính canh đầu chó rừng. "Để chúng tôi một mình," ông ta ra lệnh, rồi quay người bước trở lại vào phòng.

Bối rối, nhóm anpu nhìn nhau rồi nhìn Marethyu, lúc này đang cười toe, vẫy xua chúng đi. "Bây giờ thì đi hết đi, như lũ chó ngoan ấy." Ông ta quay người đi theo Elder vào phòng, sau đó đóng cửa lại sau lưng mình. Mặc dù hai cánh cửa dày bằng cả người ông, nhưng chúng vẫn im lặng rơi khớp vào đúng chỗ mà không cần một nỗ lực nào. "Em của ông sẽ không vui đâu," Marethyu nói.

"Mấy ngày nay Anubis hiếm khi vui lắm," Aten nói. "Cậu ta bảo tôi nên giết chết ông đi."

"Thậm chí thử giết thôi cũng đã là một sai lầm rồi," Marethyu vừa nói, vừa mỉm cười trong lúc quay người đối diện với Chúa tể Danu Talis. "Ông không biết có bao nhiêu người đã thử đâu." Khoanh tay trước ngực, ông ta nhìn quanh quất. Ông ta đang đứng trong một gian phòng hình tròn rộng mênh mông được thắp sáng bởi một ánh mặt trời nhân tạo nhỏ xíu lơ lửng ngay dưới khoảnh trần cao. Ông ta gật đầu đồng ý. "Tôi yêu kỹ thuật của các Quan chấp chính. Nó cháy bao lâu rồi?"

Aten vẫy bàn tay với những ngón thuôn dài. "Đây là vật thay thế. Nó thắp sáng gian phòng này suốt cả ngàn năm hơn. Tuy nhiên, đây là thứ cuối cùng theo kiểu mẫu này. Khi nó không còn cháy nữa, chúng tôi sẽ phải trở lại với một thứ ít nguyên sơ hơn."

Gian phòng hình tròn trống rỗng không có đồ đạc, những bức tường toàn bằng vàng và khoảnh trần bằng bạc trơn tru không có hình trang trí hoặc chữ viết gì. Tuy nhiên, một mẫu hoa văn như một mê cung vòng quanh nổi bật trên lớp dát vàng và bạc choán hết cả mặt sàn: bản đồ Danu Talis. Lớp dát bạc được dùng để tượng trưng cho nước, ánh sáng chiếu mờ mờ tạo ấn tượng như mặt nước đang chuyển động.

Aten đứng vào vị trí trung tâm của mê cung ấy, rồi quay sang Marethyu trở lại. Đôi mắt màu vàng mở to chiếu ra màu vàng kim dưới làn ánh sáng phản chiếu. "Tôi đã tìm thấy mặt sàn này trong một mớ tàn tích Cổ nằm riêng biệt một mình ngay giữa Đại Sa mạc. Tôi tin rằng nó từng là khoảnh trần của một ngôi thánh đường." Mấy ngón tay ông ta lần theo bản thiết kế. "Tôi đã lập mô hình thành phố này theo hình ảnh đó. Tôi thích ý tưởng cho rằng một kiểu mẫu Cổ lại trở thành tấm bản đồ của một thành phố hiện đại."

"Trước đây tôi đã từng nhìn thấy thiết kế này rồi," Marethyu vừa nói, vừa thả bước quanh đường viền của vòng tròn ấy. "Thiết kế xuất hiện khắp thế giới loài người, vào tận các Vương quốc Bóng tối và vượt xa hơn nữa." Ông ta không khoanh tay nữa mà đan vào nhau đặt sau lưng mình, đầu ông nghiêng qua một bên như đang chiêm ngưỡng mẫu hoa văn ấy. "Thật toàn diện."

"Đến từng mảnh một."

"Các bậc tiền bối của chúng ta thật đáng kinh ngạc," ông ta nói, rồi nhìn Elder. "Ông không đồng ý ư?"

"Ông không khiến tôi sợ hãi đấy chứ?" Aten hỏi, không trả lời câu hỏi ấy.

"Tôi chẳng có lý do gì để khiến ông phải sợ hãi." Marethyu lắc đầu. "Nhưng ông sợ tôi, phải không nào," ông ta nói rất khẽ.

"Tôi sợ thứ mà ông đang đại diện."

"Đó là cái gì vậy?"

"Án tử cho thế giới của tôi."

Marethyu lắc đầu. "Trái lại, tôi có mặt ở đây là để bảo đảm với ông rằng thế giới của ông – thế giới đặc biệt và đáng kinh ngạc mà ông đã tạo dựng này – vẫn tiếp tục tồn tại."

Aten sải bước băng qua mê cung. Ông ta dắt tay người đàn ông có bàn tay móc câu kia, nhưng Marethyu vẫn đứng yên, bình thản dửng dưng.

Đôi mắt vàng khè của Elder nheo lại thành hai khe nằm ngang. "Ông đang nhạo báng tôi đấy à?"

"Không," Marethyu nói nghiêm túc. Ông ta giơ cao cánh tay trái, ánh sáng rỉ ra từ chiếc móc câu cong cong. Aten lùi một bước. "Ông không biết điều gì đã khiến tôi đến đây," người đàn ông một tay nói tiếp. "Nhiều thiên niên kỷ nay, tôi đã cam chịu khốn khổ, đã lang thang xuyên qua vô số những dải thời gian để có mặt ở đây, tại nơi này, tại thời điểm đặc biệt này. Tôi đã hy sinh *mọi thứ* – từng thứ một mà tôi hết sức yêu quý – để đứng trước mặt ông."

"Tại sao?"

"Bởi vì giữa hai người chúng ta có thể quyết định số phận của Danu Talis và biết bao nhiêu thế hệ không kể xiết sẽ theo sau nó." Luồng điện tối sẫm của Marethyu lung linh, nhanh chóng xâm chiếm cả gian phòng phản chiếu sắc vàng kim. Ông ta phác một cử chỉ, và đột nhiên tấm bản đồ khổng lồ nằm dưới chân Elder phân hủy rồi tan rã thành những mảnh lởm chởm. Bạc chảy ra, chảy qua, sau đó tràn lên trên lớp vàng dát. "Nếu Danu Talis không chìm, thì thế giới này sẽ không bao giờ tồn tại..." Lớp dát bạc mờ xỉn thành màu nâu đùng đục, rồi kêu răng rắc và trượt tách ra. Marethyu lại phác một cử chỉ nữa; cơn gió lạnh buốt thổi ngang qua mặt sàn và từng mảnh bản đồ xưa cổ tung rắc khắp nơi, chẳng còn gì ngoài mặt đá trơ trọi bên dưới. "Đế chế của ông, đế chế mênh mông bao la De Danann, sẽ tiêu diệt không chỉ bản thân nó, mà là toàn bộ hành tinh này trong chỉ duy một thế hệ mà thôi."

"Tôi yêu quý mặt sàn này lắm đấy," Aten làu bàu.

"Tin tôi đi, Elder, ông bị kết án phải chứng kiến sự phá hủy còn tệ hơn như thế nhiều!"

Aten rúc hai tay vào ống tay áo và quay đi. Elder sải bước băng qua mặt sàn trống không, đường viền của tấm áo choàng kim loại quẹt vào mặt đá, bắn ra những tia lửa. Ông ta bước ra bao-lơn che bức rèm hình bông hoa và dây nho, trông xuống thành phố Danu Talis. Aten thở sâu, hít vào mùi hương dìu dịu của sự sống và phát triển, xua tan vị đăng đắng, hơi chua chua của luồng điện Marethyu.

Ánh sáng bắt đầu chìm xuống phía trời tây, những tòa

nhà ửng màu vàng rực, các dòng kênh nhấp nháy ánh bạc. Ở các tầng thấp của một vài tòa nhà cao, đèn đã bật sáng. Từ phía xa bên dưới vọng lên âm thanh của tiếng cười xa xa và văng vẳng thoáng nghe tiếng nhạc.

Marethyu xuất hiện bên cạnh Aten. Tựa phần dưới cánh tay trên bao-lơn, ông ta nhìn bao quát khắp thành phố đảo.

"Hãy nhìn ngắm thành phố từng được xem là vĩ đại nhất hành tinh," Aten nói, đầy vẻ tự hào.

Marethyu gật gù. Ông ta ngẩng đầu lên, đôi mắt màu xanh lơ tối lại hợp với màu trời khi ông quan sát vầng mặt trời chìm dần, phết lên những chiếc vimana đang bay tầm thấp một màu vàng bóng loáng, làm chúng trông giống như những vệt sáng vắt ngang vòm trời. "Thật là một kỳ quan."

"Trước thành phố này, từng có các thành phố lớn trên trái đất," Aten nói tiếp. "Người Cổ đại đã có các học viện thuộc thành phố, những trung tâm học tập tầm cỡ lớn, các vị Quan chấp chính và Thần Đất đã xây dựng các thành phố khổng lồ bằng kính và kim loại trong miền quá khứ xa xôi. Nhưng chưa bao giờ từng có cái gì như Danu Talis."

"Huyền thoại của thành phố này còn tồn tại suốt nhiều thiên niên kỷ," Marethyu tán thành.

"Danu Talis là một thành phố, một lãnh địa, một đất nước, và tôi đã cai trị ở đây gần hai ngàn năm nay. Cha tôi, Amenhotep, cai trị vùng thị tứ này ở đây từ trước khi có tôi, ông nội tôi, Thoth là một trong các Elder Vĩ đại đã vực hòn đảo nguyên thủy lên từ đáy đại dương, hồi mười ngàn năm trước."

"Vâng, tôi biết mà, tôi đã chính mắt trông thấy ông ấy làm thế," Marethyu nói khẽ.

"Ông có mặt ở đó sao?"

"Đúng thế."

Chúa tể Danu Talis nhìn người đàn ông có bàn tay móc câu một lúc rất lâu. Cuối cùng, ông ta gật đầu. "Tôi tin ông," ông ta nói dứt khoát. "Và có lẽ chúng ta sẽ có thì giờ để bàn luận một số thứ ông đã từng trông thấy trong suốt quãng đời dài dằng dặc và những chuyến du hành lạ thường của mình."

"Chúng ta sẽ không có đâu," Marethyu nói. "Ở tại nơi này, trong thời điểm này, tôi còn ít thời gian lắm."

Aten gật đầu. "Từng có lần, Danu Talis còn nhỏ hơn một lãnh địa vùng đảo, bị quân thù bao vây. Khi tôi lên ngai, chúng tôi bị vây hãm tứ phía. Tôi và Anubis đã thay đổi được mọi thứ. Bây giờ, Danu Talis là trái tim của một đế chế vươn xa, trải dài khắp địa cầu với các tiền đồn được đặt trên mọi lục địa, bao gồm cả miền Bắc băng giá xa xôi. Và tất cả những ai từng chống chọi với chúng tôi – những Người Cổ đại, Quan chấp chính và Thần Đất – đều bị đánh bại hoặc bị đẩy dồn vào từng ngóc ngách của thế giới ai cũng biết rõ."

"Ông là một nhà nghiên cứu lịch sử," Marethyu nói. "Cha tôi – hay đúng ra là người mà tôi tin là cha mình – đã dạy tôi rằng mọi đế chế nào rồi cuối cùng cũng đều phải chịu số phận bi đát. Khi tôi du hành xuyên thời gian và lịch sử, tôi mới thấy là ông nói đúng. Mọi đế chế vĩ đại đều phải đi đến chỗ sụp đổ."

Aten gật đầu. "Tôi đã nghiên cứu các lịch sử thế giới từ Thời trước Thời gian, và bài học này thật rõ rành rành: các đế chế đều cực thịnh rồi suy vong." Ông ta day mặt đối diện với ngọn kim tự tháp khổng lồ ngự trị ngay trung tâm hòn đảo. Một nửa được chiếu sáng nhờ vầng mặt trời đang lặn, nửa kia đã chìm khuất trong bóng tối. Những đốm lửa nhỏ tí cháy trên mỗi bậc trong số hàng trăm nấc thang dẫn lên đến mặt đỉnh của kiến trúc, được trang trí bằng những lá cờ đủ màu sắc đang vỗ phần phật trong gió chiều.

"Danu Talis đã đến ngày tận số," Marethyu nói. "Ông không cần đến các nhà tiên tri hoặc tiên đoán mới biết trước được tương lai của nó."

Aten nhìn Marethyu. "Ông là ai?" ông ta hỏi bất chợt. "Ông không phải là Elder, không phải Người Cổ đại, mà dứt khoát ông cũng không phải là Quan chấp chính hay Thần Đất."

"Tôi không là ai trong những loài ấy cả," Marethyu nói nghiêm túc. Tôi là tương lai của ông. Ông đã cai trị thành phố này hàng nhiều thiên niên kỷ rồi," ông ta nói tiếp. "Đây thật là Thời Vàng son của Danu Talis, nhưng thành phố này được dự định là phải sụp đổ thành cảnh điêu tàn và tuyệt vọng. Và nếu điều đó xảy ra, mọi thứ ông đã tích cực làm ra, mọi hy sinh ông từng phải trải qua, đều sẽ chỉ là con số không. Nhưng không nhất thiết phải có cách này. Ông có thể bảo vệ thanh danh của thành phố này; quả thật, ông có thể bảo đảm rằng nó hình thành nên nền móng không chỉ cho một, mà là cho vô số các nền văn minh suốt nhiều thiên niên kỷ sắp tới."

"Ông biết chuyện này là thật chứ?"

"Tôi đã từng nhìn thấy kia mà," Marethyu khē khàng nói, ánh trời chiều bây giờ đã biến đôi mắt ông ta thành vàng ròng. "Tôi thề rằng đây là thật cả đấy."

"Tôi tin ông," Aten lại thì thầm. "Ông muốn tôi làm gì?"

"Tôi cần ông trở thành *waerlaga* – người phản bội lời thề. Một ảo thuật gia.. Tôi cần ông bội phản đem nộp thành phố của mình."

"Cho ai?"

"Cho tôi."

Chương ba mươi mốt

Bằng cách nào đó, đột nhiên Josh biết tên của các sinh vật trong dãy xà-lim này: Cluricaun. Oni. Boggart. Troll. Huldu. Minotar. Windigo. Vetala. Cậu chưa kịp tự hỏi xem làm thế nào các từ ngữ kia xuất hiện trong đầu cậu, thì một chuyển động ngoằn ngoèo đã thu hút sự chú ý của cậu, cậu dừng lại, nhìn vào một căn phòng tối đen. Cậu chồm sát vào và liếc mắt nhìn vào vùng bóng tối. Mùi hôi thối khiến dạ dày cậu tròng trành, vị chua a-xít lấp đầy cổ họng. Cậu nghĩ mình đang nhìn vào một con khỉ, nhưng khi đôi mắt đã điều tiết được trong bóng tối lờ mờ, cậu mới nhận ra rằng trong khi con vật kia có cái đầu khỉ, thì thân hình vằn vện kia lại là của một con gấu trúc, bốn cẳng chân cọp, và ở vị trí của một cái đuôi, lại là một con rắn dài đen thui co rúm lại trên sàn. Đó là nue, một sinh vật đến từ những bờ rìa tăm tối nhất của truyền thuyết Nhật Bản. Và một trong những con nue nổi tiếng nhất ấy đã bị Niten giết chết.

Hai bàn tay Josh đông cứng lại trên những thanh chấn song của xà-lim.

Làm sao cậu lại biết điều đó vậy cà?

Hồi nãy, mới vài phút trước, khi đi vào đây thì các căn xà-lim đầy bọn quỷ sứ vô danh. Cậu mơ hồ nhận ra được một số qua những câu chuyện cha mẹ đã kể cho nghe – chẳng hạn như con quỷ đầu trâu – nhưng hầu hết những con khác trông như vừa bò ra từ một cơn ác mộng vậy.

Còn bây giờ, không những biết tên chúng, mà cậu còn biết cả việc Niten đã từng giết một trong số những con nue Nhật Bản.

Sophie.

Hình ảnh cô chị gái chợt nhảy vọt ra trong đầu cậu. Cậu thắc mắc không biết vì sao cậu lại nghĩ đến cô... và rồi cậu nhớ ra rằng lần cuối cùng gặp cô, cô đang đi chung với Niten. Lúc này cô đang ở đâu? Vẫn đi cùng với anh chàng Kiếm sĩ chứ? Cô có được an toàn không?

"Đi nào, Josh," Dee ra lệnh khi hắn và Virginia đi ngang qua.

"Cứ ở đó đi," Josh lầm bầm. Cậu chờ cho tới khi Dee và Dare đi tiếp rồi mới bất ngờ quay lại, gần như mong sẽ thấy cô chị gái cậu đứng đằng sau mình.

Sophie.

Cậu thở thật sâu, tìm kiếm mùi hương vanilla phát tiết ra qua mùi muối và i-ốt cùng với mùi hôi thối nặng trịch như mùi sở thú của khối xà-lim.

Sophie.

Cảm thấy một luồng hơi nóng bất ngờ, cậu chà hai bàn tay ngứa rân ran vào nhau. Bây giờ, cô đang ở đây quan sát cậu phải không? Cô đã làm như thế trước đây rồi, do thám cho Flamel và Perenelle hồi cậu đang ở trong văn phòng của Dee định kêu mời Coatlicue.

Sophie. Môi cậu mấp máy gọi tên cô bé... nhưng không có gì hết, và lần đầu tiên trong đời, cậu nhận ra rằng mình không *cảm nhận* được cô bé. Cả cuộc đời Josh, cô chị song sinh của cậu là một đại lượng bất biến. Khi ba mẹ đi vắng, khi gia đình dời từ quốc gia này sang quốc gia nọ, cậu và Sophie chuyển từ trường này qua trường khác, thì người mà cậu có thể cậy dựa chính là cô chị gái ấy. Vậy mà bây giờ cô cũng đi mất rồi.

"Josh?" Virginia nói. "Có gì không ổn à?"

Cậu lắc đầu. "Tôi không biết. Cũng không rõ nữa."

"Nói tôi nghe xem cái gì khiến cậu lo lắng nào," Virginia nói khẽ. Ả ta chuồi cánh tay mình vào cánh tay cậu, nhẹ nhàng đẩy cậu xa khỏi căn xà-lim kia, hướng cậu về phía cánh cửa ra vào đang để mở ở cuối dãy hành lang, nơi Dee đang đứng chờ. Khi tay Pháp sư nhìn thấy họ đang đến, hắn quay người biến mất vào vùng ánh sáng chói chang bên ngoài.

"Không có gì, thật sự...," Josh mở lời, không thoải mái khi ý thức về người phụ nữ đang đi cạnh mình.

"Nói tôi nghe đi nào," ả lại thúc hối.

Cậu hít thở một hơi thật sâu. "Thật kỳ lạ..."

Virginia phá ra cười. "Kỳ lạ?" Ả vẫy bàn tay về phía dãy xà-lim. "Cái gì có thể kỳ lạ hơn điều này kia chứ? Nói tôi nghe xem," ả ta cứ nằng nặc.

Josh gật đầu. "Khi bước vào đây, tôi không biết bất cứ thứ nào trong những thứ này là... rồi sau đó tôi lại biết.

Không chỉ biết hết tên của bọn chúng, tôi còn biết Niten đã từng giết chết một trong số chúng nữa." Cậu lắc đầu. "Nhưng tôi không biết *làm thế nào* tôi lại biết điều đó."

"Tại sao à, rất đơn giản: cậu đã kết nối với một ai đó. Chị gái cậu, biết đâu đấy."

Josh gật đầu khốn khổ. "Đó là những gì tôi đang nghĩ." Cậu hạ giọng và lại nhìn quanh quất. "Tôi nghĩ có thể họ đang theo dõi chúng ta."

Virginia lắc đầu, những lọn tóc dài bay ngang qua mặt Josh. "Không phải theo dõi chúng ta. Theo dõi cậu thôi. Tôi sẽ biết ngay nếu có ai đó đang quan sát tôi. Và tôi có thể bảo đảm với cậu, không gì có thể dò xét Dee hay Machiavelli mà hai người họ không biết. Chẳng là gì khác ngoài việc cô chị gái của cậu kiểm tra cậu đó thôi." Họ thả bộ ngang qua căn xà-lim chứa một con quỷ đầu dê, Virginia hất đầu vào đó. "Cái gì vậy?" ả hỏi.

Josh bước sát vào để nhìn cho rõ, sau đó cậu lắc đầu. "Tôi không biết," cậu thú thật. "Cái gì vậy?"

"Một con yêu tinh." Virginia mỉm cười. "Và đã chấm dứt rồi cái việc mà vừa rồi cậu không nói được với chúng tôi rằng có ai đang quan sát cậu. Dự đoán của tôi là chị gái cậu mới kết nối với cậu xong, nhờ đó cậu thâm nhập vào được kiến thức của cô. Đó là," ả nói thêm, "một kỹ năng đáng gờm đấy." Virginia vòng tay ra xoắn mái tóc dài thành một búi tóc dày ngay sau gáy. "Hai người rất thân thiết đúng không, cậu và chị gái ấy?"

Josh gật đầu buồn bã. "Rất thân."

"Chắc cậu nhớ cô bé lắm," Virginia nói.

Josh chăm chăm hướng thẳng ra phía trước nhìn vào hình chữ nhật sáng trưng. Đôi mắt cậu ngấn nước, cậu giả vờ làm như mắt bị phản ứng trước ánh sáng gay gắt tuôn ra từ cánh cửa. Cuối cùng cậu nói, "Vâng, tôi nhớ chị ấy. Và tôi không hiểu có chuyện gì xảy đến cho chị ấy không."

"Tôi ngờ rằng cô bé đang nói về cậu chính xác như thế. Cậu có yêu thương cô bé không?" Dare hỏi nhanh.

Cậu há miệng định trả lời những rồi ngậm ngay lại, không nói gì nữa. Cậu chợt ý thức nhịp đập của trái tim mình. Trái tim đang nện thùm thụp trong ngực cậu, như thể cậu vừa chạy suốt chiều dài một sân bóng bầu dục. Cậu khám phá ra rằng hầu như cậu sợ phải trả lời, hầu như thậm chí sợ phải cân nhắc câu hỏi này.

"Cậu có yêu thương cô bé không?" Virginia dai dẳng.

Josh nhìn người bất tử. Hồi đó, hẳn cậu chỉ mất một giây để trả lời câu hỏi này... nhưng mọi thứ đã thay đổi rồi. Sophie đã thay đổi, và cảm xúc của cậu về cô thật... rối bời.

"Sao?" Virginia hỏi.

"Có... không... tôi không biết nữa. Ý tôi là, chị ấy là chị gái tôi, là người chị song sinh, là gia đình tôi..."

"À. Theo kinh nghiệm của tôi, khi người ta nói không biết họ có yêu thương một ai đó không, thì thường có nghĩa là không. Nhưng trong trường hợp của cậu, tôi không chắc lắm. Cậu vẫn có tình cảm với cô bé." Ả đi nhanh hơn Josh một chút, hơi quay lại để có thể nhìn vào mặt cậu. "Nếu cậu có một cơ hội, cậu sẽ giải cứu cô bé chứ?"

"Tất nhiên."

"Cậu làm gì để giải cứu cô bé?"

"Bất cứ gì," cậu nói ngay. "Tất cả."

"Vậy thì cậu vẫn còn yêu thương cô bé rồi," Dare nói với vẻ đắc thắng.

"Tôi cho là mình vẫn yêu thương chị ấy," cậu thừa nhận. "Tôi chỉ ước sao mình biết được điều gì đã khiến chị ấy thay đổi."

"Ồ, đơn giản thôi: nhà Flamel đã làm cô bé thay đổi chứ còn gì." Người bất tử gõ nhẹ ngón tay vào giữa ngực Josh. "Hệt như họ – rồi tới Dee – đã thay đổi cậu vậy. Tuy nhiên, không biết ông ta thay đổi để cậu trở thành tốt hơn hay xấu hơn... ừm, chỉ có cậu mới có thể nói được thôi." Rồi ả chồm người tới trước và nói thêm, "Hoặc chỉ có thời gian mới trả lời được."

"Nhà Flamel thật sự có phải là người xấu không?" cậu vừa hỏi, vừa hạ giọng xuống, mặc dù Dee đã bước ra khỏi khối xà-lim. "Tôi vẫn không biết mình có thể tin cậy tiến sĩ hay không nữa. Ý tôi là, tôi biết cô là bạn của Dee hay đại khái là thế, nhưng tôi cứ thắc mắc..."

"Có thể đối với Dee, tôi là một người bạn – và thậm chí ông ta có thừa nhận như thế đi chăng nữa, ông ta vẫn không phải là một người bạn tốt – nhưng tình bạn của tôi không làm tôi mù quáng khi đánh giá ông ta là người thế nào đâu."

"Là người thế nào?"

"Bị lôi cuốn." Ả lại mỉm cười. "Bị lôi cuốn bởi cùng một thứ nhu cầu và khao khát kiểm soát được cả Machiavelli và Flamel. Vào thời điểm khác, và hoàn cảnh khác, tôi nghĩ họ sẽ là những người bạn tuyệt vời."

"Tôi có thể tin ông ấy được không?" Josh hỏi.

"Cậu nghĩ sao?" Virginia hỏi.

"Tôi không biết phải nghĩ sao nữa. Nhưng Sophie *đã* quất túi bụi vào người Coatlicue. Mà tôi vẫn không biết tại sao chị ấy có thể làm thế được. Chị tôi chẳng bao giờ làm đau bất cứ thứ gì. Ngay cả mấy con nhện tìm thấy trong bồn tắm, chị ấy cũng bảo tôi xúc chúng lên, thả chúng ra ngoài cửa sổ. Ấy là thật sự chị ấy không thích nhện đấy."

"Có lẽ cô bé nghĩ mình đang bảo vệ cậu," Virginia nói rất dịu dàng. "Khi những người chúng ta yêu mến bị đe dọa, chúng ta thấy mình có thể làm những việc không ai nghĩ nổi."

"Cô bé không trả lời tôi," Josh nói. "Nhà Flamel thật sự có tồi tệ như Dee nói không?"

Virginia Dare dừng lại nơi cửa, ngoái lại nhìn Josh. Mặt ả chìm trong bóng tối, nhưng đôi mắt xám lóe lên một thứ ánh sáng kỳ dị. "Đúng, họ tồi tệ đúng như ông ta nói. Có thể là tệ hơn nữa kìa."

"Cô bé có tin rằng các Elder nên trở lại trái đất này không?"

"Họ sẽ mang lại nhiều ích lợi lắm đấy," Virginia chậm rãi nói.

"Nói thế đâu có trả lời được cho câu hỏi của tôi," cậu gắt, thoáng chút tức giận thật sự trong giọng nói. "Cô bé quả là giỏi trong việc không trả lời thẳng."

"Câu hỏi của cậu không thích hợp," Dare nói. "Các Elder đang quay trở lại, dù chúng ta có thích hay không. Nói tóm lại, Nereus sẽ thả Lotan, rồi Machiavelli sẽ đánh thức cả một bầy thú đang ngủ trong các xà-lim và lùa chúng lên San Francisco. Bọn chúng sẽ xé thành phố này ra thành từng mảnh. Lực lượng cảnh sát, quân đội, không quân và hải quân của hầu hết mọi quốc gia hùng mạnh nhất trên trái đất sẽ thấy rằng bản thân mình thật bất lực. Tất cả mọi thứ vũ khí tinh vi sẽ thành vô dụng hết. Và khi thành phố đang trên bờ sụp đổ, khi các vị lãnh đạo của đất nước này rút ra kết luận rằng cách duy nhất để ngăn chận bọn quỷ sứ kia là niêm phong thành phố, rồi phá hủy hoàn toàn, lúc đó, một đại diện của Elder sẽ xuất hiện mang theo một lời đề nghị lạ thường. Các Elder sẽ chế ngự bọn quỷ sứ, cứu nguy không chỉ cho thành phố mà là toàn bộ lục địa này và toàn thể thế giới. Đó là một đề nghị mà chính phủ Hoa Kỳ không thể chối từ. Các Elder sẽ cứu thời đại này và kết thúc bằng việc được tôn sùng như những anh hùng và thần thánh. Đó là những gì đã diễn ra trong quá khứ. Đó là những gì sẽ diễn ra trong tương lai. Trước tiên, việc này đã được thực hiện đâu đó tại Thời điểm lễ hội Litha, ngày hạ chí..." Đôi môi Virginia Dare cong tớn lên thành một nụ cười thoáng rất nhanh. "Nhưng ông Tiến sĩ Dee giỏi giang đã buộc được các Elder phải thay đổi kế hoạch của họ. Bây giờ, họ đang tiến nhanh hơn nhiều so với những gì đã hoạch định."

"Vậy ra những việc Dee đang làm là để phục vụ cho mục đích lâu dài," Josh hăm hở. "Khi các Elder trở lại, họ sẽ mang theo tất cả những lợi ích của công nghệ cổ xưa."

"Đó là một khả năng."

"Và họ sẽ làm gì với Dee? Ông ta đã phản bội họ, phải không? Họ có sợ ông ta không?"

"Kinh hãi nữa ấy chứ," Virginia nói và bật cười. "Các Elder sợ một tên phục vụ mà họ không thể kiểm soát. Và tại thời điểm này, ông tiến sĩ ấy hoàn toàn ngoài tầm kiểm soát."

Virginia quay đi, Josh với tay chạm vào vai ả. Những tia lửa màu vàng kim và xanh lá tai tái nổ lốp bốp qua mấy đầu ngón tay cậu. Người bất tử quay đầu lại, cặp lông mày thanh mảnh nhướng lên hàm một câu hỏi. "Người cuối cùng chạm vào tôi khi chưa được đồng ý đã phải chịu một cái chết thê thảm đấy."

Josh rụt mạnh tay về. "Cô bé nói các Elder đang quay trở lại – chuyện gì xảy ra cho Dee khi họ trở lại?"

Virginia Dare thận trọng nhìn cậu, hai đồng tử nở lớn và quyến rũ, nhưng ả vẫn im lặng, buộc Josh phải nói tiếp.

"Nếu các Elder bám đuổi Dee, có thể ông ta sẽ không cho phép họ trở lại."

Virginia tiếp tục nhìn cậu chằm chặp, cậu thấy khó chịu, chân bước vấp váp.

"Trừ phi ông ta nghĩ rằng bằng vào việc tặng cho họ thành phố này, ông ta sẽ trở lại là pe phái trung thành của họ," cuối cùng cậu nín bặt.

Dare nháy mắt và lắc đầu, xua tan sự căng thẳng giữa hai người. Josh đẩy ra khỏi lồng ngực một hơi thở mà nãy giờ cậu mới nhận ra là mình đang kềm giữ lại.

"Một vấn đề thú vị nhỉ," Virginia lẩm bẩm, rồi một lần nữa thoáng mỉm cười. "Nhưng tôi bảo đảm là ông tiến sĩ đã nghĩ đến điều đó rồi. Ông ta sẽ có một kế hoạch. Luôn luôn có kế hoạch." Ả bước vào vùng ánh sáng, để lại Josh một mình trong khối nhà tối tăm. "Và thường là thất bại," ả khe khẽ thòng thêm một câu. Tuy nhiên âm thanh ấy nẩy bật ra khỏi mấy bức tường và trôi giạt trở lại về phía Josh.

Chương ba mươi hai

Anubis chạm vào nút điều khiển của chiếc vimana, chiếc tàu hình tròn lúc lắc nhẹ một bên, trong vùng bóng tối của những đám mây buổi chiều đang tụ lại. Bên dưới, rất xa bên dưới, trên khu vườn trên mái của Điện Thái Dương, ông nhìn thấy anh Aten của mình đang tản bộ với người đàn ông một tay. "Ta sẽ tặng một gia tài nhỏ để biết được họ đang nói về chuyện gì," ông ta nói với dáng người giấu mặt ngồi bên cạnh mình.

"Họ không nói gì cả," một giọng nói làu bàu từ phía trong lần vải gấp.

"Con phải làm gì, thưa Mẹ?"

Dáng người kia đổi tư thế, chồm tới trước, ánh sáng phản chiếu từ thành phố bên dưới khiến đôi mắt vàng lóe lên linh hoạt. Ánh sáng hắt ra từ cái mõm có lông thú và đôi mắt hình tam giác cao, đảo nhanh trên hàm ria dài nhọn hoắt. Quá trình Biến đổi đặc biệt tàn ác đối với Bastet, mẹ của Aten và Anubis; trong khi thân thể mụ ta vẫn còn là của một thiếu nữ xinh đẹp, thì đầu và tay đã là của một con mèo khổng lồ. "Thỉnh thoảng ta nghĩ cha con đã chọn sai người kế vị mình mất rồi," mụ ta nói nghe rin rít. "Lẽ ra là con mới phải."

Anubis cúi đầu. Những biến đổi nơi cấu trúc quai hàm và cằm ngăn không cho hắn mỉm cười.

Một móng vuốt mèo dài thượt chỉ vào người đàn ông có bàn tay móc câu. "Ta không thể hiểu làm sao mà anh con có thể chịu nổi khi ở cùng phòng với một sinh vật hôi hám như thế."

"Liệu Aten có biết người đàn ông có bàn tay móc câu thuộc loại người gì không?" Anubis hỏi.

Bastet rít ré. "Nó phải biết chứ. Aten là nhà nghiên cứu lịch sử mà. Nó biết rằng mọi người trong truyền thuyết – Thần Đất, Người Cổ đại, và Quan chấp chính – đều nói về con người này: người có bàn tay móc câu, kẻ hủy diệt. Các Thần Đất gọi hắn ta là Moros, còn Người Cổ đại xem hắn là Mot, trong khi các vị Quan chấp chính gọi hắn là Oberour Ar Maro. Còn đây là cách chúng ta kiếm được một cái tên để đặt cho hắn: Marethyu."

"Sự chết."

"Sự chết," Bastet công nhận. "Hắn ta đến để tiêu diệt chúng ta đấy. Về việc đó thì ta không chút nghi ngờ. Thậm chí cả những kẻ rồ dại hay lăng xăng quấy rầy như Abraham và Chronos cũng phải đồng ý kia mà."

"Con nên làm gì ạ?" Anubis lại hỏi một lần nữa, thúc khuỷu tay cho chiếc vimana hạ thấp xuống, dõi theo Aten và người đàn ông có bàn tay móc câu đang thả bộ trên bao-lơn có mái che.

Bàn tay móng vuốt của Bastet cào vào vách tường trơn

láng của chiếc vimana, để lại những rãnh sâu trên mặt gốm hầu như rất bền vững không phá hủy được. "Cha con sẽ phải xấu hổ. Ta mừng là ông không còn sống để nhìn thấy con trai mình lại đi nói chuyện với sinh vật này." Mụ ta lắc lắc cái đầu to tướng. "Ta đã giúp sức tách hòn đảo này ra khỏi đáy đại dương. Cùng với cha con, ta đã cai trị Danu Talis suốt nhiều thiên niên kỷ. Ta sẽ không nhìn thấy nó bị diệt vong bởi sự ngu ngốc của anh trai con đâu." Từng lọn nước miếng lầy nhầy rỉ xuống từ mấy cái răng nanh của Bastet. "Từ hôm nay trở đi, Aten không còn là con trai ta nữa." Cái đầu tàn ác của mụ quay sang nhìn vào đôi mắt đen nhánh của Anubis. "Hãy lấy lại Danu Talis. Ta sẽ đấu tranh cho quyền đòi ngai vàng của con. Ta sẽ nói chuyện với Isis và Osiris; họ không còn tình yêu thương dành cho anh trai con. Họ sẽ hỗ trợ con."

Anubis càu nhàu. "Họ chẳng bao giờ có mặt ở tòa án. Ai biết lòng trung thành của cậu mợ ấy nằm ở đâu?"

"Lòng trung thành của Isis và Osiris chưa bao giờ phải đặt vấn đề. Không giống anh trai con, họ luôn biết đến bổn phận của họ đối với gia đình và hòn đảo này," Bastet nạt nộ. "Khi riêng lẻ, họ đã mạnh rồi, hợp lại cùng nhau, họ nắm trong tay những sức mạnh phi thường. Ta đã từng nhìn thấy một số các Vương quốc Bóng tối mới mà họ đã bắt tay tạo dựng, chúng đều rất nguy nga lộng lẫy. Mặc dù cậu mợ con đã ở tuổi ta – thực tế, Isis còn lớn hơn một chút – nhưng họ cố giữ cho không cho Quá trình Biến đổi tiến lại gần. Ông ta rất điển trai, còn bà ta vẫn thật xinh đẹp." Bastet không thể ngăn sự cay đắng len vào giọng nói mình.

"Nếu Isis và Osiris hỗ trợ con, thì các Elder và Elder Vĩ đại còn lại sẽ tham gia cùng với họ," Anubis chậm rãi nói, buột miệng thốt ra suy nghĩ của mình. "Nhưng tại sao họ lại muốn hỗ trợ quyền yêu sách của con?"

"Họ không có con cái gì hết. Sau Aten, con là đứa cháu kế tiếp. Họ không bao giờ tỏ ra có quan tâm đến việc cai trị chỉ một lục địa trong một vương quốc nào. Nhiều thiên niên kỷ trước, họ tuyên bố một ngày nào đó họ sẽ thống trị vô số thế giới, cho dù là có phải tự mình tạo dựng nên các thế giới đó." Bastet chỉ ra đường viền con tàu. "Bắt lấy Marethyu. Trước kia con đã làm như thế rồi, con có thể làm lại một lần nữa. Con sẽ phải hành động nhanh chóng để bắt giữ anh trai con, nhưng nhóm anpu chỉ hưởng ứng lời con thôi. Sau đó, phái vài tên anpu đến Murias để bắt luôn Abraham và những kẻ hỗ trợ hắn."

"Vậy thì con nên làm gì, thưa Mẹ?"

Đôi mắt vàng khè to tướng của Bastet nhấp nháy đầy ngạc nhiên. Mụ ta quay mặt về hướng bắc, nơi ngọn núi lửa ngục tù Huracan nhô hẳn lên trên hòn đảo. "Sao nào, con phải cho chúng – hết thảy chúng, Aten, Marethyu, Abraham cùng với mấy tên tù nhân ngoại quốc kia – vào đám lửa của ngọn núi lửa kia."

Anubis gật đầu. "Mà khi nào con nên làm việc này?"

Bastet chỉ xuống nơi Aten đang bắt tay Marethyu, chính thức công nhận những gì họ vừa thương lượng xong. "Bây giờ là lúc thích hợp đấy." Móng vuốt của mụ khép quanh hai bàn tay trông như chân thú của con trai, siết chặt đủ để trích máu ra. "Giết chúng. Giết tất cả bọn chúng, và Danu Talis sẽ thuộc về con."

"Và thuộc về mẹ nữa chứ, thưa Mẹ," Anubis thì thào, cố gỡ ra bàn tay bị đứt sâu hoắm.

"Và thuộc về ta nữa," mụ ta tán đồng. "Chúng ta sẽ cai trị cho đến muôn đời sau."

Chương ba mươi ba

Mars Ultor dừng lại nơi góc phố Broadway và Đường Scott để lấy lại hơi thở. Dựa vào bức tường gạch đỏ, ông ta ngoái nhìn xuống Broadway. Ông không nhận ra địa hình đang hướng lên dốc, và hai cẳng chân ông, lâu nay không quen luyện tập, đã biến thành hai thân cột cứng ngắc rất đau đớn, cơ rút lại và co thắt. Khi Zephaniah phóng thích ông khỏi ngục tù bằng xương nằm sâu dưới lòng Paris, luồng điện hàng bao nhiêu thế kỷ kết lại thành một lớp vỏ ngoài, đông cứng lại đã rơi xuống thành bụi đất quanh bàn chân ông, cởi bỏ hầu như toàn bộ hình dáng cao lớn dềnh dàng của ông, trả lại từng xen-ti-mét chiều cao. Bên dưới lớp vỏ bọc kia, ông kinh hãi phát hiện ra rằng thân hình từng một thời vạm vỡ bây giờ lại nhũn nhão và mềm lả, hai cẳng chân ông đặc biệt cảm thấy yếu ớt, hầu như chỉ vừa đủ đỡ lấy trọng lượng cơ thể ông. Nhưng chí ít thì Mars Ultor cũng có thể lấy lại sức mạnh của mình; còn Zephaniah sẽ vĩnh viễn không có mắt, đôi mắt bà ấy đã trao đổi với Chronos để bù lại, có được kiến thức giúp chồng mình an toàn. Mars Ultor hít một hơi thật sâu. Khi tất cả chuyện này qua đi – và giả thiết là ông còn sống – ông nghĩ mình sẽ đi một chuyến đến thăm viếng tên Chronos đáng ghét kia. Chắc chắn Elder gớm guốc này vẫn giữ đôi mắt của Zephaniah trong cái lọ đặt đâu đó. Biết đâu ông sẽ thuyết phục được ông ta từ bỏ chúng đi. Mars siết chặt mấy ngón tay vào nhau, bẻ khớp đốt ngón tay kêu răng rắc. Có thể là ông rất có sức thuyết phục.

Rẽ trái, ông bắt đầu hướng lên Đường Scott.

Elder cảm nhận một luồng sức mạnh phi thường, và vừa bước ra khỏi con đường thậm chí còn chưa kịp phóng xuống, thì một chiếc xe jeep dự phòng mòn vẹt của quân đội chở ba người tấp vào lề đường, bánh xe nghiến kin kít trên vỉa hè.

Một người Mỹ Nguyên thủy trông khá ấn tượng với nước da màu đồng thau và vẻ mặt nhọn nhọn như chiếc rìu nhoài người ra. "Ông là Mars." Đó là một câu xác định, không phải câu hỏi.

"Ai muốn biết vậy?" Mars Ultor vừa hỏi, vừa nhìn lên nhìn xuống con phố, tự hỏi không biết đây có phải là một trận tấn công không.

Một trong mấy dáng người ở băng sau của chiếc xe jeep kia ngồi chồm tới trước, lật đứng vành của chiếc nón cao bồi nhãn hiệu Stetson để lộ ra một miếng băng dính trên mắt phải. "Tôi đây."

Mars Ultor đông cứng người. "Odin hả?"

Sau đó, người thứ ba, nhỏ nhắn hơn, quấn trong chiếc áo khoác bằng vải len thô, hất ngược cái mũ trùm ra sau, để lộ ra một gương mặt chó hẹp dài, với hai răng nanh lớn thò ra khỏi môi trên. Đó là một phụ nữ, đeo cặp kính râm ôm sát che gần hết mặt nhưng không giấu được những vệt chất lỏng chảy dài khỏi mắt.

"Hel ư?"

"Cậu," bà ta nói nghe ken két.

Đôi mắt to màu xanh lơ trên gương mặt xanh xao, Mars Ultor nhìn từ Odin sang Hel rồi quay sang người tài xế. "Tôi vẫn đang mơ sao?"

"Nếu ông mơ, thì đây là một cơn ác mộng đấy." Người tài xế chìa bàn tay ra, để lộ cánh tay lực lưỡng. Một dải băng màu ngọc lam vòng quanh cổ tay. "Tôi là Ma-ka-tai-me-she-kia-kiak." Ông ta mặc chiếc quần jeans mòn, mang đôi ủng cao-bồi cũ và chiếc áo sơ-mi Grand Canyon phai màu. "Nhưng ông có thể gọi tôi là Diều hâu Đen. Chủ nhân của tôi là Quetzalcoatl. Ông ấy phái tôi đến rước hai người này" – ông ta chĩa ngón tay cái ra phía sau – "và tôi vừa nhận một cuộc điện thoại vài giây trước, bảo tôi đến đón ông. Ồ, và ông ấy cũng gởi lời hỏi thăm ông nữa." Diều hâu Đen chồm qua trong khi Mars trèo vào chỗ ngồi của hành khách. "Nhưng tôi không nghĩ ông ấy thật thà đâu." Ông ta rồ máy, quay người nhìn bộ ba chẳng chút tương xứng. "Thế này là sao, một loại hội nghị gồm các Elder ăn diện xấu xí hả?"

Vẫn còn sốc, Mars Ultor phớt lờ không quan tâm đến anh tài xế, mà xoay qua nhìn hai Elder phía sau mình. "Lần cuối cùng tôi nhìn thấy hai người, hai người đang xung đột hung hăng và công khai lắm mà."

"Hồi đó là hồi đó...," Odin nói.

"... còn bây giờ là bây giờ," Hel nói ngọng nghịu. "Lúc này chúng ta đã có một kẻ thù chung. Một tay phục vụ *utlaga* nghĩ mình có thể biến thành chủ nhân kia đấy."

Diều hâu Đen lái xa tách khỏi lề, bò lên đồi, đôi mắt tối sẫm phóng sang trái rồi sang phải, tìm địa chỉ.

"Có một giống người tên gọi là John Dee," Odin nói.

Mars Ultor gật đầu. "Zephaniah có kể cho tôi nghe về hắn. Bà ấy nói hắn đã cố vực dậy Coatlicue để mụ tấn công chúng ta."

"Dee đã phá hủy cây Yggdrasill," Odin vừa nói, vừa chuyển sang một ngôn ngữ có từ thời giống người mới xuất hiện khoảng nhiều thiên niên kỷ trước. "Hắn đã giết chết Hekate."

Đột nhiên có mùi thịt cháy khét lẹt và một ánh sáng mờ mờ màu đỏ tím làm đen sẫm da thịt của Elder. "À, bà vợ yêu quý của tôi đã quên kể cho tôi nghe chuyện đó. Một giống người lại đi giết chết Hekate sao?" Mars Ultor hỏi, giọng run run vì tức giận. "Hekate của ông phải không?" ông ta nói với Odin.

Elder gật đầu. "Hekate của tôi," ông ta thì thào.

"Và phá hủy luôn Yggdrasill," Hel lặp lại. "Các Vương quốc Bóng tối của Asgard, Niflheim, và Thế giới Hắc ám đã bị phá hủy. Các cổng tuyến đi vào sáu thế giới này đã đổ sập, niêm phong họ vĩnh viễn, kết án họ trong tình trạng tù hãm và hủy diệt."

"Một con người đã làm việc này sao?" Mars hỏi.

"Giống người Dee," Hel nói. Bà chồm người tới trước, bọc Mars trong mùi chướng khí hôi thối. "Các chủ nhân của Dee muốn hắn phải còn sống. Nhưng bao lâu Dee còn sống, hắn là mối nguy hiểm cho hết thảy chúng ta. Tôi và cậu tôi tham gia vào một mục tiêu chung: chúng ta có mặt ở đây là để giết chết Dee." Bà ta tựa bàn tay có móng vuốt trên vai Mars Ultor. "Sẽ là sai lầm nếu chống lại chúng tôi."

Mars gỡ các ngón tay Elder ra khỏi vai mình như thể đang phủi đi mấy xơ vải. "Thậm chí đừng nghĩ đến việc đe dọa ta, cô cháu gái ạ. Ta biết mình đã biến mất suốt một thời gian dài. Có lẽ con đã quên ta là ai. Ta là *gì*."

"Chúng ta biết ông là ai, người anh họ ạ," Odin khẽ nói. "Chúng ta biết ông là gì chứ – hết thảy chúng ta đều mất đi bạn bè và bà con thân thuộc vì những cơn thịnh nộ của ông kia mà. Vấn đề quan trọng là: tại sao ông lại ở đây?"

Mars Ultor mỉm cười. "Này, có lần, ông em họ và cô cháu gái ạ, chúng ta ở cùng một phe. Đây chính là ngày vợ tôi thả tôi ra và giao cho tôi một nhiệm vụ duy nhất: giết chết Tiến sĩ John Dee."

Diều hâu Đen lái chiếc xe jeep về phía bờ đường, chưa có ai trong số các Elder ngồi đằng sau kịp phản ứng thì ông ta đã tắt máy. "Chúng ta tới đây rồi," anh chàng bất tử người Mỹ Nguyên thủy thông báo.

"Ở đâu vậy?" Mars Ultor hỏi.

"Nhà của Tsagaglalal Người Canh Giữ."

Mars và Odin đang đỡ Hel ra khỏi xe jeep thì cánh cửa ra vào bật mở, Prometheus và Niten, cả hai đều được bọc trong bộ giáp kết bằng luồng điện của mình, đã xuất hiện nơi đầu cầu thang dẫn vào nhà. Không khí chua chua với những mùi hương trộn lẫn vào nhau – mùi thịt cháy và trà xanh, mùi cây anise, mùi cây thổ phục linh và mùi cá ươn – và rồi, với một tiếng hú cuồng bạo, Mars Ultor rút ra một thanh đoản kiếm từ bên dưới tấm áo khoác bằng da thuộc, lao tới Prometheus, lưỡi kiếm lấp lóa hướng thẳng vào cổ họng ông ta.

Chương ba mươi bốn

"Tôi vừa mới nói chuyện với thằng bé," Virginia Dare nói, bắt kịp John Dee khi hắn sải bước xuống con đường nhỏ uốn quanh hòn đảo.

Dee liếc xéo sang người phụ nữ, nhưng không nói năng gì.

Virginia lắc đầu, tháo lỏng búi tóc gút chặt sau ót và thả cho tóc rơi xuống lưng trở lại. "Nó hỏi tôi chuyện gì xảy ra khi hết thảy lũ quỷ sứ này được thả vào thành phố."

"Sẽ có tình trạng kinh hãi," Dee vừa nói, vừa vẫy tay vào không trung. "Hỗn loạn."

"À đúng, chuyên môn của ông mà, Tiến sĩ. Nhưng còn các Elder thì sao?" Ả nhướng mày. "Tôi nghĩ kế hoạch là bọn quỷ sứ sẽ tàn phá thành phố, rồi các Elder sẽ xuất hiện để giải cứu cả thời đại này chứ."

"Đúng, đó là kế hoạch nguyên thủy kìa."

Họ đánh vòng một góc quanh, gió thâm thấp lùa ngang qua vịnh quật vào người. San Francisco và Cầu Cổng Vàng nhô lên khỏi mặt nước qua một màn sương mù đầu buổi chiều.

"Tôi hiểu là kế hoạch đã thay đổi."

"Đã thay đổi."

Virginia thất vọng thở trút ra thật mạnh. "Tôi phải rút từng câu nói ra khỏi miệng ông, hay là ông sẽ chia sẻ với tôi? Sau mọi chuyện ông đã lôi kéo tôi vào. Tôi đang hạnh phúc ở London, hài lòng và không ai biết đến. Bây giờ, tôi lại được treo một phần thưởng trên đầu chỉ vì ông."

Dee vẫn không nói năng gì.

"Ông đang bắt đầu chọc tức tôi đó chắc," Virginia nói rất khẽ. "Và ông không muốn làm tôi nổi giận đâu. Tôi không tin là quả thật ông chưa từng thấy tôi nổi giận bao giờ."

Tay Pháp sư liếc ngoái ra sau. Machiavelli đang tán gẫu với Billy, trong khi Josh lê bước theo sau. Ba người đủ xa nên sẽ không thể nghe được hắn, nhưng hắn vẫn hạ giọng chỉ nhỉnh hơn tiếng thì thào một chút. "Tôi giữ lời đã hứa với cô mà."

"Ông đã hứa cho tôi thế giới này."

"Tôi đã hứa như thế."

"Và tôi mong là ông giữ đúng lời hứa của mình."

Tay tiến sĩ gật đầu. "Tôi là – và luôn luôn là – người giữ lời hứa."

"Không, Tiến sĩ. Ông là – và luôn luôn là – kẻ nói dối tột bậc," Virginia nói, "nhưng chí ít ông luôn cẩn thận để nói *thật* với tôi." Giọng ả bỗng lạnh buốt như cơn gió thổi ào ào qua vịnh. "Đó là thứ duy nhất giữ ông sống suốt mấy thế kỷ nay."

Dee gật đầu. "Cô nói đúng, tất nhiên rồi. Tôi chưa bao giờ cố tình nói dối cô." Hắn thở dài. "Mấy ngày gần đây thật... khó khăn."

"Khó khăn?" Virginia Dare mỉm cười. "Dường như đó lại là một lời nói không đúng sự thật." Nụ cười của ả nở toe ra. "Trong khoảng một tuần nay, ông đã đi từ việc trở thành một tên thuộc hạ – không, còn hơn thế nữa, *chính* tên thuộc hạ – của người vĩ đại nhất trong các Elder Bóng tối để trở thành kẻ được gọi là *utlaga*. Họ muốn ông chết. Ông đã giết một Elder và phá hủy không biết bao nhiêu Vương quốc Bóng tối."

"Cô không phải nhắc tôi...," Dee mở lời, nhưng Virginia cứ nói tiếp.

"Chỉ vỏn vẹn trong vòng bảy ngày, mọi thứ ông từng phục vụ, mọi thứ ông từng tin tưởng đã thay đổi và thay đổi hoàn toàn."

"Cô đang khoái chí về việc này lắm, chẳng phải thế sao!" Dee cao giọng.

"Tôi tò mò muốn xem ông tháo gỡ bằng cách nào thôi, Tiến sĩ ạ."

"Ừm, như cô nói: bây giờ cô đã lún sâu vào chuyện này với tôi rồi. Cô đã mất gần như cả đời để ẩn mình trong bóng tối, Virginia. Nhưng bây giờ, ánh đèn sân khấu đã rọi sáng trên cô. Các Elder và Thế hệ Kế tiếp của họ cùng những tên đánh thuê thuộc giống người sẽ đến tìm tôi, nhưng họ cũng sẽ săn lùng cô nữa."

"Chính xác thì đâu là vấn đề của tôi với ông," Virginia

nói, mấy ngón tay khép lại quanh ống sáo gỗ. Ả có thể cảm thấy nó tỏa hơi ấm dưới da thịt mình.

"Tôi có một kế hoạch," Dee nói.

"Tôi nghĩ thế nào ông cũng có mà."

"Một kế hoạch nguy hiểm."

"Tôi chắc chắn về điều đó."

Dee dừng lại trước một đống đá cuội nằm lộn xộn trên bãi biển chật hẹp. Hắn ngoái lui nhìn Josh cùng hai người bất tử đang tiến đến gần. "Mấy ngày vừa qua đã dạy tôi rất nhiều. Đã dạy tôi nhận ra rằng mình nên trở thành chủ nhân chứ không phải một tên nô lệ. Và tuần lễ này hoàn toàn không phải là đồ bỏ đi," hắn nói tiếp.

"Tôi có thể nhắc ông thế này không, văn phòng của ông đã cháy thành tro, ông không có tiền bạc, không hề có chỗ nào an toàn cho ông trên Vương quốc Bóng tối này hết? Thậm chí kế hoạch phóng thích Coatlicue của ông cũng đã thất bại mất rồi."

"Nhưng tôi đúng là có bốn Thanh kiếm Quyền lực và Cuốn *Codex*. Ừm, hầu như trọn Cuốn *Codex*," hắn chữa lại. "Flamel vẫn giữ hai trang cuối."

"Ông ta đang giữ à?" Virginia Dare suy nghĩ về điều đó một lúc. "Ông có thể trao đổi những gì ông đang có – bốn thanh kiếm và Cuốn sách – cho các Elder. Việc đó có lẽ còn giá trị hơn mạng sống của ông."

"Bán chúng đi như thế thật là quá rẻ. Với mấy thanh kiếm và Cuốn *Codex*... gần như không có gì tôi không thể làm được."

"Ngay khi ông kích hoạt mấy thanh kiếm đó, ông sẽ tiết lộ vị trí của mình cho các Elder. Hãy bán cho họ mấy thanh kiếm đó đi, đổi lại việc bị trục xuất đến một Vương quốc Bóng tối mờ mịt không ai biết đến."

"Tôi chợt nảy ra một ý tưởng hay ho hơn nhiều. Tôi hứa cho cô thế giới này," Dee nói nhanh. "Nhưng tôi nghĩ mình đang ở trong vị trí có thể tặng cho cô nhiều hơn, nhiều hơn rất nhiều."

"Nói tôi nghe xem," Dare nói, chợt rất quan tâm.

"Cô lúc nào cũng tham lam. Cô nói với tôi rằng cô muốn thống trị."

"John...," ả nói, thoáng cảnh giác trong giọng nói.

"Ở lại với tôi," Dee nài nỉ, "tin tưởng tôi, bảo vệ và hỗ trợ tôi, tôi sẽ cho cô không chỉ một thế giới để thống trị, cũng không phải hai hoặc ba, nhưng là hết tất cả."

"Tất cả?" Virginia lắc đầu thất vọng. "John, ông không còn lý lẽ gì nữa rồi."

Dee cười bật cười khan. "Thế sao cô lại muốn thống trị vô số các Vương quốc Bóng tối?"

"Các vương quốc nào?"

"Y như tôi vừa nói – hết tất cả."

"Điều đó không thể được..."

"Ồ, nhưng có đấy. Tôi biết cách mà." Tay Pháp sư lại bật cười, âm thanh cao the thé và cuồng loạn.

"Nếu tôi lấy hết các Vương quốc Bóng tối, vậy thì ông lấy được cái gì, hả Tiến sĩ Dee?"

"Một thế giới thôi – chỉ một. Tôi muốn thế giới đầu tiên. Thế giới nguyên thủy."

"Ông muốn Danu Talis à?" Virginia thở dồn.

Hắn gật đầu. "Danu Talis." Đôi mắt hắn lấp lánh điên dại. "Tôi muuốn Danu Talis, nhưng không phải để thống trị – cô có thể thống trị nó thay tôi nếu muốn. Tôi đã dành trọn cả đời mình để tìm kiếm kiến thức. Nhưng tại một vị trí này, tôi sẽ có toàn bộ kiến thức của bốn giống loài – Elder, Quan chấp chính, Người Cổ đại, và Thần Đất – hội tụ cùng nhau."

Virginia ngây ra nhìn hắn chằm chặp.

"Tôi sẽ làm cho cô thành Isis mới. Tôi sẽ làm cho cô thành nữ hoàng của các Vương quốc Bóng tối." Hắn tiến lên trước Dare, rồi xoay người lại để đối diện với ả. Hắn đi lùi, hai mắt dán chặt vào mắt ả. "Tôi chưa bao giờ nói dối cô, Virginia: Nữ hoàng của các Vương quốc."

"Tôi thích âm thanh ấy," Virginia nói rất khẽ. "Ông muốn tôi làm gì?"

"*Video et taceo.*"

"Câu đó có nghĩa là gì?" ả nói, nóng nảy.

"Đây là một câu phương châm của một người tôi từng rất yêu quý. Có nghĩa là 'tôi không nhìn thấy, không nói năng gì hết.' Thế thì tại sao cô không làm theo lời khuyên đó – im lặng, quan sát kỹ, và không nói năng gì hết."

Chương ba mươi lăm

"Tiếng cười kia khiến tôi mụ mẫm cả người," Billy lẩm bẩm.

Machiavelli gật đầu. "Tôi e là áp lực đang bắt đầu dồn xuống tay tiến sĩ."

"Chúng phụ thuộc vào một thứ," Billy vừa nói, vừa nhìn ra phía trước nơi Dee và Dare đang nói chuyện say sưa.

"Anh biết Virginia Dare rõ hơn tôi," tay người Ý nói. "Anh có tin cô ta không?"

Billy nhét tay vào hai túi quần sau của quần jeans. "Người cuối cùng tôi tin đã bắn vào lưng tôi."

"Vậy thì tôi hiểu là anh nói không."

"Niccolò, tôi thích cô ta. Cùng nhau, chúng tôi đã có những chuyến phiêu lưu tuyệt vời. Cô ta đã cứu mạng tôi trong vài ba dịp, và tôi cũng đã cứu mạng cô ta." Gã dợm mỉm cười, rồi gương mặt nhăn nhó như đau đớn. "Nhưng Virginia là... ừm, cô ấy... cô ấy đúng là có chút lạ lùng."

"Billy," Machiavelli nói kèm theo một tràng cười, "hết thảy chúng ta đều có chút lạ lùng." Gã rùng mình trước làn gió, kéo chiếc áo khoác xấu xí vào sát người.

"Nhưng Virginia còn kỳ lạ hơn người kỳ lạ nhất." Tay người Mỹ lắc đầu. "Cô ta là giống người bất tử, nhưng khác – khác một cách nguy hiểm. Cô ta lớn lên một mình, điên cuồng chạy lung tung trong những cánh rừng ở Virginia. Các bộ lạc người Mỹ Nguyên thủy địa phương canh chừng cô ta, để lại cho cô ta thực phẩm và áo quần. Tôi nghĩ họ tin rằng cô ta là một vị thần rừng hay là gì đó tương tự. Họ sợ cô ta và gọi cô ta là Windigo: một con quỷ. Khi dân làng bị lạc trong rừng, nghe đâu họ đã bị Windigo bắt. Và bị ăn thịt."

Machiavelli hít mạnh vào. "Anh đang ám chỉ..."

Billy vội lắc đầu. "Tôi chỉ kể cho ông nghe một câu chuyện thôi. Theo chỗ tôi biết, cô ta là một người ăn chay mà," gã nói thêm. "Cô ta lúc nào cũng mơ hồ về ngày tháng, mãi cho tới năm lên mười, mười một gì đó mới học nói. Lúc ấy, cô ta đã có thể giao tiếp lưu loát với các loài thú rồi và bè lũ trong rừng của cô ta quả là có một không hai, nhưng tôi không biết làm thế nào cô ta sống sót được, tôi không biết cô ta phải làm gì. Mà tôi cũng không hỏi. Điều tôi biết *chắc* là những năm tháng ấy đã hủy hoại cô ta. Thật sự cô ta không quan tâm nhiều đến con người, tuy rằng không bao giờ gặp một con thú nào mà cô ta không thể thuần hóa được. Có lần cô ta kể cho tôi nghe rằng mình hạnh phúc nhất khi cai quản khắp các cánh rừng ở Virginia, nơi đó tất cả mọi sinh vật đều biết cô ta, những người thổ dân ai cũng tôn kính và sợ hãi."

"Tôi không biết," Machiavelli nói. "Không có nhiều thông tin trong hồ sơ của cô ta."

"Ông có biết chuyện cô ta giết chết chủ nhân của mình không?"

Machiavelli gật đầu. "Tôi biết chuyện đó. Và tôi biết rằng cô ta với Dee rất thân. Tôi tin rằng đáng lẽ họ còn đính hôn nữa kia, mặc dù tôi chắc chắn đó không phải là một cuộc hôn nhân xây dựng trên tình yêu."

"Tôi cũng biết chuyện này," Billy nói tiếp, "cô ta muốn thống trị. Trong một số các Vương quốc Bóng tối gần gần quanh đây, cô ta được sùng kính như một vị nữ thần. Cô ta muốn người ta tôn thờ cô ta, kinh sợ cô ta, hệt như các thổ dân ở Virginia vậy."

"Đúng. Điều đó làm cho cô ta cảm thấy có người cần đến mình," Machiavelli nói. "Gần như chẳng có gì đáng ngạc nhiên đối với một cô gái đã bị bỏ rơi từ hồi còn là trẻ sơ sinh. Vì thế mà cô ta nguy hiểm chăng?"

"Ồ, cô ta là thế. Trong hầu hết các Vương quốc Bóng tối ấy, cô ta được tôn sùng như một vị nữ thần sự chết," Billy nói dứt khoát. "Lỗi lầm cuối cùng ông mắc phải đó sẽ là đánh giá thấp cô ta. Là người áp chót tin vào cô ta."

Ngay lúc đó, tràng cười điên cuồng của tay Pháp sư theo gió vọng trở lại. "Tôi thắc mắc không biết Dee có biết điều đó không?" Machiavelli hỏi. "Cô ta sẽ trung thành với hắn... nếu có bất cứ việc gì xảy ra chứ?"

Billy thận trọng nhìn tay người Ý. "Mà có thể có chuyện gì kia chứ?" gã nói khẽ.

Machiavelli đưa mắt hướng ra vịnh, nhìn thấu đến thành phố, rồi cau mày, những vết nhăn hằn sâu xuất hiện trên vầng trán cao. "Gần đây tôi suy nghĩ nhiều đến vợ tôi, Marietta. Ông đã bao giờ cưới vợ chưa, Billy?"

Anh chàng người Mỹ lắc đầu. "Chưa một lần nào trước khi tôi trở thành người bất tử; mà sau này cũng chưa muốn bao giờ. Tôi không nghĩ như thế là công bằng với vợ tôi."

"Rất khôn ngoan. Tôi ước gì mình cũng được cẩn trọng như thế. Tôi đã rút ra kết luận là người bất tử chỉ nên cưới những người bất tử. Nicholas và Perenelle rất may mắn đã sống với nhau lâu như thế." Y phá ra cười. "Có lẽ Dee nên cưới Dare đi thôi. Hắn sẽ thành một cặp xứng đôi biết mấy."

Billy cười nhăn nhở. "Cô ta chắc sẽ giết hắn ngay trong năm đầu tiên mất. Tính khí Virginia kinh khủng lắm."

"Vợ tôi, Marietta, cũng hay giận dữ. Nhưng cô ấy có lý do để làm thế. Tôi không phải là một người chồng đặc biệt tốt. Tôi ở triều đình quá thường xuyên và vắng nhà rất lâu, làm một nhà chính trị vào thời đó nghĩa là tôi phải sống với mối đe dọa bị ám sát không lúc nào ngơi. Marietta tội nghiệp của tôi kiên nhẫn chịu đựng rất nhiều. Có lần cô ấy đã kết tội tôi là con quỷ không có tính người. Cô ấy bảo tôi thôi đừng nghĩ đến mọi người như những cá nhân riêng lẻ nữa. Họ là một tập thể – không có cá tính và vô danh – hoặc là kẻ thù hoặc là bạn."

"Mà cô ấy nói thế đúng không?"

"Đúng chứ, cô ấy nói đúng," tay người Ý buồn bã nói. "Sau đó, cô ấy giơ đứa con trai Guido bé bỏng của tôi cao lên, rồi hỏi xem nó có phải là một cá nhân không."

Billy dõi mắt theo hướng Machiavelli đang nhìn. "Vậy thì đó là một thành phố của những đám đông không có cá tính, hay đầy dẫy những cá nhân?"

"Tại sao anh hỏi thế?"

"Bởi vì tôi đang nghĩ rằng ông đâu có vấn đề gì khi giữ lời hứa với chủ nhân Elder của ông cùng Quetzlacoatl, và thả các sinh vật này trên đám đông dân chúng trong thành phố."

"Anh nói đúng. Trước đây tôi đã làm thế rồi."

"Nhưng nếu ông xem đây như một thành phố gồm những cá nhân riêng lẻ..."

"Thì chuyện sẽ khác đi," Machiavelli tán thành.

"Có ai đó đã nói, 'Lời hứa đã thốt ra là thứ cần thiết trong quá khứ: lời hứa bị phản bội mới là thứ cần thiết trong hiện tại' phải không?"

Tay người Ý nhìn anh chàng bất tử người Mỹ thật nhanh rồi cúi đầu xuống như động tác chào. "Tôi thật sự tin rằng mình đã từng nói thế... lâu, lâu lắm rồi."

"Ông cũng đã viết rằng một hoàng tử không bao giờ thiếu những lý do chính đáng để phá vỡ lời hứa của mình," Billy nói kèm theo một nụ cười toe toét.

"Đúng, tôi có nói thế. Con người anh đầy những điều ngạc nhiên, Billy ạ."

Billy đang nhìn thành phố, chuyển sang nhìn tay người Ý. "Vậy ông đang nhìn thấy gì – đám đông không có cá tính hay là những cá thể riêng lẻ?"

"Những cá thể riêng lẻ," Machiavelli thì thầm.

"Lý do đó đủ để phản bội lại lời hứa của ông với chủ nhân Elder và con quỷ đuôi chim kia chưa?"

Machiavelli gật đầu, "Đủ," y nói.

"Tôi đã biết ông sẽ nói thế mà." Anh chàng bất tử người Mỹ đưa tay ra siết chặt cánh tay người Ý. "Ông là người tốt, Niccolò Machiavelli."

"Tôi không nghĩ vậy. Ngay lúc này đây, các ý tưởng của tôi khiến tôi trở thành *waerloga* – một kẻ phản bội lời thề. Một ảo thuật gia."

"Ảo thuật gia." Billy the Kid nghiêng đầu. "Tôi thích từ ngữ đó. Đóng cho nó một cái khung thật đẹp vào. Tôi đang nghĩ biết đâu mình cũng sẽ trở thành một ảo thuật gia đây."

Chương ba mươi sáu

Vấn đề nào cũng có cách giải quyết, Scathach biết như vậy.

Cái bẫy duy nhất là cô lại chẳng bao giờ đặc biệt giỏi trong việc giải quyết vấn đề cả. Chuyên môn đó lúc nào cũng thuộc về người chị gái của cô. Aoife là nhà chiến lược; Scathach thích phương pháp giải quyết trực tiếp hơn. Đôi khi việc cưỡi ngựa lao thẳng vào giữa lòng quân thù lại phát huy tác dụng. Cô đã giải cứu Joan theo cách thức ấy. Nhưng có nhiều vấn đề lại đòi hỏi cách thức giải quyết khôn khéo, tinh tế. Mà Scatty chưa bao giờ biết khéo léo, xảo quyệt.

Nữ Chiến binh ngồi nơi miệng hang xà-lim của mình, bàn chân đu đưa vắt qua gờ hang, nhìn xuống dòng dung nham sôi sùng sục dưới kia. Cô ước gì có chị mình bên cạnh lúc này. Aoife sẽ biết phải làm gì. Bóng tối vung chân tới lui, dộng gót chân vào vách hang nghe thình thịch, mặt day về phía vòm trời có thể nhìn thấy cao ngất phía trên đầu. Từ ngày hôm qua trở về trước, rất lâu rồi cô chẳng hề nghĩ đến người chị gái của mình, vậy mà liên tiếp hai ngày nay cô lại luôn nghĩ đến chị. Rõ ràng, ở trên hòn đảo này, chỉ cách nơi cha mẹ và anh trai đang sống có vài cây số, điều ấy đã khiến cô nghĩ đến gia đình. Tuy cô chưa thừa nhận điều đó với ai, Scathach hết sức cô đơn. Cô nhớ Aoife. Ồ, cô đã có những người bạn là giống người, nhưng họ luôn già rồi chết đi; cô đã có nhiều bạn bè là người bất tử – nhà Flamel đối với cô còn hơn là cha mẹ ruột trước đây cô từng có – nhưng ngay cả người bất tử già nhất cũng không biết được những việc cô đã làm và những nơi cô đã sống. Qua nhiều thiên niên kỷ, cô chẳng có ai để chia sẻ cuộc sống. Joan với cô thân thiết như chị em, nhưng Joan sinh năm 1412 – chỉ mới có năm trăm chín mươi lăm tuổi. Scathach đã trải qua hai ngàn rưỡi năm sống trong Vương quốc Bóng tối trái đất này, cùng hơn bảy ngàn năm lang thang rày đây mai đó trong các Vương quốc Bóng tối khác nữa. Chỉ có người chị song sinh của cô mới biết được cuộc sống kéo dài suốt quãng thời gian đằng đẵng như thế sẽ ra sao.

Cô chợt nhận ra mình thật vớ vẩn khi tự hỏi không biết Aoife có bao giờ dừng lại một chút để nghĩ đến cô không. Cách nào đó cô thấy nghi ngờ; Aoife Bóng Tối chỉ quan tâm tới bản thân mình thôi.

Aoife đang ở đâu nhỉ? Liệu có còn trong Vương quốc Bóng tối trái đất này không? Nhắm mắt, Scathach tập trung vào hình ảnh chị gái mình. Vào rất ít dịp hiếm hoi trong quá khứ, khi làm thế này, cô thoáng bắt gặp những nơi chốn, những con người, và thắc mắc không biết cô có đang kết nối với chị mình chăng. Còn bây giờ, chẳng có gì cả... chỉ một màu đen tuyền, trống hoác. Nữ Chiến binh cau mày. Cô đã kết nối với chị mình mà, đây có phải là những gì Aoife đang nhìn thấy không? Scathach có cảm giác mạnh mẽ rằng cô đang đứng trong một không gian tối đen bao la bát ngát... có điều là cô không ở một mình. Có thứ gì khác ở đây nữa. Có thứ gì đó đang di chuyển trong sự trống rỗng kia. Một thứ to lớn, trườn bò, rít ré, và rúc ra rúc rích. Một thứ già cỗi và xấu xa.

Mặc dù trong núi lửa đang nóng không chịu nổi, Scathach vẫn thấy ớn lạnh.

Có phải chị gái cô đang gặp rắc rối? Đó là một ý nghĩ hầu như không thể tưởng tượng được. Ít gì thì Aoife cũng chí tử như Bóng Tối vậy. Cô ta nhanh nhẹn và tàn nhẫn, thiếu mọi cảm xúc đối với giống người... ngoại trừ: Niten – Miyamoto Musashi. Bất giác, Bóng Tối gật đầu. Anh chàng Kiếm sĩ này sẽ biết chị cô đang ở đâu. Có lẽ, chỉ có lẽ thôi, khi mọi chuyện này qua đi – và nếu cô còn sống – cô sẽ đi gặp Niten và nhờ anh ta gởi một lời nhắn đến Aoife. Có lẽ, chỉ là có lẽ, đã đến lúc cố hàn gắn lại.

Scathach ngã người ra sau, tựa trên cùi chõ, ngước trở lại nhìn lên vòm trời tối mịt. Màu xanh lơ nhàn nhạt đã sẫm xuống thành màu tím, và những ngôi sao đêm đầu tiên đã bắt đầu nhấp nháy. Chúng mang các hình thể hầu như cô nhận ra được ngay.

Một ánh lóe như một vệt đỏ thẫm xẹt ngang bầu trời khiến cô giật mình.

Thoạt tiên, cô nghĩ là sao băng; sau đó, cô mới nhận ra là một chiếc vimana di chuyển im lìm qua các tầng trời, sáng lên nhờ ánh lóe đỏ lòm của dung nham bên dưới. Con tàu ấy được theo sau bằng một chiếc khác, rồi một chiếc khác nữa. Bản năng và cảm giác sống còn từng được mài giũa tinh tế của cô khiến cô đứng dậy, và ở phía bên kia của miệng núi lửa, cô thấy Saint-Germain cũng đứng. Ông ta cũng biết có gì đó không ổn. Scathach quan sát chiếc vimana duy nhất bay vào rồi bay ra khỏi ngọn núi lửa suốt mấy giờ vừa qua, chở các tù nhân, và rồi, mới đây, thả vào miệng hang mấy ổ bánh mì cũ và những vỏ bầu đựng thứ nước chua lòm. Một số bánh mì và nước không rơi đúng chỗ, trôi vào lớp dung nham, nhưng dường như tên anpu lái chiếc tàu kia không quan tâm gì đến việc tù nhân đói hay khát thì phải.

"Joan!" Scathach hét lớn.

"Tôi thấy rồi," Joan Arc nói với xuống. Mặt cô ấy thò qua cạnh gờ nơi miệng hang phía trên đầu Scathach. "Tôi nhìn thấy mười hay mười hai..."

Scatty liếc lên bầu trời đêm. "Tám... mười... mười hai – không, mười ba. Mười bốn," cuối cùng cô nói. "Tôi nghĩ có đến mười bốn."

Bên kia ngọn núi lửa, Palamedes vẫy cô. Khi anh ta biết cô đã nhìn thấy mình, chàng Hiệp sĩ Saracen xòe ra và khép bàn tay phải ba lần.

"Mười lăm," Scathach la lên với Joan. "Palamedes đếm được mười lăm."

"Vậy kế hoạch là gì?" Joan la lớn.

"Chuyện đó phụ thuộc vào..."

"Vào cái gì?"

"Vào việc họ đến với ai trước. Tôi đang nghĩ họ sẽ đến hoặc là với Palamedes, hoặc là tôi."

"Rồi sao nữa?"

Nụ cười toe của Scathach làm ló ra hàm răng ma cà rồng. "Ừm, lối duy nhất để vào hoặc ra khỏi dãy xà-lim này là bằng mấy chiếc vimana đó. Vì thế chúng ta phải kiểm soát được một trong số kia."

"Kế hoạch hay lắm," Joan nói đầy vẻ mỉa mai. "Vậy để tôi nói nhé, bằng một tay cô có thể áp đảo được hai tên anpu, trong khi cứ giữ chiếc vimana kia ở trên không. Chuyện gì xảy ra với mười bốn con tàu kia?"

"Tôi đã bảo đó là một kế hoạch mà. Có bao giờ nói đó là một kế hoạch hoàn hảo đâu."

"Tôi nghĩ kế hoạch của cô sắp thay đổi rồi," Joan kêu lên.

Một chiếc vimana mới tinh đã xuất hiện. Nó to lớn hơn hẳn mấy chiếc kia, và nhìn từ bên dưới, trông nó như một hình tam giác dài phẳng bẹt bóng mượt. Bề mặt của nó phản chiếu một bên là bầu trời đêm, một bên là lớp dung nham đỏ lòm lấp lóa, khiến những chi tiết kia khó mà phân biệt được. Con tàu bay lượn phía trên đoàn tàu nhỏ hơn đang vây tròn, một hình dáng mơ hồ đầy đe dọa trong bóng tối. Ngay tức khắc, nó phát sáng bừng, những ngọn đèn màu đỏ, xanh lá, xanh lơ bật lóe trên ba đỉnh tam giác.

"Vimana rukma," Scathach kêu thét lên, chuyển sang ngôn ngữ thời trẻ của mình. "Tàu chiến. Quay lại, trở vào xà-lim đi!"

Và rồi chiếc vimana hình tam giác kia rơi thẳng vào miệng núi lửa.

Chương ba mươi bảy

Mars Ultor nhào tới Prometheus với thanh đoản kiếm sắc như dao cạo. Nhanh hơn tốc độ mắt có thể nhìn thấy, hai bàn tay Niten cử động, chụp lấy phía dưới cổ tay Mars bằng một cú kẹp cứng ngón. Bàn tay Elder giật giật và tự động mở, Niten chụp thanh kiếm rơi ra, khéo léo xoay ngược lại. Và bất thình lình chĩa thẳng vào cổ họng Mars.

Niten nghểnh đầu qua một bên. "Đã có lần tôi còn không sao đến gần ông được nữa kia. Ông già đi rồi đấy."

Mars nhe răng cười toe với vẻ tàn ác. "Nhanh đấy. Nhanh như tôi từng thấy." Rồi ông ta càu nhàu khi bắp vế bị chuột rút, đẩy ông ta nằm ườn ra trên bậc thềm.

Niten quăng thanh đoản kiếm cho Prometheus, chồm xuống chìa tay ra cho Elder. "Thật vinh dự được chiến đấu với ông."

"Chúng ta không chiến đấu!" Mars bật nhanh dậy, đỉnh đầu đưa vào dạ dày Niten, gập đôi người lại, hất anh ta ngã ngửa. Chàng Kiếm sĩ lăn người đứng lên, thủ thế.

"Dừng lại đi mà. Đã đến giây phút này rồi!" Tsagaglalal đấm mạnh vào sau ót Niten trong lúc chen ngang qua

Prometheus và với tay nắm tai Mars Ultor. Bà vặn mạnh, ông ta hét lên. "Còn ông – tôi đã nói gì với ông về chuyện đánh nhau nào?"

Mặt Mars Ultor đỏ ké như luồng điện của mình. "Xin lỗi, thưa Quý cô Tsagaglalal," ông lầm bầm.

Bà lão nhìn Niten, rồi chỉ vào trong nhà. "Bây giờ thì vào trong đi."

"Ông ấy bắt đầu trước," anh ta mở lời.

"Tôi không quan tâm ai bắt đầu trước. Vào trong rửa tay đi. Bẩn quá rồi. Ông cũng vậy nữa." Bà cáu kỉnh nói với Prometheus. "Và ông có thể đưa cái đó cho tôi," bà vừa nói, vừa chìa tay ra lấy thanh kiếm.

Cố giữ mặt ngay thẳng, Prometheus đảo thanh kiếm lại rồi trao cho bà, chuôi kiếm hướng ra ngoài. "Vâng, thưa quý bà," ông vừa nói, vừa cúi đầu.

"Đặt bàn trong vườn nữa. Chúng ta có khách đến uống trà." Bà quay sang mỉm cười với Odin, Hel, và Diều hâu Đen, lúc này đang đứng dưới chân cầu thang. "Ông sẽ ở lại uống trà nhé."

Không ai nói một lời nào.

"Đó không phải là một lời đề nghị đâu," bà nói thêm, chợt nghe lạnh như thép.

Chương ba mươi tám

Perenelle Flamel quay đi khỏi khung cửa sổ trong phòng ngủ, nhìn chồng. "Mình sẽ không tin đâu nếu tôi kể cho mình nghe tôi vừa chứng kiến cái gì," bà nói bằng tiếng Pháp cổ.

Nicholas Flamel đang đứng cạnh tấm gương soi, cẩn thận cạo râu mọc đã ba ngày nay trên má. Ông nhìn vợ trong gương. "Mình vừa mang tôi về từ cõi chết kia mà. Tôi sẽ tin mọi điều mình nói chứ."

Perenelle ngồi nơi cuối giường, cao đến nỗi bàn chân bà đong đưa phía trên mặt sàn. "Ba Elder và một người bất tử vừa xuất hiện. Một trong số họ có miếng băng trên mắt," bà nói thêm với vẻ quan trọng.

Nicholas cười toe. "Odin. Đến truy tìm Dee đấy. Ai nữa?"

"Một cô gái trông khá kỳ quặc. Khó thấy được mặt cô ta, nhưng trông như bị bệnh ấy, những mụn nhọt màu đen và trắng..."

"Nghe như Hel ấy nhỉ," Nicholas thầm thì. "Odin đi cùng với Hel. Dee rắc rối to rồi. Còn ai nữa?"

"Một Elder cao lớn mặc vét da. Cả đời mình, trước nay tôi chưa từng thấy ông ta bao giờ. Ngay lúc vừa nhìn thấy Prometheus, ông ta đã nhào vào ông ấy với thanh đoản kiếm trong tay."

Nicholas mỉm cười. "Đó có thể là bất kỳ ai – Prometheus có nhiều kẻ thù lắm, mặc dù rất ít trong số đó còn sống được," ông nói thêm. "Còn người bất tử?"

"Tôi không rõ, nhưng mặt anh ta tôi trông hơi quen quen." Perenelle cau mày, cố nhớ. "Người Mỹ Nguyên thủy. Nhưng không phải ông bạn Geronimo của mình," bà nói nhanh.

"Vậy thì đừng nghĩ nữa," Nicholas vừa nói, vừa lau sạch bọt cạo râu dính nơi mặt. "Ông ấy không bao giờ xuất hiện chung với các Elder Đen tối đâu." Ông quay sang vợ, giang rộng hai tay. "Trông tôi thế nào?"

"Già khú." Perenelle nhảy ra khỏi giường, vòng tay ôm quanh chồng, giữ ông thật chặt. Ngón tay bà lần theo những đường nhăn trên trán ông. "Thậm chí mấy đường nhăn này còn nhăn hơn."

"Được thôi, tôi *được* sáu trăm bảy mươi bảy tuổi rồi..."

"Sáu trăm bảy mươi sáu," bà chữa lại. "Vẫn còn ba tháng nữa mới tới sinh nhật mình –" bà cất tiếng, rồi im bặt. Cả hai đều biết họ sẽ không sống để nhìn thấy sinh nhật ông. Perenelle quay đi thật nhanh để Nicholas không kịp nhìn thấy những giọt lệ trong mắt bà, bà chỉ vào đống quần áo nơi cuối giường. "Phòng này được cha mẹ cặp song sinh dùng khi họ xuống phố đây. Quần áo này là của cha hai đứa nhỏ. Có lẽ hơi lớn một chút đối với mình, nhưng ít ra cũng sạch sẽ."

"Chuyện gì xảy ra cho cái quần jeans và áo sơ-mi của tôi vậy?" Nicholas hỏi.

"Không giữ được." Perenelle ngồi trên cạnh giường quan sát chồng mặc quần áo. "Một ngày, Nicholas, tôi giữ mình được có một ngày duy nhất."

"Nhiều thứ có thể xảy ra trong một ngày mà," ông dịu dàng nói. Ông rút ra một chiếc áo sơ-mi vải ka-ki có nút hai bên cổ. Cổ áo quá rộng và ống tay áo dài mút bàn tay ông. Perenelle xăn tay áo lên trong khi ông cài nút áo vào, rồi bà cầm lên con bọ hung màu ngọc bích nằm trên bàn đặt cạnh giường. Bà thắt một sợi dây da quanh nó, Nicholas chúi đầu xuống khi bà đeo nó quanh cổ ông. Tựa bàn tay mình trên con bọ hung, bà ấn nó vào da thịt Nicholas. Ông đặt tay mình lên trên tay bà. Luồng điện của họ nổ lốp bốp hai màu trắng và xanh lá, cả căn phòng đầy nức mùi bạc hà.

"Cám ơn mình," ông nói giản dị.

"Vì chuyện gì?" bà hỏi.

"Vì đã cho tôi thêm một ngày."

"Tôi đâu có làm điều đó vì mình," bà nói kèm theo một nụ cười. "Tôi làm điều đó vì một lý do hoàn toàn ích kỷ mà."

Ông nhướng mày lên đặt một câu hỏi không lời.

"Tôi làm là vì tôi. Tôi không muốn sống một ngày mà không có mình."

"Chúng ta chưa chết được đâu," ông nhắc. Sau đó, ông chuồi tay mình vào tay bà. "Nào, hãy đi xem các Elder làm gì. Tầng dưới im lặng một cách đáng ngờ quá."

"Đó là vì hết thảy họ đều sợ Tsagaglalal đấy thôi. Họ biết bà ấy là ai mà." Perenelle dừng một chút, rồi tự chữa lại. "Bà ấy là *gì*."

Chương ba mươi chín

"Buổi biểu diễn bắt đầu," Billy the Kid nói thầm. Gã gõ nhẹ vào vai Josh, chỉ về phía Cầu Cổng Vàng.

Josh thu mình trên một hòn đá thấp bên bờ biển phía tây của Alcatraz, quan sát một chữ V dài trên mặt nước đang bò về phía hòn đảo. Từng đợt sóng vòng cung vỡ ra khi đập trúng những hòn đá nằm trên bờ biển, bọt trắng xóa bắn lên cao trong không trung. Một xúc tu trông như con rắn màu đen hơi ngả xanh lá xuất hiện đột ngột trên mặt nước, vùng vẫy một lúc rồi mới rơi xuống mặt đá. Nó quằn quại, di chuyển khéo léo qua mặt cát và đá, rồi hàng trăm ống hút nhỏ xíu nơi mặt dưới của xúc tu bám dính vào một tảng đá mòn. Cái xúc tu thứ hai xuất hiện, rồi cái thứ ba và cái thứ tư. Josh nuốt xuống thật khó khăn và rùng mình. "Rắn."

"Trông cậu xanh lè," Billy the Kid vừa nói, vừa nép mình bên cạnh Josh.

Cậu thiếu niên hất đầu về phía mấy cái xúc tu. "Trông chúng như rắn ấy. Tôi thật sự ghét rắn lắm."

"Bản thân tôi cũng chẳng bao giờ mê rắn nổi," Billy thú

nhận. "Hồi còn nhỏ, chính tôi đã bị một con rắn chuông cắn phải. Bị sưng tấy lên, và lẽ ra tôi đã chết mất rồi nếu Diều hâu Đen không chăm sóc cho."

"Nếu tôi có quyền," Josh nói ngay, "tôi sẽ làm cho không có rắn trên thế giới này."

"Tôi nghe cậu rồi đấy nhé."

Josh rùng mình. Mặc dù đang là tháng Sáu, nhưng gió trong vịnh nổi lên lồng lộng, những giọt nước bắn tóe trên mặt cậu cảm thấy sao lạnh buốt như nước đá, nhưng cậu biết không phải thời tiết khiến cậu thấy lạnh. Có một tai họa tưởng chừng như có thể sờ thấy được trong bầu không khí. Tai họa cổ xưa. "Ông đã bao giờ gặp Ner... Nere..."

"Nereus," Billy nói rõ.

"Trước nay ông đã gặp ông ta bao giờ chưa?"

"Tôi có nghe nói đến ông ta, nhưng từ hôm nay trở về trước chưa gặp bao giờ. Thật sự, tôi không bao giờ có liên quan gì tới bất kỳ Elder hay Thế hệ Kế tiếp nào ở phía Tây. Dee và Machiavelli là hai người đầu tiên trong số các người bất tử châu Âu thật sự già mà tôi từng gặp." Gã hất những sợi tóc dài ra khỏi mặt. "Tôi sống ẩn dật, làm những việc lặt vặt cho chủ nhân mình, Quetzacoatl. Tôi chạy việc vặt, đại khái là thế, đóng vai trò như một vệ sĩ trong những chuyến đi vào thành phố hiếm hoi của ông ta. Tôi đã có những cuộc phiêu lưu với Virginia vào một vài Vương quốc Bóng tối lân cận, nhưng phần lớn chúng đều là bản sao rất giống với Vương quốc Bóng tối này, và hiếm khi nào chúng tôi tình cờ gặp phải bọn quỷ sứ." Gã chĩa ngón tay cái về phía khối xà-lim phía trên và ở đằng sau họ. "Trước nay tôi chưa bao giờ trông thấy bất cứ thứ gì giống mấy thứ đó."

"Ông ta đến đây rồi kìa," Josh thì thào. Mặt nước rập rờn và cậu giữ mình vững lại, chuẩn bị thấy loài quỷ sứ thuộc giống rắn có xúc tu gì đó. Thay vì như thế, một đầu người trông bình thường đến ngạc nhiên xuất hiện trên những con sóng, một nùi tóc dày uốn quăn đắp vào khung xương sọ. Mặt ông ta to bè, xương gò má nhô cao, và một quai hàm mạnh mẽ với bộ râu dày uốn thành hai lọn quấn chặt, dệt chung với từng dải tảo biển.

"Ông Già Biển," Billy thì thào. "Một Elder."

"Với tôi, ông ta trông cũng bình thường," Josh cất tiếng, rồi Nereus nhấc người lên, cậu thiếu niên có thể nhìn thấy nửa phần thân mình phía dưới của Elder được thay thế bằng tám chân bạch tuộc. Chỉ phải cái là, có gì đó trông không hợp lý. Ba trong số những cái chân khổng lồ kia kết thúc như những gốc cây lởm chởm, và có một miếng da cháy xấu xí phỏng dộp lên ngay giữa trán sinh vật ấy. Elder đang mặc một chiếc áo chẽn bằng da không tay phủ lên những lá bẹ dính vào với nhau bằng những sợi tảo biển, và có một cây đinh ba bằng đá đầu nhọn hoắc đai vào sau lưng. Josh bật ho, còn Billy thì chùi nước mắt – bầu không khí sạch sẽ đượm mùi muối đã bị ô uế bởi mùi hôi thối của cá ươn chết lâu ngày và mùi ôi thiu của mỡ cá voi.

"Nereus," Dee vừa gọi, vừa rảo bước xuống rìa nước. "Gần đến giờ rồi. Chúng tôi đang chờ."

Ông Già Biển tựa cánh tay người trên tảng đá mòn,

mỉm cười với Dee, đưa ra một miệng đầy những chiếc răng nhỏ xíu nhọn hoắt. "Ông mất tự chủ quá đấy, giống người. Tôi không đáp lại ông đâu." Giọng ông ta lính dính và dịu dàng. "Tôi đói thôi," ông ta nói thêm.

"Đó là lời đe dọa vô hiệu quả, và ông biết thế mà," Dee cáu kỉnh.

Nereus phớt lờ. "Vậy thì chúng ta có gì ở đây nào..." Elder ngước nhìn lên Machiavelli và Billy, rồi nhìn qua Virginia và cuối cùng là Josh. "Các người bất tử và một Người Vàng, đến để kết thúc thế giới này. Như đã được tiên báo từ Thời trước Thời gian." Ông ta nhìn Josh và luồng điện cậu thiếu niên tự bảo vệ lóe lên thành bộ giáp xích bằng vàng bọc quanh người. "Còn cậu... cậu y như ta nhớ," ông ta nói.

Josh cố bật cười. "Cả đời mình, trước nay tôi chưa bao giờ gặp ông cả, thưa ông."

"Cậu có chắc không?" Nereus hỏi gặng.

"Ồ, tôi chắc chắn là mình nhớ mà," Josh vừa nói, vừa lấy làm hài lòng vì giọng nói mình không run lắm.

"Tôi được bảo rằng ông sẽ làm theo mệnh lệnh của tôi," Dee chen ngang.

Nereus không quan tâm tới Dee, và quay qua Machiavelli. "Đến giờ chưa?"

Tay người Ý gật đầu. "Đã đến giờ. Ông có mang nó theo không?"

"Có." Ông Già Biển nhìn từ Machiavelli sang Dee rồi nhìn trở lại tay người Ý. "Ai muốn khống chế Lotan?"

"Tôi," Dee vừa nói ngay, vừa bước tới phía trước.

"Tất nhiên là ông," Nereus nói sôi sùng sục. Một xúc tu rời ra khỏi tảng đá mòn, bắn vọt đến quấn quanh cổ tay Dee, giật hắn tới trước. Người bất tử thậm chí còn không kịp la. Virginia Dare tiến tới, ống sáo của ả nằm sẵn trong tay, nhưng một cái nhìn của Nereus đã ngăn ả lại. "Đừng ngốc chứ. Nếu tôi muốn ông ta chết, hẳn tôi đã có thể kéo giật ông ta khỏi hòn đảo đá này và ném cho lũ con gái của tôi rồi." Đằng sau ông ta, hơn một chục Nữ thần Biển tóc xanh lè đang khuấy tung mặt vịnh, mấy cái miệng há hoác ra, để lộ hàm răng nhọn như răng cá piranha. "Tôi và cô sẽ có một cuộc thanh toán cho những gì cô đã làm trước kia. Gia đình là thứ rất thân yêu của tôi."

"Ông đâu phải là Elder đầu tiên hăm dọa tôi." Nụ cười tàn ác của Virginia Dare khiến gương mặt ả rất xấu xí. "Và ông biết chuyện gì xảy ra cho ông ta rồi đó."

Mùi cá ươn nghe đậm đặc hơn nữa, cả Billy và Josh đều bịt miệng và lùi đi. Virginia bật ngửa đầu, hít thật sâu. "Ồ, sao mà tôi yêu cái mùi của sự sợ hãi thế."

Nereus quay lại Dee. "Một món quà nhỏ cho ông," ông ta vừa nói, vừa ấn thứ gì đó trông như một quả trứng nhỏ với những mạch máu xanh lè vào bàn tay Dee, rồi khép mấy ngón tay của ông tiến sĩ trên đó. Một xúc tu quấn quanh cổ tay ông tiến sĩ người Anh, khóa chặt lại. "Bất kể ông có làm gì," Nereus nói, "cũng không được mở bàn tay mình ra." Sau đó, ông ta siết chặt lại, có thể nghe được một âm thanh rất dễ phân biệt của vỏ sò kêu răng rắc.

"Tại sao không?" Dee hỏi. Rồi hắn thở hổn hển, mắt phồng lên vì đau đớn.

"Ồ vâng," Nereus lại lập bập nói, khoe ra hàm răng khi cười nhăn nhở hết sức hung ác, "đó có thể là Lotan đang cắn ông đấy."

Dee rùng mình nhưng vẫn im lặng, đôi mắt xám dán chặt trên gương mặt Elder.

"Ông dũng cảm nhỉ, tôi sẽ cho ông thấy," Nereus nói, miệng ông ta há rộng ra cười thậm chí còn tàn ác hơn. "Người ta nói rằng Lotan cắn đau hơn bọ cạp chích nữa kia."

Tay tiến sĩ nhợt nhạt như xác chết, đôi mắt mở to. Từng giọt mồ hôi vàng khè đọng trước trán, không khí đầy mùi sulfur hôi thối. "Tôi tưởng...," hắn nói qua hàm răng nghiến chặt, "Tôi tưởng nó lớn hơn thế này chứ."

Billy nhìn Josh, nháy mắt. "Tôi cũng nghĩ vậy."

"Sẽ là thế," Nereus phá ra cười. "Đúng là trước hết nó cần được cho ăn chút máu." Lúc này toàn thân Dee giật mạnh. Hắn cố rút cánh tay trái ra, nhưng một xúc tu khác của Nereus đã quấn vòng quanh cánh tay tên tiến sĩ. "Một khi nó đã nếm được máu ông, nó sẽ bị dính vào ông. Rồi sẽ chịu sự kiểm soát của ông. Nhưng ông phải hành động nhanh chóng. Lotan cũng như động vật phù du, có vòng đời rất ngắn. Ông chỉ có ba hoặc tối đa là bốn tiếng đồng hồ trước khi nó chết." Các xúc tu của Elder buông ra khỏi cánh tay Dee, ông ta nói thêm, "Nhưng đó sẽ là thời gian đủ để khởi đầu cuộc phá hủy thành phố của giống người."

Josh chăm chú nhìn khi Ông Già Biển chuồi trở lại gờ đá của hòn đảo, trườn vào làn nước xanh lè lạnh giá của vịnh. Những cái đầu phụ nữ trồi lên thụp xuống xung quanh ông ta, mái tóc màu xanh lá trải dài như tảo biển khắp mặt nước. Elder ngoái nhìn lui, đôi mắt dán chặt vào Josh. Ông ta cau mày, như thể cố nhớ lại điều gì đó, nhưng rồi lại lắc đầu, rồi chìm sâu xuống mặt nước. Lần lượt, các Nữ thần Biển cũng biến mất.

Virginia Dare hối hả tiến tới, giữ Dee lại khi hắn đứng lảo đảo. Nước da Pháp sư tái mét; bàn tay phải của hắn vẫn còn nắm chặt, nhưng máu đang rỉ ra giữa mấy ngón tay, đã chuyển sang màu tím bầm. "Giúp tôi với!" Virginia la lên.

Billy trèo qua mấy tảng đá, đến vòng cánh tay qua thắt lưng Dee, nâng hắn đứng thẳng. "Tôi giữ được ông ấy rồi."

"Đưa ông ấy lên mấy tảng đá kia đi," Virginia nói.

"Không!" Machiavelli hét toáng lên. "Chờ đã." Y tìm đường đi qua những tảng đá mòn trơn trợt, đến đứng trước mặt Dee. "Josh, giúp tôi ở đây."

Không suy nghĩ, Josh trèo xuống tới tảng đá đứng bên cạnh tay người Ý.

"Quan sát tôi," Machiavelli nói. Y giơ cao cánh tay mình, hai chiếc găng tay kim loại hình thành trên hai bàn tay y. "Cậu có thể làm giống hệt vậy được không?"

"Dễ ợt." Josh duỗi hai bàn tay ra, bầu không khí đầy muối bị ngấm mùi cam chanh khi hai chiếc găng tay bằng vàng xuất hiện trên mấy ngón tay cậu.

"Giữ cánh tay ông ta," Machiavelli ra lệnh, "và, bất kể có chuyện gì, không được thả ông ấy ra." Y nhìn Virginia và Billy, lúc này hai người đứng hai bên tay Pháp sư đang lảo đảo. "Hai người sẵn sàng chưa?"

Hai người bất tử nhìn nhau, gật đầu.

"Josh?"

Cậu thiếu niên gật đầu và giữ lấy cánh tay Dee, kéo chìa ra. Luồng điện lưu huỳnh của tay Pháp sư kêu xì xì và nổ lốp bốp nơi chỗ đôi găng tay bằng vàng chạm vào da thịt hắn, nhưng mùi hương cam mạnh hơn mùi trứng thối. Machiavelli vói ra nắm lấy bàn tay Dee, xoay cho lòng bàn tay hướng lên trên, rồi cẩn thận mở mấy ngón tay hắn ra. Làm tổ trong lòng bàn tay Pháp sư là phần còn lại của chiếc vỏ sò đã bị nghiến nát. Ngay giữa những mảnh vụn ấy là Lotan.

"Một loại giống như thần lằn bóng chân ngắn," Josh vừa nói, vừa chồm tới trước để nhìn gần hơn. Sinh vật nhỏ xíu, không dài quá ba phân, có bốn chân, da màu xanh lá, với những đường dài nằm ngang chạy suốt chiều dài cơ thể. "Ngoại trừ cái đầu," cậu nói thêm. Bảy cái đầu giống hệt nhau mọc ra từ thân mình trên cần cổ ngắn ngủn. Mỗi cái đều bị dính vào da thịt trong lòng bàn tay Dee, mấy cái miệng nhỏ xíu bú ào ào như đang uống máu hắn.

"Nếu tôi không biết rõ," Billy the Kid nói khẽ, "tôi đã cho là Ông Già Biển đang chơi một trò đùa nào đó với chúng ta." Gã hất đầu vào sinh vật nhỏ xíu giống con thần lằn kia. "Không khiếp sợ mấy khi phải chịu đựng thứ này."

"Ồ, Billy," Virginia nói rất đơn giản. "Ông làm gì khi muốn làm cho một thứ lớn lên?"

Anh chàng người Mỹ ngây mặt ra nhìn ả, rồi nhún vai.

Virginia lắc đầu, rõ ràng là thất vọng vì gã không biết câu trả lời. "Cứ thêm nước vào thôi."

Sinh vật ngóc bảy cái đầu nhỏ xíu lên khi Machiavelli cẩn thận giật nó ra khỏi lớp thịt đầy máu của Dee. Nó quẫy đập dữ dội, kêu quác quác như một con mèo mới sinh, mỗi cái đầu đều tấn công vào bàn tay của người Ý, hàm răng nhỏ xíu như kim nghiến ken két và cạo rột rẹt trên đôi găng tay kết bằng luồng điện đông cứng lại của người bất tử. "Thứ dơ bẩn," y lầm bầm. Giữ Lotan dọc theo chiều dài cánh tay, Machiavelli thả nó vào vũng nước đọng lại giữa kẽ đá cạnh bàn chân mình.

"Bây giờ thì sao?" Billy hỏi.

"Bây giờ thì chạy thôi," Machiavelli nói.

Chương bốn mươi

Marethyu và Aten phóng xuống một đường hầm chật hẹp. Vách tường bằng kính đen láng bóng, được chạm khắc những chữ viết của cả ngàn loại ngôn ngữ đã mai một uốn vặn và cuộn xoắn lại thành những đường thẳng và những thân cột di chuyển liên tục. Chiếc móc câu sáng lóa của Marethyu hắt những chiếc bóng nhảy nhót khắp mặt chữ.

"Nói tôi nghe đi," Aten nói. Giọng ông ta hơi vang vang, nảy bật ra khỏi vách đường hầm.

Marethyu giơ cao chiếc móc câu, ánh sáng màu vàng nhàn nhạt tuôn đổ trên nét mặt nhọn dài của Aten. "Ông muốn biết gì?"

"Tại sao ông làm việc này?" Aten hỏi.

Đôi mắt màu xanh lơ sáng ngời của Marethyu mở to ngạc nhiên. "Tôi được lựa chọn sao?"

"Mọi người đều có quyền lựa chọn."

Người đàn ông có bàn tay móc câu lắc đầu. "Tôi không chắc là mình tin như thế. Cuộc đời tôi được định hình từ nhiều thiên niên kỷ trước khi tôi sinh ra. Đôi khi tôi nghĩ mình chỉ là một diễn viên, đóng vai của mình."

Đường hầm kết thúc tại một hang động mênh mông dưới lòng đất. Nước chảy nhỏ giọt trong vùng tối và bầu khí ngửi thấy mùi trong lành, sạch sẽ. Aten day mặt đối diện với Marethyu. "Có lẽ ông là một diễn viên, nhưng ông đã chấp nhận vai diễn của mình. Ông có thể cứ dễ dàng nói không và bỏ đi kia mà."

Marethyu lắc đầu. "Nếu ông biết toàn bộ câu chuyện, ông sẽ thấy rằng đó là điều không thể. Nếu tôi không hoàn thành vai diễn của mình, thì thế giới này sẽ thành một nơi rất khác."

Elder chìa tay ra chạm vào chiếc móc câu nằm ngay vị trí bàn tay trái của Marethyu. Nó bắn ra tia lửa và nổ lốp bốp, lóe sáng trưng. "Ông không sinh ra với cái này chứ?"

"Không."

"Ông mất bàn tay mình thế nào?"

"Bằng chọn lựa," Marethyu nói, giọng ông ta đanh lại. "Đó là cái giá tôi phải trả, và tôi đã trả một cách vui vẻ."

Aten gật gù. "Mọi thứ đều có giá của nó. Tôi hiểu điều đó."

"Ông có hiểu được cái giá ông phải trả vì đã cho phép tôi trốn thoát không?"

Đôi môi Aten cong lên thành nụ cười. "Anubis và Bastet sẽ dùng nó làm lời bào chữa khi họ cần chống lại tôi. Isis và Osiris sẽ triệu tập Hội đồng các Elder để tuyên bố tôi không còn phù hợp để cai trị và có lẽ sẽ thảy tôi vào núi lửa." Ông ta vỗ hai bàn tay vào nhau nghe chan chát, và một gợn sóng ánh sáng rung rung khắp hang động. Sau đó ông ta lại vỗ một lần nữa, cả hang động từ từ thắp lên một ánh sáng ấm áp màu trắng sữa. "Nấm mốc trên vách cũng nhạy với âm thanh lắm," ông ta giải thích.

Giữa hang có một mặt hồ, làn nước đen lốm đốm trắng, chạy những làn sóng lăn tăn chầm chậm trải dài. Đậu trên bờ hồ là một chiếc vimana pha-lê. Con tàu gần như hoàn toàn trong suốt, nhìn thấy được chỉ nhờ vào lớp áo bên ngoài có màu trắng phản chiếu ánh sáng.

"Lấy nó đi," Aten nói. "Tôi đã tìm thấy nó được bảo quản trong một khối nước đá trên vùng cao nguyên ở đỉnh thế giới. Có lẽ là chiếc vimana cổ xưa nhất còn tồn tại, mặc dù vẻ ngoài mong manh, nhưng thực tế lại là thứ không thể phá hủy được đấy."

Những tiếng la hét vang xuống đường hầm phía sau họ, nấm mốc đập phập phồng và rập rờn theo nhịp âm thanh kia.

"Họ đang tới đó. Đi ngay đi, và hãy làm những gì ông phải làm."

"Ông có thể đi với tôi," Marethyu chợt nói.

"Chiếc vimana này chỉ chứa được có một người. Hơn nữa, ông đã chẳng bảo tôi rằng mọi thứ đều có giá là gì?"

Tiếng chân nặng nề càng lúc càng gần hơn, tiếng kim loại khua lanh canh và tiếng áo giáp lách cách dội vào vách.

Marethyu chìa bàn tay phải ra, Aten nắm lấy. "Để tôi nói với ông điều này," người đàn ông có bàn tay móc câu nói. "Chúng ta sẽ còn gặp lại nhau, tôi và ông, tại một không gian khác và một thời gian cũng khác."

"Ông biết chuyện này là thật phải không?"

"Đúng."

"Bởi vì ông đã từng nhìn thấy tương lai chăng?"

"Bởi vì tôi đã có mặt ở đó."

Anubis và nhóm anpu lao ra khỏi đường hầm ngay khi chiếc vimana pha-lê bay lên không trung. Con tàu bay lượn không một tiếng động, có thể nhìn thấy rõ ràng người đàn ông có bàn tay móc câu đang ngồi trong con tàu ấy. Ông ta giơ chiếc móc câu vàng rực lên chào. Aten cũng giơ bàn tay đáp lại, rồi con tàu lao thẳng xuống dưới mặt nước hồ và biến mất.

"Anh đã làm gì vậy, anh trai?" Anubis gầm ghè. "Anh đã phản bội chúng tôi."

"Anh làm những gì phải làm để cứu thế giới này."

"Xích hắn lại," Anubis ra lệnh. Hắn nhìn ông anh mình, gương mặt cứng đơ xoắn vặn và méo mó vì giận dữ. "*Waerloga*," hắn hét to.

Elder gật đầu tán thành. "Aten Ảo thuật gia. Tước vị đó đã thật thú vị và hấp dẫn, em có nghĩ vậy không?"

Chương bốn mươi mốt

Sophie Newman đứng trong vuông sân sau bên cạnh vỉ nướng quay, chăm chú nhìn Prometheus nghiền xúc xích. Elder cao lớn đang cười tươi rói, miệng huýt sáo chẳng theo nhạc điệu gì.

"Có gì mà vui dữ vậy ạ?" cô hỏi.

"Giá mà cô nhìn thấy gương mặt của Mars," Prometheus nói.

"Hai người đã là – hay đang là – kẻ thù sao?" cô hỏi, và ngay khi đang hỏi, những hình ảnh bắt đầu nhảy múa trong đầu.

... Mars Ultor và Prometheus đứng đâu lưng vào với nhau đang chiến đấu chống lại đoàn lũ các chiến binh đầu rắn.

... Prometheus cõng Mars đã bị thương trên lưng mình, từ trên cầu nhảy lao đầu xuống nước, chìm vào dòng nước điên cuồng chảy xiết...

... Mars đang chụp lấy một mũi tên có ngạnh bay trên không, chỉ còn chân tơ kẽ tóc nữa là cắm vào cổ họng Prometheus...

"Có lẽ là bây giờ thôi. Chúng tôi từng là bạn bè, thân còn hơn anh em."

"Xảy ra chuyện gì ạ?"

"Ông ấy nổi điên," ông ta buồn bã nói. "Hoặc đúng hơn là, thanh kiếm ông ấy đang mang đã khiến ông ấy điên loạn. Chính thanh kiếm mà bây giờ em trai cô đang mang đấy."

Sophie nhìn qua khoảnh vườn thấu đến người đàn ông to cao mặc áo vét da đang đứng uống nước chanh màu hồng hồng bằng ống hút. "Tuy nhiên, trông ông ấy đâu có vẻ gì là điên."

"Ngay lúc này thì không."

"Tại sao ông ấy tấn công ông?"

"Phức tạp lắm," Prometheus vừa nói, vừa nhảy lùi khi mỡ nóng văng vào người.

Sophie liếc nhìn những khúc xúc xích và thịt băm viên đang kêu xì xì, rồi nhanh chóng nhìn đi chỗ khác vì dạ dày buồn nôn. Từ lúc được Đánh thức, tự dưng cô thấy ghét thịt. "Phức tạp thế nào cơ?"

"Ừm, Mars cưới chị gái tôi, Zephaniah, trở thành anh rể tôi. Nhưng khi thanh kiếm kia khiến ông ấy điên cuồng mất trí, tôi giúp chị gái bắt và nhốt ông ấy trong lớp vỏ tạo ra do chính luồng điện của ông ấy đông cứng lại. Bà chôn ông ấy sâu dưới lòng đất, và qua bao nhiêu thế kỷ, thành phố Paris cứ phát triển ngay trên đầu ông ấy."

"Sophie?" Dì Agnes từ trong bếp bước ra, tay mang một cái khay.

"Chờ một chút ạ, Dì –"

"Ngay bây giờ đi, Sophie," Tsagaglalal nằng nặc.

"Xin lỗi," Sophie nói, rồi băng qua khoảnh sân trong.

Tsagaglalal đưa cái khay cho cô, trên đó có mấy lát sushi đã cắt sẵn. "Con giúp ta phân phát mấy cái này được không? Các vị khách của chúng ta chắc phải đói ngấu ra rồi."

"Dì Agnes... Tsagaglalal," Sophie nói. Cô hoàn toàn bối rối. "Chúng ta đang làm gì vậy ạ?"

"Tiếp đãi khách," bà lão nói kèm theo một nụ cười.

"Nhưng họ là những kẻ thù không đội trời chung với nhau kia mà."

"Họ biết họ phải đặt kẻ thù của mình sang một bên khi có sự hiện diện của ta," bà nói. "Đó là truyền thống." Quanh khóe mắt màu xám của bà lão ánh lên niềm vui. "Mọi chuyện đều đâu vào đấy. Bây giờ cứ giúp ta bày thức ăn, chúng ta sẽ chờ Nicholas và Perenelle cùng tham gia."

Sophie theo Tsagaglalal băng qua khoảnh sân trong tới chỗ Mars Ultor đứng dựa vào bức tường thấp bằng đá. Ông ta thẳng người lên khi trông thấy bà lão tiến đến gần, và đặt ly nước chanh xuống.

"Chào Quý cô Tsagaglalal," ông ta vừa nói, vừa cúi thật sâu. Bất chợt, đôi mắt màu xanh lá của ông ta phồng lớn ra đằng sau màn nước mắt. "Tôi đã nghĩ mình sẽ chẳng bao giờ còn gặp lại bà nữa."

Bà lão chồm người đặt lòng bàn tay mình phẳng bẹt ra trên ngực ông ta. "Mars, anh bạn cũ. Thật vui khi gặp ông. Trông ông cũng mạnh khỏe đấy. Ông đã giảm cân rồi. Như thế là hợp với ông. Zephaniah thế nào?"

Mars gật đầu. "Bà ấy khỏe, tôi nghĩ thế," ông ta nói với vẻ thận trọng. "Chúng tôi... chúng tôi không nói chuyện nhiều lắm. Bà ấy nói và tôi lắng nghe những lời bà ấy dặn tôi phải làm gì." Mars dừng lại một chút rồi mỉm cười một mình. "Cứ như những ngày xưa ấy. Sau đó, bà ấy phái tôi tới đây để tìm Dee, nhưng bảo tôi trước tiên phải đến với bà đã. Bà ấy nói bà có gì đó cho tôi."

Tsagaglalal gật đầu. "Có. Lát nữa tôi sẽ đưa cho ông, nhưng trước hết tôi muốn ông gặp –"

"Chúng tôi đã gặp nhau rồi," Sophie lạnh lùng chen ngang. Cô nhớ lại sinh vật trong khu hầm mộ dưới lòng Paris. "Mars Ultor, cũng gọi là Ares, Nergal, và Huizilopochtli." Cô nhìn Tsagaglalal. "Ông ta đã Đánh thức Josh ở Paris."

Tsagaglalal vỗ nhẹ vào cánh tay Sophie. "Ta biết. Sophie, đừng phán xét ông ấy theo dòng ký ức của Bà Phù thủy, hoặc theo những gì ông ấy buộc phải làm ở Paris. Khi Danu Talis chìm, Mars đã ở lại cho tới cùng, đưa dẫn hàng ngàn nô lệ thuộc giống người đến chỗ an toàn. Ông ấy nằm trong số những người cuối cùng rời khỏi hòn đảo ấy."

Sophie nhìn Mars lần nữa. "Bà Phù thủy nhớ đến ông như nhớ một tên quỷ sứ."

"Đó là sự thật. Tôi đã từng là thế. Nhưng thanh Clarent đã đầu độc tôi," Mars nói. "Nó đã thay đổi bản chất con người tôi. Và bây giờ cậu em trai song sinh của cô lại đang mang nó. Trừ phi cô lấy nó xa khỏi cậu ấy đi, bằng không nó cũng sẽ khiến cậu ấy thay đổi."

"Tôi sẽ lấy thanh kiếm xa khỏi nó," Sophie nói đơn giản, rồi giọng nghe run run. "Tôi biết nó đang ở đâu."

"Cậu ấy đang ở trên Alcatraz. Hãy nhớ rằng tôi và cậu ấy đã kết nối với nhau mà." Ông ta bật ngửa đầu ra sau, mắt nhắm lại, hai cánh mũi nở ra trong lúc hít vào một hơi thật sâu. "Tôi có thể ngửi thấy cậu ấy và những kẻ khác đi cùng: Dee và Machiavelli, một người bất tử có mùi xô thơm..."

"Đó chắc là Virginia Dare," Tsagaglalal nói.

Từng người một, Odin, Hel, và Diều hâu Đen băng qua khoảnh sân, tụ tập quanh Mars khi ông ta đang nói.

"... và một người nữa, nam giới, trẻ, có mùi ớt," ông nói tiếp.

"Đó là anh bạn Billy the Kid của tôi," Diều hâu Đen nhanh nhảu nói.

"Ông có chắc là tay Pháp sư đang ở trên hòn đảo ấy không?" Odin hỏi, giọng khản đặc, nỗ lực phát âm từng chữ.

"Tôi chắc mà." Mars lại hít vào một lần nữa. "Và có một người khác nữa." Gương mặt ông vặn vẹo kinh tởm. "À, mùi hôi thối của Nereus."

Prometheus rời khỏi vĩ nướng, hai tay mang hai đĩa, một chất đầy thịt băm viên, một xếp chồng những miếng xúc xích cắt nhỏ trang trí thành hình bông hoa với tăm cắm lên trên.

Sophie chăm chú nhìn Mars cứng đơ người lại khi Prometheus tiến tới gần. Rồi cô thấy Tsagaglalal đưa tay ra nắm chặt cánh tay Mars. Bà lão hạ giọng, nhưng cô gái nhỏ nghe rõ từng chữ. "Các người là khách trong nhà tôi. Tôi muốn hai người phải cư xử cho phải phép."

"Tất nhiên rồi, thưa Quý cô," Mars nói thầm. "Không như bà, tôi hiểu mà." Ông ta chìa hai đĩa thức ăn ra cho nhóm nhỏ, mọi người đều lắc đầu trừ Mars và Hel. Mars lấy một miếng xúc xích nhỏ, hít mùi thơm rồi nhấm nháp một cách lịch thiệp. "Thức ăn thật đầu tiên tôi được ăn sau nhiều thiên niên kỷ," ông ta thú thật.

Hel chồm người tới trước, há miệng. Một cái lưỡi dài đen nhánh bắn ra, quấn quanh miếng thịt băm viên dày cộp. Bà ta kéo lưỡi vào miệng, mấy cái răng nanh ló lên xé miếng thịt ra từng mảnh. Nước trái cây trộn lẫn với chất lỏng đen chảy xuống cằm trong lúc bà ta mỉm cười với Sophie. "Tôi không phải là người ăn chay."

"Tôi cũng đoán thế," Sophie vừa nói, vừa nhanh nhẹn nhìn đi chỗ khác, nuốt xuống vị gắt sâu trong cuống họng.

"Tôi làm hơi sống để riêng cho bà đấy," Prometheus nói.

"Ông vẫn còn nhớ à," Hel nói nghe ken két.

"Vâng, nếu bà nhớ lại thì lần gần đây nhất chúng ta gặp nhau, bà đã định ăn thịt tôi kia đấy."

"Tôi phải nấu ông lên trước đã chứ."

Odin chọn một miếng sushi và một khăn ăn. Ông ta gỡ miếng sushi, lấy ra cuộn cá hồi, và gói phần cơm còn lại vào khăn ăn.

Diều hâu Đen gật đầu cám ơn trong lúc nhìn khắp đĩa thức ăn. "Có cá ngừ California ướp gia vị không?"

Sophie gật đầu. "Trông như cái này."

"Tôi sẽ giữ miếng cá hồi. Thức ăn có gia vị không hợp với tôi."

Niten xuất hiện với hai đĩa sushi. "Tươi lắm," anh ta thông báo. "Tôi đã cắt món cá sống sashimi cho quý vị đây," anh ta nói với Odin, và chỉ vào những miếng cá lạng ra màu đỏ và trắng rất khéo. "Cá ngừ và cá hồi." Anh ta nhìn Diều hâu Đen. "Dưa chuột và cá ngừ California dành cho ông. Không gia vị."

"Ông có trí nhớ tốt thật." Diều hâu Đen mỉm cười.

"Tất nhiên rồi."

Sophie nhìn hai người bất tử. Cô vẫn thấy ý tưởng rằng chàng Kiếm sĩ này và anh người Mỹ Nguyên thủy quen biết nhau thật đáng ngạc nhiên. "Làm thế nào hai người lại biết nhau ạ?"

"Chúng tôi chính xác đã gặp nhau một trăm ba mươi năm trước," Niten nói.

Diều hâu Đen gật đầu đồng ý. "Ngay sau Trận chiến Greasy Grass vào năm 1876."

"Thật là một ngày," Niten lầm bầm. "Một ngày dành cho các chiến binh."

Sophie cầm lên một khay thịt, đưa mời Hel. Elder gật đầu với vẻ biết ơn, và chọn hai miếng thịt băm viên, mỗi tay một miếng, trước khi quấn lưỡi quanh miếng thứ ba. "Chúng tôi đã đi xuyên qua nhiều cổng tuyến để đến đây," bà giải thích với một miệng gần như đầy thịt đã nấu chín, bắn văng những mảnh nhỏ ra khắp nơi. "Mà cô có biết việc đó thế nào không – đi như thế khiến cô đói cồn cào cả ruột."

Sophie nhẹ nhàng tách ra khỏi nhóm, hướng vào nhà với chiếc đĩa trống trơn. Cô dừng lại nơi ngưỡng cửa, ngoái liếc lui lại và ngay lập tức hoàn toàn kinh ngạc, làm sao lại có cảnh tượng này được. Niten đang nói chuyện với Diều hâu Đen; Mars Ultor và Prometheus say sưa chuyện trò, trong khi Odin và Hel đang chăm chú lắng nghe Tsagaglalal. Dường như giống hệt với bất kỳ một bữa tiệc nướng nào tổ chức ở sân sau nhà, với thức ăn, thức uống, mùi xào nấu lan tỏa trong không khí. Song một số trong các sinh vật này lại hơn mười ngàn tuổi và khác xa con người.

"Có lẽ đây là một giấc mơ," cô nói khẽ khàng, "và mình sắp thức dậy rồi đây."

"Giống một cơn ác mộng hơn chứ," giọng phụ nữ nhẹ nhàng đáp lại. "Và thậm chí con còn chẳng phải đang nằm mơ."

Sophie quay người, thấy Nicholas và Perry đang đứng nơi ngưỡng cửa.

"Rất vui được gặp lại con, Sophie," Nicholas nói. "Perenelle bảo ta mắc con một món nợ lớn đấy. Con đã giúp mang lại sự sống cho ta."

Sophie gật đầu, không hoàn toàn biết rõ phải trả lời thế nào. "Con... mừng vì có thể giúp ạ," cô nói. Cô nghiêng đầu ngoái ra phía sau. "Con chỉ nghĩ đây thật là một nhóm kỳ quặc làm sao. Odin với Hel là kẻ thù, Prometheus với Mars đã không nói chuyện với nhau cả ngàn năm nay, và con không biết Niten với Diều hâu Đen quen biết nhau."

"Mà những gì thật sự kỳ quặc," Nicholas nói tiếp, "là

họ đang nói chuyện lịch sự nhã nhặn và không đâm vào cổ họng nhau kìa."

"Đó là tại sao?" Sophie hỏi. Cô để ý thấy Nicholas đang mặc áo sơ-mi và chiếc quần rộng túi đắp nổi của ba mình, trong khi Perenelle lại mặc quần jeans đúng là hơi ngắn quá với một áo choàng tay dài cổ cao trông như của mẹ. Cô cảm thấy một cơn giận dữ mơ hồ khi bà dì cô – không, không phải dì cô, Tsagaglalal – đã mang cho họ quần áo của ba mẹ mình.

Từ từ, cả nhóm ý thức rằng Nicholas và Perenelle đang đứng nơi cửa bếp, nhìn vào họ, các cuộc nói chuyện ngưng cả lại trong lúc họ quay người đối diện với Nhà Giả kim và vợ. Nicholas nhận một ly nước từ Perenelle, giơ lên chào.

"Tôi không bao giờ tin có sự trùng hợp ngẫu nhiên," ông ta vừa nói, vừa bước ra vườn. "Vì thế tôi buộc lòng phải nghĩ rằng tất cả quý vị có mặt ở đây vì một lý do."

Tsagaglalal bước tới trước. "Ông nói đúng đấy. Và nếu tất cả quý vị vui lòng ngồi xuống, tôi sẽ nói cho quý vị biết lý do."

"Vậy ra lần quy tụ này không phải là tình cờ sao?" Prometheus hỏi.

"Hầu như là không," Tsagaglalal nói. "Chồng tôi và Chronos đã tiên đoán điều này từ mười thiên niên kỷ trước. Thực tế, Abraham đã trao tôi một thứ để đưa cho quý vị." Bà mở một chiếc hộp giấy bồi đặt trên bàn, và lấy ra mấy tấm đệm rơm. "Tôi đã bảo vệ những phiến ngọc lục bảo này bằng mạng sống của mình," bà nói, và bắt đầu lấy ra những phiến đá màu xanh hình chữ nhật phẳng, trao giáp vòng cho họ. "Prometheus, cái này dành cho ông. Niten, cái này của cậu..."

"Chúng là gì vậy ạ?" Sophie hỏi.

"Những lá thư gởi từ quá khứ," Tsagaglalal nói. "Chồng tôi đã viết chúng từ mười ngàn năm trước."

"Và ông ấy biết tất cả những người này sẽ có mặt ở đây sao?" Sophie hỏi với vẻ không tin nổi.

Tsagaglalal quay sang, gật đầu. "Quả thật là thế." Sau đó, bà kéo ra một phiến ngọc lục bảo cuối cùng ra khỏi chiếc hộp kia, trao nó cho cô. "Và ông ấy đã biết rằng con cũng sẽ có mặt ở đây, Sophie Newman ạ."

Chương bốn mươi hai

Sophie Newman nhìn phiến ngọc lục bảo. Bề ngang khoảng mười và bề dài chừng hai mươi xen-ti-mét. Cả hai mặt đều phủ kín những chữ viết hẹp, mỏng mảnh không như bất cứ thứ gì cô từng nhìn thấy trước đây: những hình tam giác, hình bán nguyệt cùng những đường rạch, trông hơi giống các biểu tượng toán học và những dấu chấm không thực tế. Hoàn toàn không thể hiểu được.

Cô lật phiến ngọc qua, di ngón tay khắp bề mặt láng mướt, lần theo những đường ký tự nằm ngang. Từng búi luồng điện bạc rỉ thành vệt khắp phiến ngọc, cô nín thở. Chữ viết lóe sáng và biến đổi trên mặt đá, hình thành rồi tái tạo trở lại. Cô nhận ra những chữ viết tượng hình kiểu hình nêm và chữ của người Ai Cập, các nét chạm của người Aztec, chữ Ogham của người Celt, chữ tượng hình của người Trung Quốc, chữ cuộn xoáy của người Ả Rập, rồi chữ Rune của người Hy Lạp và Na Uy... và cuối cùng, tiếng Anh.

Đây là một bức thư.

***

Tôi là Abraham của Danu Talis, đôi khi còn được gọi là Pháp sư, và tôi xin gởi lời chào đến Người Bạc.

Có nhiều điều tôi biết về cô. Tôi biết tên, tuổi của cô và biết cô là phái nữ. Tôi đã dõi theo ông bà tổ tiên của cô qua suốt mười ngàn năm nay. Cô là cô gái trẻ xuất sắc, người cuối cùng trong dòng dõi những phụ nữ xuất sắc, phi thường ngang nhau.

Cô tồn tại trong một thế giới đối với tôi thật khó hiểu, trong khi tôi lại ở vào một thời đại mà cô không thể hiểu được. Nhưng chúng ta có liên kết với nhau, tôi và cô, qua phiến ngọc này, phiến ngọc tôi đã tự tay chạm khắc và tôi hy vọng rằng người vợ thân yêu của tôi đã trao lại cho cô.

Tôi viết thư này khi đang ngồi trong một ngọn tháp nơi bờ rìa một thế giới ai cũng biết trên Hòn đảo Danu Talis. Lịch sử sẽ đặt cho hòn đảo này những cái tên khác, nhưng đây là cái tên đầu tiên, tên thật. Cô cũng nên biết rằng thế giới của cô và thế giới của tôi là một và giống hệt nhau, dù bị chia cắt bởi nhiều thiên niên kỷ, và hơn nữa, cô nên tin chắc rằng tận đáy lòng tôi không muốn gì hơn ngoài những điều tốt nhất cho cả hai thế giới của chúng ta. Quả thật, tôi đã giao phó cho Tsagaglalal yêu quý của tôi mang thông điệp này gởi đến cô trải qua bao thời đại. Vào lúc cô đang đọc thư này, cô hẳn đã trở thành người bảo vệ và canh giữ mẹ cô cùng bà ngoại và mọi phụ nữ trong bộ tộc mình từ thuở khai thiên. Và cậu em trai của cô cũng làm như thế với những người đàn ông.

Một điều cô cần phải biết: thế giới của cô khởi đầu bằng cái chết của tôi.

Nhưng cô cũng nên biết rằng có những dòng thời gian, trong đó thế giới của tôi không hề diệt vong. Và trong những dòng thời gian ấy, thế giới của cô cũng chưa bao giờ trở thành hiện thực, và các hình thức sự sống khác sẽ nổi lên nắm quyền kiểm soát hành tinh này.

Có những dòng thời gian trong đó các thế lực đen tối nắm quyền và kiểm soát Hòn đảo Danu Talis, nơi giống người vẫn còn là nô lệ cho tới khi họ bị hủy diệt và thay thế bằng một dòng giống mới.

Có những dòng thời gian khác trong đó thế giới của cô – thế giới hiện đại của cô, với hết thảy những kim loại và kính chiếu sáng, với những vũ khí kinh khủng và những kỳ quan – rơi vào cảnh hỗn mang và đêm tối cổ xưa.

Và cũng có một số dải thời gian trong đó thế giới của cô đơn giản là không tồn tại. Tất cả chẳng có gì ngoài bụi, đá nơi hành tinh của cô và vầng trăng của nó bây giờ đang quay trong không gian.

Tôi luôn biết rằng số phận các thế giới của chúng ta – của cô và của tôi – là ân huệ từ hành động của các cá thể riêng lẻ. Những hành động của một người duy nhất có thể thay đổi quá trình diễn biến của một thế giới và tạo ra lịch sử.

Và cô là một trong số những người đó.

Cô rất mạnh mẽ. Một Người Bạc – mạnh mẽ như tôi từng xem thấy. Và cô cũng đầy lòng dũng cảm. Ngần ấy đã rõ.

Cô giữ những đặc tính ấy trong con người mình để làm thay đổi lịch sử, nhưng để làm được như thế, cô sẽ phải tin tôi. Điều đó có thể là khó, bởi vì tôi biết trong đời mình cô không bao giờ tin ai ngoài cậu em song sinh, và nghiên cứu của tôi đã chỉ ra rằng cô và cậu em trai bây giờ đã tách ra. Nếu có bất kỳ sự an ủi nào, hai chị em sẽ hợp nhất lại, dẫu là ngắn ngủi. Tôi đang *yêu cầu cô tin một người cô chưa hề gặp bao giờ, viết cho cô từ mười ngàn năm trước, sống trong một thế giới ngoài tầm hiểu biết của cô. Nhưng nếu cô tin tôi, và làm những gì phải làm, và nếu thành công, cô sẽ cứu được thế giới này. Không chỉ thế giới của tôi và thế giới của cô, mà là hết thảy mọi Vương quốc Bóng tối vô hình cùng mọi người trên đó. Hàng tỷ sinh vật có tri giác sẽ mắc nợ cô mạng sống của họ.*

Nếu thất bại, chính hàng tỷ sinh vật đó sẽ phải chết.

Nhưng bây giờ tôi phải nói cho cô biết rằng sẽ có một cái giá cho sự thành công này. Cô sẽ trả một giá rất đắt. Trái tim cô sẽ vỡ ra ngàn lần và cô sẽ nguyền rủa tên tôi bây giờ và mãi mãi về sau.

Vì thế cô phải chọn lựa. Một ngàn năm trước tôi đã viết phiến ngọc này, tôi đã tạo ra lời tiên tri kết thúc bằng những chữ Hai là một phải trở thành một là tất cả. Một giải cứu thế giới, một phá hủy nó.

Cô là người nào, Sophie Newman?

Cô là người nào?

Chương bốn mươi ba

Josh Newman nhìn vũng nước dưới chân mình. "Chẳng có gì xảy ra –" cậu cất tiếng... và rồi im bặt – tất cả nước trên mặt đá chợt biến mất hết. Cậu có thể nhìn thấy sinh vật nhỏ xíu màu xanh lá đang ngoe nguẩy, uốn éo trên bờ biển lổn nhổn cát như một con cá mắc cạn. Josh liếc qua; có phải trông nó tròn trĩnh hơn một chút không? Lotan rùng mình, cào bới trong lớp cát lắm nhám và dơ bẩn. Sau đó, cậu nhận ra rằng nó đang lớn lên, kích thước gấp đôi, rồi gấp đôi nữa, với mỗi đợt co rúm thân mình cứ kéo dài mãi ra.

Từ chiều dài vài ba xen-ti-mét lên đến ba tấc chỉ trong một tích tắc.

Từ ba tấc đến gần một thước lại mất thêm một tích tắc nữa.

Sự giống hệt con thần lằn chân ngắn thì đã rõ, nhưng với mỗi cú rùng mình, kích thước lại tăng lên, nó bắt đầu trông giống một con rồng Kodomo hơn. Bảy cái lưỡi dài chẽ nhánh vàng khè thè ra thụt vô trong bảy cái miệng, và khi nó ngẩng mấy cái đầu lên trời, hơi thở của nó nồng nặc mùi thịt ôi thiu và những thứ chết rữa đã lâu từ dưới đáy biển.

Lotan lại co giật, kích thước lại tăng gấp đôi, dài đến một mét tám...

"Chúng ta cần phải ra khỏi đây thôi," Billy hối hả nói. Gã và Virginia vẫn đang xốc Dee ở giữa. "Nhìn mấy cái răng đó – một con thú như thế cần thịt lắm. Và chúng ta là bữa ăn gần nhất."

... rung rung dữ tợn, xương nổ lốp bốp, cơ bắp rạng răng rắc, da kéo giãn ra tới ba mét bảy...

Cả bảy cái đầu dán chặt trên năm con người, mười bốn con mắt toàn tròng đen đang chăm chú quan sát họ không chớp. Và rồi nó lao tới trước, một chuyển động – hầu như nhanh đến bàng hoàng – đã rút ngắn khoảng cách giữa họ chỉ còn một nửa.

"Chạy đi!" Billy thét lên.

"Không!" Dee hổn hển.

Josh hết sức kinh hãi chăm chú nhìn sinh vật kia co thắt thật mạnh, dài đến bảy mét rưỡi, gần bằng chiều dài một thùng cáp treo chạy từ thành phố qua vịnh.

"Cái thứ này có thể lớn được tới bao nhiêu lận chứ?" Billy hỏi gặng.

"Hãy làm nó chậm lại đi." Vẫn đặt tay trên người tên Pháp sư, Virginia một tay rút ống sáo ra, ấn lên môi. Âm thanh quá cao nên thính giác con người không thể nghe được mà chỉ thấy những rung rung nhẹ nhất trong không khí. Ba con mòng biển bay khỏi đầu, vọt lên bầu trời, rồi đổ nhào xuống biển, nhưng Lotan vẫn không hề hấn gì.

Nó dịch tới gần hơn, bảy cái miệng há ngoác ra để lộ không biết bao nhiêu hàm răng dã man tàn ác. Những dải nước miếng to dày mùi hôi thối không kể xiết nhỏ giọt xuống mặt đá.

Dee bật ra một tràng cười, và khi nói, giọng hắn nghe như từng tiếng thì thào rời rạc. "Nó điếc mà. Ống sáo ma thuật của cô vô dụng rồi."

"Tôi hiểu rồi," Virginia càu nhàu.

Lớp da xanh lè của Lotan gợn lên đủ màu sắc, những đợt sóng đỏ và đen dâng lên hạ xuống nơi thân mình nó. Ngay tức khắc, mọi màu sắc chảy vào mấy cái đầu, biến thành từng sắc thái khác nhau của màu đỏ thẫm, ngoại trừ cái đầu chính giữa lớn gấp hai lần những cái đầu khác và lúc này chỉ toàn một màu đen thui.

Josh ghì tay thành nắm đấm rồi lại thả ra, đôi găng tay kết bằng luồng điện vàng hình thành trở lại và bắt đầu lan lên hai cánh tay, bọc cả hai cánh tay trong lớp kim loại.

Bảy cái đầu của Lotan ngay lập tức dán chặt vào cậu thiếu niên.

"Josh," Machiavelli nói khẽ, mắt không rời khỏi Lotan. "Tôi đề nghị cậu dừng ngay lại những gì cậu đang làm đi. Ngay bây giờ!"

"Tôi đang bọc mình trong luồng điện của tôi mà," Josh mở lời.

Dee lắc mình thoát ra khỏi Dare và Billy. Gương mặt xám ngoét như tro của tay Pháp sư hơi hồng hào trở lại, nhưng đôi mắt vẫn có những quầng thâm, hắn nâng bàn tay trái sưng phồng lên. Bước tới sinh vật kia, lúc này đang ngẩng mấy cái đầu như thể sắp tấn công, sau đó, hết mọi cánh mũi đều nhớp nháp mở, và bảy cái lưỡi lè ra nếm không khí. Dee quay lưng vào sinh vật ấy. "Lotan được nuôi bằng một thứ còn hơn thịt sống nữa. Nó như ma cà rồng vậy – sẽ hút luồng điện từ bất kỳ sinh vật sống nào." Hắn nhìn Machiavelli. "Ông có đủ dũng cảm để giang thẳng cánh tay mình ra không?"

"Đủ dũng cảm chứ, có lẽ, nhưng không quá ngu xuẩn để làm vậy," Machiavelli nói, mắt vẫn không rời sinh vật kia.

Ngay tức thì, Billy giang cánh tay trái ra, bầu không khí nhuốm đầy mùi ớt sồng sộc. Một lớp màng mỏng màu tím đỏ bọc quanh bàn tay người bất tử.

Lotan rùng mình, cả bảy cái đầu chuyển sự chú ý sang gã, mấy cái lưỡi lè ra thụt vô. Billy chợt cằn nhằn và loạng choạng chúi người tới khi luồng điện kia cuộn xoắn và tuôn ra khỏi cánh tay gã, chảy thẳng về phía sinh vật kia. Mấy cái lưỡi vàng khè chụp lên lớp tơ mỏng, khói đỏ bốc lên không trung.

"Ngưng ngay đi, Billy!" Machiavelli nói.

Anh chàng người Mỹ ra sức hạ cánh tay xuống. "Tôi không thể," gã hổn hển. Luồng điện của gã đậm sắc màu, trong không khí, có thể nhìn thấy rõ ràng từng dòng đang chảy về phía con thằn lằn kia. Các mạch máu trên lưng bàn tay soải rộng ra của Billy nổi rõ, gã rít ré vì đau đớn khi móng tay chuyển sang màu đỏ, rồi màu tím, trước khi đổi thành màu đen, kêu răng rắc và tróc ra.

Ngay tức khắc, Josh bước tới trước mặt Billy và tát ngang mặt gã nghe bốp một tiếng. Người bất tử ngạc nhiên càu nhàu. Josh túm lấy ngực áo sơ-mi của gã, dùng một đòn taekwondo gạt bên chân trụ khiến Billy khuyu gối xuống. Người bất tử dộng xuống mặt đá với một lực đủ thâm tím mình mẩy, và luồng điện của gã tức thì nhạt đi.

"Ôi trời đất, đau quá. Tôi nghĩ cậu vừa làm bể xương bánh chè của tôi mất rồi," Billy gầm lên. Gã giơ bàn tay ra, Josh đỡ gã đứng dậy. "Chẳng bao giờ nghĩ phải cám ơn người làm mình đau, nhưng cám ơn nhé. Tôi nợ cậu – và không bao giờ quên những món nợ của mình đâu." Gã gập bàn tay trái. Bàn tay xanh nhợt, đầy những lằn tĩnh mạch và mạch máu bị bể, và những hình bầu dục nơi móng tay bị tróc vẫn còn rỉ ra chất lỏng trong trong. "Nhức thật sự," gã cằn nhằn.

"Việc ngu ngốc vậy mà cũng làm được," Virginia cáu kỉnh.

"Ngu ngốc là tên đệm của tôi mà." Billy cười nhăn nhở.

"Đây là con quái thú ông định thả vào thành phố đó hả?" Machiavelli nói khẽ. "Một thứ ăn thịt sống, một thứ uống luồng điện ư?"

"Con thứ nhất trong số nhiều con quái thú khác nữa kia," Dee nói kèm theo một tràng cười biến thành cơn ho ùng ục và gập đôi người lại. "Hãy để nó lảng vảng khắp đường phố và đánh chén một lúc đã. Ông đang giữ những câu thần chú: hãy đánh thức bọn quỷ sứ trong xà-lim và sai chúng vào thành phố đi."

"Rồi sao nữa?" Machiavelli hỏi.

"Công việc của chúng ta đến đây là hết." Dee giang rộng hai cánh tay. "Chúng ta đã làm đúng như những gì các chủ nhân đáng kính đã ra lệnh. Ông có thể trở về trên chuyến bay sắp tới đến Paris... vâng, có lẽ không phải chuyến bay kế tiếp đâu, tôi không chắc là phi trường sẽ hoạt động lâu hơn được nữa." Hắn hất cằm chỉ ngược về phía khối xà-lim. "Tôi đã nhìn thấy mấy con rồng bay trong đó. Có lẽ ông nên sai chúng đến phi trường thì hơn." Hắn lại phá ra cười.

"Còn ông thì sao, Tiến sĩ?" Machiavelli hỏi. "Chuyện gì xảy ra với ông khi các Elder trở lại?"

"Ông cứ để tôi lo chuyện đó."

"Tôi nghĩ mình muốn biết," tay người Ý lạnh lùng nói. Đôi môi y nhếch lên cười nhưng nụ cười ấy không lan đến mắt. "Chúng ta cùng nhau vướng vào vụ này mà."

Dee khoanh tay trước ngực, và con Lotan khổng lồ bò gần sát tới hắn. Mấy cái lưỡi dài đòng đưa lên xuống lưng hắn và làm tóc hắn xù cả lên. Hắn lơ đãng hất chúng đi. "Tôi đang cân nhắc các chọn lựa của mình," cuối cùng hắn nói. "Nhưng trước hết, chúng ta hãy sai con quái thú này lên đường..."

"Không," Billy và Machiavelli đồng thanh nói.

"Không ư?" Trông Dee có vẻ bối rối. "À, tôi hiểu rồi. Ông nghĩ chúng ta nên đánh thức thêm vài sinh vật nữa rồi sai chúng đi cùng một lượt luôn hả?" Hắn gật đầu. "Chúng ta có thể mang chúng lên bờ tại vài địa điểm, thực hiện một cuộc tấn công đồng loạt từ nhiều phía."

Billy the Kid lắc đầu. "Chúng tôi đang nghĩ..."

"Ông không nên căng thẳng quá," Dee chua chát.

Mặt Billy đanh lại. "Cái miệng linh lợi của ông sắp đẩy ông vào rắc rối một ngày gần đây cho xem."

"Có lẽ," Dee nói, "nhưng không phải do ông đâu."

"Đủ rồi," Machiavelli thét lên. "Những gì anh bạn trẻ bốc đồng của tôi đang cố gắng nói ra là chúng tôi đã quyết định không thả bọn quỷ sứ này vào thành phố."

Dee chớp mắt ngạc nhiên.

"Sẽ không hợp lý," Billy nói.

"Không *hợp lý*?" Tay Pháp sư cất tiếng cười. "Đây là một kiểu trò đùa sao?" Hắn nhìn Virginia. "Trò đùa, phải không?"

Dare khẽ lắc đầu. "Tôi không nghĩ thế," ả vừa nói, vừa từ từ di chuyển xa khỏi tay người Ý và anh chàng bất tử người Mỹ.

Billy đổi tư thế, hơi xoay lại để có thể quan sát đồng thời cả Dee và Dare.

"Tại sao ông làm việc này, John?" Machiavelli nói. "Ông có được gì đâu."

"Nó mang lại cho tôi thời gian, Niccolò ạ," Dee nói. "Các chủ nhân Elder của chúng ta mong muốn rằng lũ sinh vật này sẽ được thả vào thành phố, và chúng ta không được khiến họ thất vọng."

"Bằng không họ sẽ bắt đầu điều tra," Machiavelli chậm rãi nói. "Và tìm thấy ông ở đây..."

"Đúng thế," Dee đồng ý. "Hãy để họ quan sát thành phố từ các Vương quốc Bóng tối của họ, và xoa tay vui sướng trước sự phá hủy ấy."

"Vậy ra đó là một trò gây xao lãng?" Billy the Kid nói lớn. "Chỉ là một trò đánh lạc hướng!"

Dee cười toe. "Như một màn ảo thuật tráo những lá bài trên sân khấu vậy mà. Họ sẽ tập trung vào thành phố và không quan tâm rằng tôi đang ở đây."

"Tại sao? Ông toan tính cái gì vậy, John?" Niccolò hỏi gặng.

"Đó không phải là việc của ông."

Tay người Ý vỗ nhẹ vào túi áo vét. Tiếng giấy sột soạt. "Tôi đang giữ các câu thần chú đánh thức lũ sinh vật kia; tôi sẽ không làm. Hơn nữa, tôi sẽ liên lạc với nhà Flamel và cảnh báo cho họ những gì đang xảy ra bên kia vịnh. Cả hai chúng ta đều biết rõ Perenelle có thể nguy hiểm đến thế nào. Bà ta sẽ ngăn chặn được con Lotan kia."

"Tôi không nghĩ thế đâu," Dee thì thầm. "Hãy nhớ, sinh vật này uống luồng điện. Tôi chắc chắn Nữ Phù thủy quả thật sẽ rất ngọt ngào đấy." Hắn nhìn từ Billy qua Machiavelli, rồi quay trở lại Billy. "Và ông dính vào vụ này với ông ta?"

Anh chàng người Mỹ bước sát vào tay bất tử người Ý một bước. "Đúng thế."

"Cơ hội cuối cùng," Dee cảnh báo.

"Ồ, tôi có nên sợ không nhỉ?"

"Vậy thì cuối cùng ông đã phản bội các chủ nhân của mình," Dee nói, quá nhỏ đến nỗi từng âm chỉ vừa đủ nghe qua tiếng gió. "Ông đã phá vỡ lời thề phục vụ họ. Ảo thuật gia."

"Hầu như đâu phải một mình ông bảo thế," Machiavelli nói.

"Vâng, nhưng bây giờ quyết định của ông làm ảnh hưởng đến những dự tính của tôi," tay Pháp sư nói. Hắn nhìn Josh. "Còn cậu ở đâu?" hắn gặng hỏi. "Với tôi hay với người Ý này?"

Josh ngây mặt nhìn từ Dee qua Machiavelli, miệng há ra rồi ngậm lại đầy bối rối. Tất nhiên là cậu không muốn lũ quỷ sứ này được thả vào San Francisco; như thế đúng là không ổn. Cậu cảm thấy một luồng hơi nóng bất ngờ dấy lên trên vai mình, nên thò tay kéo thanh Clarent ra. Ngay khi thanh kiếm nằm yên trong bàn tay cậu, hơi ấm liền lan tỏa dọc theo chiều dài cánh tay và có gì đó biến đổi trong tâm trí cậu. Mọi nghi ngờ dịu xuống, cuốn trôi đi cùng với sự tin chắc rằng các sinh vật kia được thả ra trên đường phố là hoàn toàn đúng. Thực tế là rất cần thiết. Cậu nhớ một thành ngữ ba cậu đã dùng trong một bài diễn văn ông trình bày tại Đại học Brown hồi Giáng sinh năm ngoái. Ông đã trích dẫn câu nói của Charles Darwin: "Không phải loài mạnh nhất sẽ sống sót, cũng không phải loài thông minh nhất, mà là loài dễ thích nghi với sự thay đổi nhất."

Một chút chết chóc và tàn phá, một chút cuồng loạn và kinh sợ, sẽ tốt cho giống người. Ý nghĩ một con Lotan lang thang dọc theo phố Embarcadero cũng là trò vui vui. Cậu bắt đầu cười toe trước hình ảnh ấy. Và càng nghĩ tới điều đó, cậu càng thấy Lotan được phóng thích là thật *cần thiết* – điều đó sẽ mang các Elder trở lại, và đó là mối quan tâm chính trong toàn bộ vụ việc này.

"Hãy nghĩ đến sự phá hủy đi, Josh," Machiavelli nói.

Những tòa nhà nát vụn; người ta tháo chạy, kêu thét... Thanh kiếm rộn ràng theo từng hình ảnh.

"Cậu là cư dân của San Francisco mà, Josh," Billy nói. "Cậu không muốn biến cố này xảy ra ở đó, phải không nào?"

Virginia bước tới trước, khoác tay qua vai Josh. "Josh biết mình đứng ở đâu," ả nói, đôi mắt xám lạnh như ánh thép khóa chặt trên mắt cậu. "Cậu ấy ở với chúng tôi. Điều đó không đúng sao?"

Mặt Josh đỏ bừng, mắt nhấp nháy khi mùi hương cây xô thơm ngan ngát như mùi xạ từ luồng điện của Dare vương nơi cổ họng cậu. Làm thất vọng Virginia Dare là việc cuối cùng mà cậu muốn làm. "Đúng, vâng, tôi nghĩ vậy. Tôi không rõ..." Chuôi kiếm ấm lên, và ngón tay cậu bị kéo chặt vào đó. Tự dưng cậu thấy quá nóng đến nỗi nghĩ rằng mình sắp chết tới nơi. Những hình ảnh hủy diệt và hỗn loạn nhảy múa nơi bờ rìa ý thức cậu. Những ngọn lửa bùng lên, và cậu xuất thần trước vẻ đẹp của chúng; cậu nghe thấy những tiếng kêu thét, nhưng âm thanh kia gần như là một thứ âm nhạc.

"Cậu ở đâu?" tay Pháp sư lặp lại.

"Suy nghĩ một chút trước khi trả lời," Billy cảnh báo.

"Ồ, thật vui không chê vào đâu được, lại xuất phát từ cậu," Dee nói. "Josh, cậu ở với tôi hay là với người Ý này? Mà nếu cậu ở với Machiavelli," hắn nói thêm với vẻ khinh khỉnh, "hãy lưu ý là mới mấy giây trước, ông ấy đã dọa sẽ phản bội chúng ta để đến với nhà Flamel đấy. Đây là một người nữa sẽ làm mọi thứ có thể để giữ quyền kiểm soát, dù cho điều đó có nghĩa là thế giới này bị kết án diệt vong một cách lâu dài, chậm chạp, lần lữa."

"Có trên tám trăm ngàn người sống trong thành phố San Francisco," Billy giận dữ nói. "Rất nhiều trong số họ – có lẽ thậm chí là hầu hết – sẽ phải chết. Cậu không muốn điều đó, Josh, phải không?"

"Nhớ những gì chúng ta đã nói hồi ở Ojai tuần trước không?" Dee hỏi khi Josh còn chưa kịp trả lời. "Nhớ khi tôi chỉ cho cậu thấy thế giới này có thể thế nào, *sẽ* thế nào nếu các Elder quay trở lại – với bầu không khi tinh sạch, nguồn nước tinh khiết, những vùng biển không ô nhiễm..." Khi tay Pháp sư đang nói, những hình ảnh lung linh trước mắt Josh.

... một hòn đảo nằm dưới bầu trời trong xanh không gợn chút mây. Những cánh đồng lúa mì vàng rực vô tận chạy vào khoảng xa xăm. Cây cối nặng trĩu đủ loại trái cây ngoại lai.

... những cồn cát sa mạc khổng lồ bị gió cuốn đi hóa thành màu xanh rì với lớp cỏ tươi tốt.

... một khu vực bệnh viện với từng hàng dài những chiếc giường trống.

Josh gật đầu, bị mê hoặc trước những gì cậu nhìn thấy. "Một thiên đường."

"Một thiên đường," Dee tán thành. "Nhưng đó không phải là những gì ông người Ý và kẻ sống ngoài vòng pháp luật kia muốn. Họ muốn thế giới này như nó hiện có: dơ bẩn và tổn hại, để nhờ đó mà họ có thể làm việc trong bóng tối."

"Josh," Billy nói dứt khoát, "đừng nghe hắn. Đây là Dee, hãy nhớ đi – một tay chúa trùm nói dối."

"Flamel cũng nói dối với cậu vậy," Dee nhanh chóng nhắc. "Và hãy nhớ những gì ông ta cùng với vợ đã làm cho chị gái cậu."

"Làm cho cô chống lại cậu," Virginia thì thầm. Ả vói qua tựa đầu ngón tay lên lưng bàn tay Josh như thể thông cảm. "Và có một điều tôi có thể dạy cậu mà cả Machiavelli lẫn Billy đều không thể," ả nói, hạ giọng xuống và chồm sát để chỉ mình cậu nghe được. "Tôi sẽ huấn luyện cho cậu Pháp thuật Không khí. Pháp thuật hữu dụng nhất trong hết thảy," ả nói thêm đầy vẻ thuyết phục.

Pháp thuật Không khí. Lời hứa ấy khiến cậu chú ý. "Sophie biết Pháp thuật Không khí, Lửa, và Nước. Tôi chỉ biết có Nước và Lửa." Khi đang nói, Josh chợt ý thức Dare đã đứng gần mình đến thế nào, hơi nóng từ thanh Clarent bùng cháy khắp người cậu. Cậu toát mồ hôi, nhưng cơn gió ngoài khơi khiến hơi ẩm trên da thịt cậu lạnh buốt. Cậu rùng mình.

"Pháp thuật Không khí," Virginia lặp lại. "Pháp thuật ấy sẽ khiến cậu ngang bằng với chị mình," ả lầm thầm. Sau đó, ả chồm tới. "Và có lẽ, một ngày nào đó, cậu thậm chí sẽ còn mạnh mẽ hơn."

Josh quay đi khỏi Virginia, nhìn sang Dee. "Tôi ở với ông," cậu nói.

Dee cười nhăn nhở. "Cậu đã ra một quyết định đúng đắn, Josh."

"Cậu đã phạm phải một sai lầm lớn nhất trong đời,"

Niccolò nói khẽ, và Josh thấy mình không thể nhìn vào mắt tay người Ý hoặc Billy the Kid nữa.

Hoàn toàn bất ngờ, Billy chuyển động, lao mình thẳng vào Dee, trong khi Machiavelli quay sang Dare, nhưng người phụ nữ bất tử đã kịp đưa ống sáo lên môi rồi. "Quá chậm," ả thì thào vào ống sáo, và khi từng từ ngữ hóa thành âm nhạc, Niccolò Machiavelli và Billy the Kid đổ sầm xuống đất, bất tỉnh.

Virginia lấy bàn chân hất lăn Machiavelli qua, rồi khom xuống giật lấy chiếc phong bì trong túi của y ra. Ả quăng cho Josh, cậu trao lại cho tay Pháp sư. "Các chỉ dẫn đánh thức lũ quỷ sứ," Dare nói.

Tay Pháp sư vỗ vai Josh. "Làm tốt lắm," hắn nói với vẻ chân thành. "Bây giờ hãy đưa cặp đôi này vào xà-lim trước khi bọn họ tỉnh dậy."

"Ông có quên cái gì không?" Virginia vừa nói, vừa hất đầu về phía Lotan.

Dee mỉm cười, mắt nhảy nhót điên cuồng. Hắn nhìn sinh vật ấy rồi vẫy cả hai tay trước mặt nó. "Đi đi, suỵt suỵt." Hắn chỉ tay về phía thành phố cách chưa đầy một cây số rưỡi. "Đi ăn đi."

Lotan quay người, núng nính bước qua mấy khối đá rồi lao xuống mặt biển, nước bắn tung tóe. Bảy cái đầu nhấp nhô trên làn sóng một lúc rồi mới chìm xuống dưới mặt nước, sau đó một con sóng lượn thành vòng cung hướng về phía thành phố.

"Tôi tự hỏi các du khách trên Bến Tàu thủy sẽ làm gì với thứ đó," Dare nói.

"Ồ, tôi hình dung từ đây chúng ta sẽ nghe thấy những tiếng la hét." Tay Pháp sư người Anh nôn nóng gõ gõ vào chiếc phong bì vào cẳng chân mình. "Nào, chúng ta hãy đánh thức vài sinh vật đói ngấu nghiến." Hắn nhìn xuống Machivelli và Billy đang nằm bất tỉnh, mình mẩy bầm tím. "Hừm, có lẽ trước hết họ thích một con rắn nhỏ chăng." Rồi quay sang Josh, lúc này đang đứng chăm chú nhìn theo dấu vết Lotan đang hướng về San Francisco. "Cậu đã ra một quyết định đúng đấy, Josh," hắn nói lại lần nữa.

Josh gật đầu. Cậu cũng hy vọng thế. Cậu nhìn Dee, mỉm cười với hắn, và cậu thiếu niên cảm thấy dễ chịu hơn. Mặc dù cậu không hoàn toàn tin Dee, nhưng đúng là cậu tin Virginia Dare.

Chương bốn mươi bốn

Sophie ngước mắt khỏi phiến ngọc lục bảo. Mắt cô hoa lên, cổ họng khô khốc như thể phải la hét quá nhiều. Cô có cả trăm câu hỏi, nhưng không có câu trả lời. Thậm chí kiến thức của Bà Phù thủy Endor cũng không giúp được gì: bà ấy không biết làm sao Abraham lại thấy trước được hết thảy mọi việc như thế.

Sophie nhìn cả nhóm và ngay lập tức nhận ra rằng không ai nói năng gì cả. Vài người đã đọc xong, trong khi vài người khác vẫn đang tập trung vào phiến đá của mình. Dựa trên phản ứng thì tất cả mọi người đều đã nhận được những thông điệp hết sức riêng tư do một người viết – không, chắc chắn Abraham còn hơn cả một con người – đã sống mười ngàn năm trước.

Hel đang khóc, những giọt nước mắt đen nhỏ giọt xuống trên khối ngọc lục bảo, cháy vào mặt đá và làn khói xám kêu xì xì lan tỏa ra không trung. Sophie quan sát lúc bà nâng phiến ngọc lên và ấn môi mình vào đó. Trong tích tắc, những đường nét thú vật của bà nhạt đi, cho thấy hình ảnh trước đây của bà: trẻ trung và rất xinh đẹp.

Perenelle đặt phiến đá màu xanh lá của mình xuống, tựa tay lên đó. Bà nhìn qua Sophie và gật đầu. Mắt bà lớn ra vì nước mắt phản chiếu màu ngọc lục bảo của phiến đá, vẻ mặt bà buồn không tả xiết.

Cùng một lượt, Prometheus và Mars rời khỏi thông điệp của họ, ngước mắt nhìn lên. Không nói một lời, họ với qua mặt bàn, siết chặt tay nhau.

Khuôn mặt Niten định hình thành một chiếc mặt nạ không đoán được, nhưng Sophie để ý thấy ngón trỏ của anh ta cứ di chuyển trông như vẽ con số tám trên mặt đá.

Odin dúi phiến đá vào túi, rồi sải tay vỗ nhẹ vào tay cô cháu gái. Ông thì thào gì đó vào tai khiến bà mỉm cười.

Mặt Diều hâu Đen không chút biểu cảm, nhưng mấy ngón tay gõ gõ vào lưng khối ngọc lục bảo theo nhịp điệu không đều.

Nicholas chuồi phiến đá của mình vào túi quần, cầm lấy tay vợ, và khi ông nhìn bà, Sophie nghĩ mình thấy có gì đó như vẻ kinh sợ trong mắt ông, như thể đây là lần thứ nhất ông nhìn thấy bà.

"Tôi không biết chồng tôi đã viết gì cho từng người trong quý vị," Tsagaglalal đột ngột lên tiếng, phá vỡ sự im lặng sâu sắc bao trùm lên cả nhóm. "Mỗi thông điệp đều là duy nhất gởi đến từng người, đã được tạo ra hợp với ADN và luồng điện của quý vị." Bà lão đang ngồi ở đầu bàn ăn ngoài trời. Bà cẩn thận gọt vỏ một trái táo màu xanh tươi rói bằng miếng đá đen hình tam giác giông giống như đầu mũi tên.

Sophie để ý thấy Tsagaglalal sắp xếp từng miếng vỏ

xanh thành những hình thù khác nhau thoạt nhìn giống như bà đang tạo thành những chữ giống như trên phiến ngọc của cô. Cô cau mày: mình đã nhìn thấy một người nào khác làm như thế này rồi, mặc dầu cô không nhớ ở đâu hoặc khi nào... có lẽ đó là một trong những ký ức của Bà Phù thủy chứ không phải của bản thân cô.

Tsagaglalal chỉ vào những chiếc ghế trống. "Vào ngồi với tôi đi," bà nói, và lần lượt từng người, cả nhóm đều vào ngồi quanh bàn. Nicholas và Perenelle ngồi cạnh nhau, đối diện với Odin và Hel, trong khi Mars và Prometheus đối diện nhau, Niten và Diều hâu Đen cũng vậy. Sophie ngồi một mình nơi cuối bàn, nhìn thẳng vào Tsagaglalal.

"Một số quý vị ở đây đã biết chồng tôi với tư cách cá nhân," bà cất lời. "Một số quý vị," bà vừa nói thêm, vừa nhìn Prometheus và Mars, "ông ấy đã xem như là những người bạn thân nhất của mình." Bà nhìn xuống bàn nơi Odin và Hel đang ngồi. "Và trong khi vài quý vị chưa bao giờ đứng về phe ông ấy, nhưng tôi thiết nghĩ quý vị ai nấy đều kính trọng ông."

Tất cả các Elder ngồi quanh bàn gật đầu tán đồng.

"Thậm chí từ trước biến cố phá hủy Danu Talis, thế giới của chúng ta đã bắt đầu vỡ vụn ra rồi. Các Elder là chủ nhân của thế giới này. Không có gì ngoài các Thần Đất, Người Cổ đại đã biến mất và các Quan chấp chính đã bị đánh bại. Những dòng giống mới, bao gồm cả giống người, vẫn bị coi rẻ như đẳng cấp nô lệ, và vì thế không có ai khác để đánh hạ, các Elder bắt đầu đánh lẫn nhau."

"Thật là một thời kỳ kinh khủng," Odin nói.

Tsagaglalal đưa mắt nhìn lên nhìn xuống bàn. "Một số trong quý vị đây đã ở cùng với tôi khi hòn đảo chìm. Vậy quý vị đã biết chuyện ấy diễn ra như thế nào."

Các Elder gật đầu.

"Vâng, bây giờ Tiến sĩ John Dee rắp tâm ra sức bảo đảm để chuyện như thế không bao giờ xảy ra."

Hel ngước nhìn lên. "Đó có phải là một điều tồi tệ không?" bà ta hỏi, và rồi nhận ra rằng mình đang nói một điều hiển nhiên. "Điều đó sẽ đưa chúng ta tới đâu?"

Tsagaglalal gật đầu. "Thế giới này, và mười ngàn năm lịch sử đã tạo ra nó, đơn giản sẽ ngưng không còn tồn tại. Nhưng, quan trọng hơn, nếu Danu Talis không chìm, thì các Elder đang gây chiến cũng sẽ phá hủy nó. Và không chỉ hòn đảo thôi – mà là toàn bộ hành tinh này."

"Vì thế phải ngăn chặn Dee lại," Odin nói một cách giản dị. Ông ta gật đầu với cô cháu gái. "Mà đó cũng là lý do chúng tôi có mặt ở đây. Chúng tôi đến để giết Dee vì tội ác này của hắn."

"Đó cũng là lý do tôi đến đây," Mars nói.

"Và chúng ta biết hắn đang ở trên Alcatraz," Hel nói. "Chúng ta hãy đến đó và kết thúc vụ này."

"Tôi có thể đưa các người đi," Diều hâu Đen xung phong ngay. "Tôi có một chiếc thuyền."

"Và tôi cũng sẽ đi," Sophie nói thêm. "Josh đang ở đó."

"Không, con không đi," Tsagaglalal nói dứt khoát. "Con sẽ ở lại đây."

"Không." Chẳng có cách gì một bà lão – bất kể bà ấy có là ai đi nữa – lại có thể giữ Sophie cách xa Alcatraz.

"Nếu con còn muốn gặp lại em trai mình, con phải ở lại với ta."

Prometheus chồm người tới trước, gõ nhẹ phiến ngọc mình vẫn còn cầm trên tay. "Tôi cũng bị bảo là phải ở lại đây."

"Và tôi nữa," Niten nói thêm. Chàng Kiếm sĩ nhìn Tsa-gaglalal. "Bà có biết vì sao không?"

Bà ta lắc đầu.

"Tôi biết," Perenelle thì thầm. Bà giơ cao phiến ngọc của mình. "Không có thông điệp nào gởi cho tôi từ trong quá khứ cả. Khi nhìn vào đó, tôi thấy Alcatraz, và tôi thấy bóng ma Juan Manuel de Ayala, người đặt tên hòn đảo ấy và cũng là người đứng ra bảo vệ nó. Ông ấy đã giúp tôi trốn thoát hồi Dee giam tôi ở đó. De Ayala đã nói với tôi qua phiến ngọc này, tôi đã lơ lửng trên cao khắp hòn đảo và nhìn thấy qua đôi mắt ông ấy."

"Và mình đã nhìn thấy gì?" Nicholas hỏi.

"Dee cùng Dare, Josh, Machiavelli và Billy the Kid. Với con Lotan."

"Lotan ư," Odin trầm giọng lo lắng. "Lớn hết cỡ chưa?"

"Lớn hết cỡ rồi. Nhưng có sự bất đồng giữa những người bất tử kia," Perenelle nói tiếp. "Tôi không nghe được những gì đang diễn ra, chỉ có thể xem hình ảnh, nhưng tôi thấy dường như Machiavelli và Kid không muốn thả Lotan lên thành phố. Đã có cãi nhau, và Dare đã ra tay khiến hai người kia bất tỉnh."

"Còn con Lotan?" Odin hỏi. "Trước kia tôi đã từng nhìn thấy tác dụng của nó rồi. Thật là một sinh vật kinh khủng."

"Dee đã sai nó xuống nước. Ngay lúc này đang hướng về phía thành phố." Bà quay sang Prometheus, rồi Niten phía bên kia bàn. "Đây là lý do tại sao cả hai người đều được yêu cầu phải ở lại đây. Hai người phải đứng ra chống lại con quỷ sứ kia, bảo vệ thành phố. Sinh vật này đang hướng về Bến Tàu thủy. Nó sẽ lên bờ trong một giờ nữa."

"Lấy xe hơi của tôi đi," Tsagaglalal nói ngay. "Đang đậu trước nhà." Bà đẩy chìa khóa qua mặt bàn, Niten chụp lấy và đã hối hả chạy đi khuất, trong khi Nicholas vẫn đứng tại chỗ.

"Chúng tôi sẽ đi với hai người," ông gọi với theo sau người đàn ông, và Perenelle gật đầu.

Bất chợt mọi người đều lao xao đổi tư thế. Prometheus lồm cồm đứng lên, rồi chồm qua hôn vào má Tsagaglalal. "Y hệt như ngày xưa ấy, nhỉ?"

Bà áp bàn tay mình lên mặt ông ta. "An toàn nhé," bà thì thào.

Mars đi quanh bàn, ôm lấy người trước kia là kẻ thù. Luồng điện của họ nổ lốp bốp và kêu xì xì, và trong tích tắc, hình ảnh hai chiến binh mặc giáp đỏ xa lạ xuất hiện. "Đánh và sống," Mars nói. "Và khi tất cả mọi chuyện này qua đi, sẽ đến lúc dành cho nhiều cuộc phiêu lưu. Hệt như những ngày xưa."

"Hệt như những ngày xưa." Prometheus siết vai Elder. "Đánh và sống."

"Tôi sẽ lấy chiếc xe jeep," Diều hâu Đen nói. Anh ta vừa đi khỏi, vừa huýt sáo chẳng theo giai điệu gì.

"Chờ đã," Sophie nói. "Cô Perenelle, còn Josh thì sao? Chuyện gì đã xảy ra với thằng em con?"

Mọi người quay lại nhìn Nữ Phù thủy, đột nhiên Sophie biết ý nghĩa của vẻ gì đó hồi nãy cô trông thấy trong mắt bà. "Một lần nữa cậu ấy lại chọn Dee và Dare. Sophie, em trai con thật sự đã mất khỏi tay chúng ta rồi."

Chương bốn mươi lăm

Chiếc vimana hình tam giác quá rộng đến nỗi hầu như hoàn toàn lấp kín cả miệng núi lửa. Nó va vào hai trong số những con tàu nhỏ hơn khi rơi xuống. Một chiếc nổ thành một quả banh lửa; chiếc kia xoay tròn đâm vào vách đá thẳng đứng, nổ bùng như một ngọn lửa bắn tóe ra, kim loại văng khắp mọi hướng như những mảnh bom nóng đỏ rực.

Hết thảy mọi tù nhân đều chúi người thụp vào hang trở lại khi kim loại bắn lia khỏi vách. Chỉ có Scathach vẫn còn ở miệng hang, quan sát chiếc vimana Rukma đang tiến gần đến. Cô né đầu qua một bên khi một miếng thân tàu cháy phừng phừng dài cỡ cánh tay mình rít thét lao vào khối đá phía trên đầu. Một chiếc vimana dộng một cú sượt qua chiếc tàu chiến khổng lồ và con tàu hình tròn xoáy sát vào vách núi lửa. Nó nổ tung khi đâm vào khối đá, rách toạc há hoác cả một bên thân tàu. Ngay khi nó lướt qua xà-lim của mình, Scathach thoáng bắt gặp hai tên anpu bên trong hết sức cố gắng chuyển hướng con tàu đang lao thẳng xuống. Khi chạm vào lớp dung nham, nó văng thẳng lên trời như một trái banh lửa khổng lồ phóng một chùm mắc-ma lên cao trong không trung. Đá nóng chảy dính vào mặt đá dựng đứng, rồi từ từ chảy xuống trở lại nhỏ từng giọt từng giọt.

Chiếc vimana Rukma to lớn chầm chậm hạ xuống, nó chìa đầu mũi và cánh vừa đủ quệt vào mấy vách hang. Bóng Tối gật đầu tán thành: người phi công trưởng đang trong tình trạng kiểm soát được. Con tàu dịch thấp dần, thấp dần, ngang qua xà-lim của Shakespeare và Palamedes.

Chiếc vimana nhỏ còn lại phóng vào bay quanh chiếc lớn, ngăn không cho sáp quá gần. Scathach cố gắng hết sức để nhớ lại những gì mình đã biết về máy móc này, nhưng đó là một chút vô cùng quý giá. Cô không nghĩ những con tàu nhỏ có trang bị vũ khí, nhưng cô đoán rằng chí ít thì một chiếc cũng sẽ quay trở về trung tâm để mang quân tiếp viện đến. Chiếc vimana lớn lúc này đã đến rất gần tới mức Scathach có thể trông thấy, không như con tàu nhỏ làm bằng kim loại, chiếc này làm bằng pha-lê bóng loáng cùng với đồ gốm chiếu sáng lập lòe. Nó hầu như trong suốt hoàn toàn, và cô có thể nhận ra một hình dáng duy nhất đang cử động bên trong con tàu.

Bầu không khí rì rầm với những tiếng o o phát ra từ động cơ điện tử của chiếc vimana, một âm thanh rên rên cao thé khiến hàm răng cô cứng lại và tĩnh điện nổ lốp bốp xuyên qua mái tóc đỏ dựng đứng. Những tiếng rung rung đập theo nhịp xuất phát từ các bên vách đen nhẻm của ngọn núi lửa, và cô chăm chú nhìn khi những khe nứt nhỏ xíu kết vào như tấm mạng nhện dọc theo bề mặt. Bất thình lình, một cục đá dưới chân cô lăn ra, trượt xuống lớp dung nham bên dưới. Scathach nhảy lùi trở lại khi gờ hang tan ra thành bụi đất.

Một bên cánh của chiếc vimana quay tròn cho tới khi hầu như ở ngay phía trên cô, ánh đèn đỏ rực nơi đầu cánh vỡ tan. Cạnh con tàu nạo quẹt dọc theo bờ vách, tuôn những hòn đá đen nhánh rơi như mưa xuống đầu cô. Scathach biết rằng nếu nó xuống thấp hơn chỉ một chút thôi sẽ bị mắc kẹt ngay. Thu mình lại, cô hít một hơi thật sâu thứ không khí nhiễm mùi lưu huỳnh, bật ho khúc khắc, rồi đẩy người đứng lên, đúng ngay lúc những tiếng rung rung kia khiến những bức vách xung quanh cô tan ra thành từng vụn đất đá. Mấy ngón tay cô chụp được hai bên đầu cánh của chiếc vimana Rukma, nhưng bàn tay phải của cô bị tuột khỏi bề mặt kính láng mướt, nên cô phải ra sức quờ quạng cố bám chụp trở lại trước khi bên tay trái cũng bị tuột ra như thế. Nhìn xuống phía dưới chân, cô mới nhận ra rằng không có gì ngăn cách giữa cô với cái ao dung nham sền sệt dưới kia cả. Chiếc Rukma bắt đầu bay lên.

Từ nơi khóe mắt, cô bắt gặp có gì động đậy. Một chiếc vimana nhỏ hình tròn đang hạ xuống trên cô. Nó kêu rì rầm rất gần, gần hết mức có thể, rõ ràng đang cố hất cô khỏi bờ rìa con tàu. Cô vung chân đá vào nó, nhưng nỗ lực ấy suýt làm cô tuột tay bám.

Chiếc vimana Rukma từ từ bay lên, cùng với Scathach vẫn còn đang lủng lẳng bên dưới. Một lần nữa, Nữ Chiến binh cố vung người lên phía trên con tàu, nhưng bề mặt quá trơn láng, và cô nhận ra rằng mình không thể giữ lâu hơn được nữa. Ngay tức khắc, cô nhớ rằng có lần nghe người ta nói cô sẽ chết trong một vùng đất xa lạ. Đúng rồi, không đâu xa lạ hơn là treo lơ lửng bên dưới một chiếc tàu chiến vimana trong miệng núi lửa đang hoạt động.

Chiếc vimana nhỏ hơn đang trườn vòng quanh, đủ gần để Scatty trông thấy hai khuôn mặt giống loài chó đang liếc liếc đều cáng bên dưới khung vòm bằng pha-lê. Tên anpu nhe răng và ngoặt con tàu vào gần nữa. Lần này chúng chuẩn bị đâm mạnh vào cô.

Và rồi, Joan Arc đáp xuống ngay trên vòm kính của nó.

Cô gái người Pháp đã nhảy xuống từ miệng xà-lim của mình. Bám vào mái vòm, cô ấy chồm xuống mỉm cười dịu dàng với tên anpu bên trong đang há mõm vô cùng ngạc nhiên. *"Bon jour."*[9] Chiếc vimana lắc lư, rồi thụp xuống, nghiêng sang trái ngả sang phải khi tên anpu phi công cố ném cô ấy đi. "Các người chỉ mất thì giờ thôi," cô ấy vừa nói, vừa cười phá lên vui vẻ. "Tôi mạnh hơn vẻ ngoài của mình đấy! Tôi đã mang một thanh kiếm suốt cả đời – thì có thể giữ chặt thế này trong nhiều giờ lắm."

Con tàu bay ngang ngay dưới Scathach, và cô thả tay cho rơi xuống trên đầu khung vòm kia, bên cạnh Joan với một lực đủ để con tàu lớn hơn trĩu xuống. Cô gái bất tử người Pháp bật cười. "Cô tử tế quá –"

"Chẳng lẽ cô còn dám thốt ra bất kỳ câu nói đùa bất ngờ nào như thế nữa sao," Scathach cảnh báo trước khi bạn mình nói hết câu.

Chiếc vimana hạ nhanh xuống và xoay tròn, nhưng hai cô gái bám chặt cứng trên mái vòm trong suốt và giữ

---

[9] *Tiếng Pháp: Xin chào.*

chắc cứng trong khi tên phi công nghiêng hẳn con tàu, cố lắc hất họ xuống.

"Chừng nào mà hắn ta còn chưa đến quá gần lớp dung nham," Scatty nói, "thì chúng ta còn ổn."

Ngay lúc đó, chiếc vimana rơi thẳng xuống, rồi vọt lên trở lại gần sát vào bề mặt dung nham đang lừ lừ sủi bong bóng một cách rất nguy hiểm.

"Tôi nghĩ hắn ta nghe cô nói đấy," Joan vừa nói, vừa bật ho khi bầu không khí tự dưng gần như không thở được. Cô bị bao phủ trong một lớp mồ hôi lóng lánh, và đầu những sợi tóc ngắn màu nâu vàng quắn giòn vì sức nóng. "Hai bàn tay tôi bắt đầu ẩm," cô thú nhận. "Tôi không biết mình còn có thể nắm chặt thế này trong bao lâu nữa."

"Giữ chặt vào," Scathach lầm bầm. Khép bàn tay phải lại thành nắm đấm, cô quặp ngón cái qua ngón trỏ. Rồi kéo cánh tay trở lại. "Khi cô nhất định, quyết tâm phải khoét một cái lỗ qua thứ gì đó..." Nữ Chiến binh càu nhàu trong lúc dồn một nắm đấm vào mái vòm bằng kính với một lực khủng khiếp. "... cô không thể đánh một cú Jeet Kune Do được." Vòm kính nứt răng rắc. Hai tên anpu ngước nhìn lên, mắt và miệng đều mở lớn hết sức bàng hoàng. "Mà hãy cho rằng nó không phải là thứ không thể vỡ như cô tưởng!" Scathach lại đấm một cái nữa, mái vòm vỡ ra thành từng mảnh dưới nắm đấm của cô. Không khí nóng nực hôi thối xoáy vào quanh hai tên anpu, châm chích vào mắt, khiến chúng phải gập người lại mà ho như sủa. Tên phi công ném con tàu nổi thẳng lên phía trên, tránh xa sức nóng và bụi đất chết người.

"Quá nhanh," Scathach kêu lên. "Chúng ta sẽ va dộng vào thứ gì đó mất thôi!"

Gờ ngoài của chiếc vimana quẹt vào khối đá nhô ra, lớp kim loại rách toác kêu rin rít, rồi lao vụt đi. Con tàu tròng trành lắc lư, suýt hất Scatty và Joan văng khỏi mái vòm, nhưng vẫn tiếp tục hướng lên cao. Sau đó, nó dụng vào cạnh ngoài của chiếc tàu chiến vimana Rukma to lớn, lúc này vẫn ở yên một chỗ. Kim loại nạo quẹt vào kính và một miếng lớn ở bên hông con tàu nhỏ bị xé toạc đi. Nhưng lực của cú va chạm lắc rung làm hai cô gái đang bám chặt tuột tay. Joan kêu thét, còn Scathach bướng bỉnh hú lên một tiếng thét xung trận...

... và hai bàn tay mạnh mẽ túm được cả hai cô gái, kéo giật họ trở lùi khỏi chiếc vimana vào đúng giây phút cuối cùng trước khi nó va vào mặt đá và vỡ làm hai.

Palamedes nhẹ nhàng đặt Scatty và Joan xuống một bên cánh của chiếc vimana. Hiệp sĩ Saracen đang đứng cạnh Saint-Germain trên cánh của chiếc Rukma. Saint-Germain quàng tay quanh người vợ, ôm thật chặt. Không ai trong họ có thể thốt được lời nào.

"Tôi nghĩ thường thì tôi cứu mạng anh đấy chứ," Scathach vừa nói nhẹ nhàng, vừa siết chặt cánh tay Palamedes.

"Tưởng đã đến lúc tôi đền đáp lại rồi đây," chàng hiệp sĩ nói, giọng anh ta trầm trầm rền rền. "Trong chân tơ kẽ tóc."

"Có lẽ hôm nay chưa phải là ngày chết của tôi," Scatty nói, mỉm cười với anh.

Palamedes siết vai cô. "Ngày đó chưa tới đâu," anh ta nói nghiêm chỉnh. "Nào, chúng ta cần phải vào trong chứ." Anh ta quay đi, chĩa ngón tay cái lên hướng về phía ngọn núi lửa. "Các anh bạn mặt chó của chúng ta đang tụ tập lại kìa."

Scathach theo Palamedes đi ngang qua cánh của chiếc Rukma về phía khe hở hình bầu dục dài trên nóc con tàu. "Làm thế nào anh lên con tàu này được?"

"Khi một bên cánh của nó bay ngang tầm với cái hang xà-lim của tôi, tôi bước lên nó thôi," Hiệp sĩ Saracen nói. "Francis cũng làm vậy." Anh ta tung người nhảy vào khe hở. Bóng Tối có thể nhìn thấy hình dáng anh ta bị méo mó xuyên qua lớp pha-lê của con tàu. Cô đứng chờ trong khi Joan, theo sau là Saint-Germain, biến mất vào bên trong con tàu; chỉ khi ấy cô mới chụp lấy đầu khe hở và nhảy vào trong.

"Vậy ra đây là tàu cứu hộ rồi," Scatty nói. "Tôi chắc chắn là nó đến để giết chúng ta đấy."

Một hình dáng cử động phía bên trong nội thất pha-lê của chiếc Rukma. "Nếu họ đúng là muốn giết các người," một giọng trầm vang rền cất lên, "vậy thì tại sao lại phải gởi một con tàu chiến kia chứ?"

"Tôi đang nghĩ họ làm thế bởi vì họ biết mình đang chống lại cái gì," Scatty vừa nói, vừa quay qua chỗ phát ra âm thanh kia. "Tôi là Scathach Nữ Chiến binh, Bóng Tối, Kẻ giết Quỷ, Người Tạo lập Vua, người –"

"Tôi chưa từng nghe nói về cô." Chiến binh cao lớn có mái tóc đỏ mặc bộ giáp màu đỏ thẫm chiếu sáng mờ mờ bước tới, rà bàn tay lên gờ khe hở. Chiếc mái vòm kính lào xào trượt vào chỗ.

"Cậu!" Với một tiếng reo vui mừng, Scathach tung người nhảy vào người đàn ông tóc đỏ kia.

Nhưng người đàn ông cao lớn kia chụp bắt được cô trước khi cô kịp quấn cánh tay quanh người ông ta, và nắm giữ cánh tay cô lại, chân cô hổng lên khỏi mặt sàn. "Tôi là Prometheus, và không có đứa cháu nào hết. Tôi không biết cô là ai. Cả đời tôi từ trước tới giờ, chưa bao giờ gặp cô cả." Ông ta cẩn thận đặt cô xuống đất và lùi lại một bước.

Joan chợt phá ra cười ngất khi nhìn vào gương mặt Scathach. Rồi cô ấy nắm lấy tay cô, kéo đi. "Ông phải tha thứ cho bạn tôi. Cô quên mình đang ở đâu... và *lúc* nào mất rồi," cô ấy nói thêm với một ý nghĩa đặc biệt, mắt nhìn Bóng Tối.

Scathach gật đầu, tâm trạng ngạc nhiên đã làm biến đổi gương mặt cô. "Ông nhắc tôi nhớ đến một người," cô nói với Prometheus, "một người rất thân thương với tôi."

Elder tóc đỏ đơn thuần chỉ gật đầu, rồi quay đi. Cả nhóm theo ông ta xuống một dãy hành lang cao để vào một vùng trũng hình tròn ngay giữa lòng Rukma. Ông ngồi vào một chiếc ghế mặt ghế hõm vào vừa vặn, đặt hai tay lên hai bên thành ghế. Ngay lập tức, bức tường toàn pha-lê trước mặt ông thắp sáng lên những ngọn đèn và những hàng văn bản và đồ thị lúc nhúc chồng lên trên mặt kính. Những chấm đỏ tụ lại phía tường bên trái. Prometheus chỉ. "Không tốt. Chúng ta cần phải ra khỏi đây nhanh lên. Trông như toàn bộ hạm đội vinama đang hướng về phía chúng ta."

"Ông đang đưa chúng tôi đi đâu vậy?" Saint-Germain hỏi.

"Tôi đang đưa các người đi –"

Một giọng nói, rõ ràng và điềm tĩnh đến chết người, vang vang quanh phòng kiểm soát hình tròn. "Prometheus, ông bạn tôi ơi, bây giờ tôi cần đến ông. Ngọn tháp đã bị tấn công." Trong âm thanh nền, một loạt tiếng nổ đùng đục lộp bộp nghe rất rõ.

"Tôi đang trên đường đến," Prometheus nói vào không trung.

"Còn các bạn của chúng ta?" Giọng nói kia vang khắp phòng. "Họ an toàn cả chứ?"

"An toàn. Họ đã ở đúng như nơi ông nói, trong các xà-lim Huracan. Bây giờ họ đang ở với tôi."

"Tốt. Nào, nhanh lên, ông bạn cũ. Nhanh lên nhé."

"Đó là ai vậy?" Scathach hỏi, tuy nhiên, như các người khác, cô đã đoán được câu trả lời.

"Đó là vị cứu tinh của các người. Pháp sư Abraham."

Chương bốn mươi sáu

Sophie Newman thả bộ quanh khu vườn trống sau nhà. Mọi người đã đi hết rồi. Nhà Flamel, Prometheus, và Niten đang hướng về phía Bến Tàu thủy, trong khi Diều hâu Đen chở Mars, Odin và Hel đến bãi đậu tàu.

Dạ dày cô cảm thấy chua lòm từ hỗn hợp mùi hương của các luồng điện cô vừa gặp, đầu cô bắt đầu giật từng cơn. Cô cần thời gian để suy nghĩ, để luận ra những gì cô vừa học được. Mọi thứ đều thay đổi, và còn tiếp tục thay đổi, và lại bắt đầu thấy khó phân biệt được đâu là ý nghĩ của bản thân cô và đâu là ký ức của Bà Phù thủy. Bà Phù thủy biết từng người một đã có mặt ở nhà Dì Agnes – nhà Tsagaglalal – và bà ấy có định kiến về hết thảy họ. Bà ấy không thích ai trong số họ hết... song Sophie lại thấy mình không đồng quan điểm với bà.

Cô cảm thấy bây giờ mình bắt đầu dần dà hiểu biết Bà Phù thủy... thực tế, với dòng ký ức của Bà Phù thủy xoáy lộn trong đầu mình, cô nghĩ mình biết rõ bà ấy hơn bất kỳ người nào còn sống.

Và cô không thích bà ấy.

Bà Phù thủy Endor vụn vặt, hay thù oán, hằn học, cay đắng và đầy dẫy những cơn thịnh nộ, ghen ghét kinh khủng. Bà ấy ganh tị với quyền lực và sức mạnh của Prometheus, lòng dũng cảm của Mars, bà sợ Niten và sự kết giao giữa anh ta với Aoife. Bà ghét Tsagaglalal bởi vì bà này quá thân với Abraham. Chỉ một điều tốt Sophie có thể nói về Bà Phù thủy là bà ấy dường như quan tâm thật sự đến giống người và đã chiến đấu không mệt mỏi để giữ họ được an toàn khỏi mọi nguy hiểm của các Elder Đen tối.

Sophie đi bộ dọc theo những phiến đá lát trên cỏ không theo quy luật nào. Mặt đất trũng gắt xuống, và khi ngoái nhìn lui, cô có thể nhận ra ngay mái nhà của bà dì. Cô thụp người xuống đi qua một lối đi có mái vòm bằng gỗ phủ đầy dây thường xuân và hồng leo dẫn vào phần đất bị bỏ hoang ở vị trí thấp hơn của khu vườn, nơi đó cỏ mọc đến ngang thắt lưng và lốm đốm những bông hoa dại mọc tự nhiên.

Đây luôn là địa điểm ưa thích của hai đứa nhỏ song sinh.

Khi còn trẻ con, cả hai đã khám phá ra một vùng bí mật rất gần, nơi cuối khu vườn, thụt sâu đằng sau hàng rào, và ngay tức thì đã trở thành sào huyệt chung của hai đứa. Đó là một bãi đất trống rất tròn trịa, vây quanh bởi một đống lộn xộn những bụi gai nhọn lỉa chỉa và vài cây táo cổ không bao giờ còn ra trái, mặc dù có rất nhiều hoa. Một gốc sồi già dầm mưa dãi gió và cứng như đá nhô lên khỏi mặt đất ngay giữa trảng trống. Gốc cây có bề ngang gần chín tấc, và một mùa hè nọ, Sophie đã dùng trọn một tuần lễ cố đếm những vòng tuổi của nó. Cô đếm được hơn hai trăm ba mươi rồi mới dừng lại. Cặp song sinh gọi trảng trống này là khu vườn bí mật, theo cuốn sách của Frances Hodgson Burnett mà Sophie đang đọc vào thời điểm đó. Mỗi mùa hè khi gia đình Newman đến San Francisco, Sophie thường phóng vào khu vườn sau nhà này để kiểm tra xem nó có còn ở chỗ cũ không và những người làm vườn của Dì Agnes có cắt đi hoặc trồng tỉa lại cho nó thành từng luống từng hàng theo trật tự gọn gàng ngăn đôi phần còn lại của khu vườn không. Mỗi năm, cỏ mọc cao hơn, những bụi cây rậm nở rộng ra hơn và con đường mòn càng ngày càng chìm khuất dưới các loài cây bụi.

Có một thời gian, suốt những lần viếng thăm, Sophie và Josh dùng hết mọi giờ không ngủ ban ngày để ở trong khu vườn bí mật này, nhưng rồi năm tháng qua đi, Josh không còn quan tâm nữa – trảng trống quá xa với ngôi nhà, không bắt được tín hiệu không dây cho máy tính xách tay của cậu. Vì thế khu vườn bí mật này trở thành nơi chốn riêng biệt của Sophie, một nơi cô có thể đọc sách và mơ mộng, một nơi để ẩn mình và suy nghĩ. Còn ngay lúc này đây, cô cần thời gian được ở một mình, cô cần một nơi để có thể suy nghĩ về mọi sự việc đã xảy ra... và về Josh. Cô cần nghĩ đến cậu em trai song sinh của mình, làm thế nào cô có thể mang nó trở lại và cô cần phải làm gì. "Bất cứ gì. Tất cả," cô bật nói thành tiếng.

Và cô cần suy nghĩ về tương lai, bởi vì tương lai bắt đầu làm cho cô sợ hãi và cần phải ra quyết định – chắc chắn là một quyết định lớn nhất trong đời mình.

Chí ít ở đây cô cũng có thể ở một mình; không ai biết khu vườn bí mật này cả.

Sophie chen người đi qua đám bụi rậm, và dừng lại kinh ngạc. Dì Agnes – Tsagaglalal – đang ngồi trên gốc cây, mắt khép lại, mặt hướng lên vầng mặt trời buổi chiều.

Bà lão mở đôi mắt xám, mỉm cười. "Cái gì? Con không nghĩ ta biết chỗ này sao?"

Chương bốn mươi bảy

"**T**a biết nơi này chứ," Tsagaglalal nói với Sophie. Bà vẫy tay. "Nào, ngồi xuống với ta đi."

Sophie dợm lắc đầu.

"Thôi mà," Tsagaglalal nói rất dịu dàng. "Ta đã tạo ra nơi này cho con và em trai con đấy. Con có nghĩ tại sao ta không bao giờ cho phép những người làm vườn chăm sóc nó không?"

Sophie đi vòng quanh trảng trống, rồi ngồi thụp xuống đất, lưng dựa vào khúc cây táo đầy những u nần, chân duỗi ra trước mặt. "Con không biết phải nghĩ gì nữa," cô thành thật nói.

Tsagaglalal vẫn ngồi yên, mắt dán chặt trên mặt cô gái nhỏ. Âm thanh chỉ là tiếng vo ve của ong và tiếng xe cộ xa xa.

"Con chỉ nghĩ," Sophie nói, "cách đây một tuần con đang phục vụ cà-phê ở tiệm Tách Cà-phê, và mong cho được đến cuối tuần. Josh đã ghé qua tiệm ăn trưa, tụi con đã ăn chung một phần sandwich và một lát bánh anh đào. Con vừa nói chuyện xong với một cô bạn Elle, ở New York, qua điện thoại, và đang phấn khích bởi có khả năng cô bạn ấy sẽ đến San Francisco. Mối lo lớn nhất của con là mình sẽ không thể nghỉ ở tiệm cà-phê để dành thời gian cho nhỏ bạn ấy được." Cô gái nhìn Tsagaglalal. "Đúng là một ngày nữa. Một ngày thứ Năm bình thường."

"Còn bây giờ?" Tsagaglalal thì thầm.

"Còn bây giờ, một tuần lễ sau, con đã được Đánh thức, đã đến Pháp và Anh rồi trở về mà không phải đi máy bay; em trai con đã bỏ đi mất; còn con lại đang lo lắng về ngày tận thế." Cô cố bật cười, nhưng chỉ phát ra một tiếng cao thé pha lẫn một chút cuồng loạn.

Tsagaglalal chầm chậm gật đầu. "Cách đây một tuần, Sophie, con chỉ là cô gái nhỏ. Con đã sống suốt một quãng đời trong bảy ngày vừa qua. Con đã nhìn thấy quá nhiều và đã làm còn nhiều hơn."

"Nhiều hơn con muốn thì có," Sophie cầu nhàu.

"Con đã lớn và chín chắn," Tsagaglalal nói, bỏ qua lời cắt ngang. "Con là một cô gái cực kỳ trẻ, Sophie New-man. Con mạnh mẽ, đầy kiến thức và quyền năng – rất, rất quyền năng."

"Con ước gì mình đừng như vậy," Sophie buồn bã nói. Cô cúi nhìn xuống bàn tay đang đặt trên lòng. Hai bàn tay đang tựa trên cẳng chân cô, lòng bàn tay ngửa lên, bàn tay phải trên bàn tay trái. Không ai bảo, tự dưng từng sợi luồng điện ánh bạc tụ tập trong những nếp nhăn nơi lòng bàn tay, chảy ra hình thành một vũng chất lỏng nhỏ lấp lóa sáng. Luồng điện lỏng kia chìm vào da thịt trở lại, còn đôi găng bạc, thoạt tiên giống như lớp lụa láng mướt, sau đó thành lớp da thuộc được khâu lại, và cuối cùng lớp kim loại lốm đốm xuất hiện quanh bàn tay cô, bọc chúng lại. Cô uốn cong mấy ngón tay lại; đôi găng tay biến mất và da thịt cô hiện ra trở lại. Móng tay thoáng chốc vẫn là những mảnh gương bạc láng mướt rồi cũng trở lại bình thường.

"Con không thể trốn tránh bản chất của mình, Sophie. Con là Người Bạc. Và điều đó có nghĩa là con có một trách nhiệm... và một số phận. Định mệnh của con đã được định sẵn từ nhiều thiên niên kỷ trước," Tsagaglalal nói, gần như thông cảm. "Ta đã quan sát chồng mình, Abraham làm việc với Chronos. Chronos đã dùng cả đời mình để làm chủ Thời gian. Đó là một nhiệm vụ hoàn toàn phá hủy ông ấy, làm da thịt ông ấy cong oằn và uốn vặn thành cả trăm hình dạng khác nhau. Đã khiến ông ấy trở thành một trong số các sinh vật gớm ghiếc nhất mà con từng thấy... song chồng ta đã gọi ông ta là bạn, và chắc chắn Chronos hết sức quan tâm tới hạnh phúc của giống người và sự sống còn của Vương quốc Bóng tối này."

"Bà Phù thủy không thích ông ta...," Sophie vừa nói, vừa rùng mình khi thoáng hình dáng thật của Chronos quy tụ về bờ rìa ký ức của cô.

Tsagaglalal gật đầu. "Còn ông ta thì khinh miệt những gì bà đã làm."

"Bà ta đã làm gì?" Sophie mở lời, nhưng dòng ký ức ùa đến quá nhanh đến nỗi cô tự nhiên rung lắc toàn thân.

... một lưỡi búa chiến nghiền nát chiếc đầu lâu làm bằng pha-lê thành từng mảnh thủy tinh vỡ vụn, rồi đập tan tành cái thứ hai, và cái thứ ba...

... những cuốn sách kim loại hóa thành chất lỏng tan chảy ra từ những kệ sách trong thư viện bị đổ sập đang khi a-xít bốc khói cuồn cuộn ăn vào đó...

... chiếc tàu bay làm bằng kính và kim loại rất khác thường, tinh xảo, xinh đẹp và phức tạp, có hình tròn, hình chữ nhật và tam giác, được ném tung ra khỏi những vách đá, chìm vào biển khơi...

Tsagaglalal chồm tới trước. "Bà Phù thủy đã phá hủy nhiều thiên niên kỷ đồ tạo tác của Thần Đất, Người Cổ đại, và Quan chấp chính: những thứ chồng ta gọi là toàn bộ sự hiểu biết và truyền thuyết kỳ quái."

"Nó quá nguy hiểm," Sophie nói ngay, nhắc lại quan điểm của Bà Phù thủy như một con vẹt.

"Đó là ý kiến riêng của Bà Phù thủy." Nét mặt Tsa-gaglalal tự dưng buồn khôn tả. "Bạn của con, người bất tử William Shakespeare, đã từng viết rằng "không có gì hoặc tốt hoặc xấu, chỉ là tư duy khiến chúng ra như thế mà thôi.'"

"Đó là câu viết trong *Hamlet.* Tụi con đã đóng kịch trong trường hồi năm ngoái."

"Zephaniah tin rằng toàn bộ sự hiểu biết và truyền thuyết kỳ quái là thứ nguy hiểm và vì thế người ta tin bà ta đã phá hủy nó. Nhưng con phải nhớ là bản thân kiến thức không bao giờ nguy hiểm," Tsagaglalal khăng khăng. "Chính cách người ta sử dụng kiến thức ấy mới nguy hiểm. Thói kiêu căng hợm hĩnh của Bà Phù thủy đã phá hủy hàng nhiều thiên niên kỷ kiến thức không sao tính xuể, vì thế khi bà ta cần một ân huệ, Chronos đã bắt bà ta phải trả một cái giá thật đắt. Có lẽ ông ấy cũng cố ngăn không cho bà ta phá hủy những thứ khác, mặc dù đến lúc ấy thì có lẽ đã quá trễ rồi. Đôi khi ta tự hỏi nếu bây giờ chúng ta thâm nhập vào khối kiến thức ấy, thì có lẽ giống người sẽ không ở nơi chúng ta đang ở ngày nay đâu."

Sophie bắt gặp một thoáng rất nhanh của công nghệ thời cổ đại, lung linh những cảnh tượng về những thành phố bằng kính vút lên cao, những hạm đội to lớn gồm những chiếc thuyền kim loại, tàu pha-lê quệt từng vệt vắt ngang qua bầu trời. Sau đó, những hình ảnh ấy tối sầm xuống, cô quan sát thấy một thành phố như dát ngọc rất tinh vi hóa thành chất lỏng tan chảy khi hình dáng đáng kinh sợ của một đám mây hình nấm chết người nở ra ngay ở trung tâm thành phố. Cô lắc đầu, hít vào một hơi thật sâu đến rùng mình, chớp mắt quay về với hiện tại, cố xua đi những hình ảnh ấy. Âm thanh của buổi chiều San Francisco hằng ngày – tiếng còi tàu xa xa, tiếng còi xe, tiếng hú rền của xe cứu thương – ùa trở lại. "Không, lẽ ra chúng ta không được phá hủy mọi thứ," cô lẩm bẩm.

"Có lẽ...," Tsagaglalal nói khẽ. "Sự phá hủy trái đất và mọi sinh vật sống trên bề mặt ấy là một khả năng mà chồng ta và Chronos cân nhắc trên nền tảng hằng ngày. Ta đã ngồi quan sát họ lục lọi trong vô số các dải thời gian, tìm kiếm những đường tuyến giữ giống người và Vương quốc Bóng tối này sống được càng lâu càng tốt. Họ gọi đó là những Dải Thịnh vượng. Có lần họ đã cô lập được một Dải Thịnh vượng, họ đã làm mọi thứ trong quyền năng của mình để bảo đảm rằng nó được cung cấp mọi cơ hội để trở thành phồn vinh."

Một cơn gió mát đượm mùi muối và khói thải lao xao len qua cây cối và những bụi rậm xung quanh. Lá cây khe khẽ xì xào với nhau, và Sophie chợt rùng mình. "Con và Josh đã ở một trong những Dải Thịnh vượng đó phải không?"

"Có một cậu con trai và một cô con gái, đúng. Hai đứa trẻ song sinh. Vàng và Bạc." Tsagaglalal nhìn cô gái nhỏ. "Thậm chí chồng ta còn biết cả tên tụi con."

Sophie chạm vào phiến ngọc lục bảo giúi vào cạp quần jeans của mình. Phiến ngọc được đề đúng tên cô.

Tsagaglalal gật đầu. "Ông ấy biết nhiều về các con, tuy nhiên không phải là mọi thứ. Những dải thời gian không phải lúc nào cũng chính xác. Nhưng Abraham và Chronos biết không gợn chút nghi ngờ rằng cặp song sinh này mang tính quyết định đối với sự sống còn của giống người và thế giới này. Và họ biết chắc chắn rằng họ phải bảo vệ một cặp song sinh hoàn hảo, một Vàng và một Bạc."

"Con và Josh đâu có hoàn hảo," Sophie nói ngay.

"Không ai hoàn hảo cả. Nhưng luồng điện của hai đứa con đều thuần khiết. Chúng ta biết cặp song sinh này sẽ phải cần đến kiến thức, vì thế Abraham đã tạo ra Cuốn *Codex*, Cuốn sách của Pháp sư, cất giữ toàn bộ kiến thức của thế giới chỉ trong vài trang giấy ít ỏi." Gương mặt bà lão nhăn nhúm lại vì đau đớn. "Rồi ông ấy rơi vào Quá trình Biến đổi. Con có biết Quá trình Biến đổi là gì không?"

Sophie dợm lắc đầu, rồi lại gật đầu khi kiến thức của Bà Phù thủy Endor dồn khớp kiến thức của cô. "Một sự biến chất. Hầu hết chính những Elder già cổ nhất đều biến thành..." Bà dừng lại, nặng nề nhấp nháy trước những hình ảnh. "... thành loài quỷ."

"Không phải tất cả, nhưng hầu hết. Một số biến tính trở nên xinh đẹp. Chồng ta nghĩ Quá trình Biến đổi có lẽ chỉ là một sự hoán chuyển gây ra bởi bức xạ mặt trời tác động lên các tế bào đã già đến một mức không thể tin được."

"Nhưng bà đâu có Biến đổi..."

"Ta không phải là Elder," Tsagaglalal nói đơn giản. "Và khi Abraham tạo ra Cuốn *Codex*, ông ấy đã vận dụng bản chất của nó để chỉ giống người mới có thể sử dụng được mà thôi. Chỉ một cú chạm vào sách cũng khiến các Elder bị nhiễm độc. Một loạt các giống người canh giữ được chọn để gìn giữ Cuốn Sách được an toàn qua mọi thời đại."

"Và đó cũng là vai trò của bà?" Sophie hỏi.

"Không," Tsagaglalal nói, khiến cô rất ngạc nhiên. "Những người khác được chọn để canh giữ Cuốn Sách. Công việc của ta là bảo vệ những phiến ngọc lục bảo và canh chừng những Người Vàng và Bạc, đồng thời có mặt vào giai đoạn cuối khi họ cần đến ta."

"Tsagaglalal," Sophie thì thầm. "Người Canh Giữ."

Bà lão gật đầu. "Ta là Người Canh Giữ. Sử dụng toàn bộ sự hiểu biết và truyền thuyết của Quan chấp chính đã bị cấm, Abraham biến ta thành bất tử. Ta có nhiệm vụ canh giữ các cặp song sinh, canh gác và bảo vệ họ. Và để canh chừng ta, để canh giữ và bảo vệ ta, chồng ta đã ban cho cậu em trai của ta cùng một món quà bất tử như thế."

"Em trai bà...," Sophie thì thào.

Tsagaglalal gật đầu. Mắt bà dán chặt vào bầu trời. "Cùng nhau, chúng ta đã sống trên trái đất này suốt hơn mười ngàn năm, canh giữ các thế hệ của giòng họ Newman. Và giòng họ này đã hình thành một sơ đồ phả hệ to lớn biết bao. Ta và cậu em trai đã canh giữ các hoàng tử và người nghèo túng, chủ nhân và người phục vụ. Chúng ta đã sống khắp mọi quốc gia trên hành tinh này, chờ đợi, chờ đợi, luôn luôn là chờ đợi..." Đôi mắt bà mở lớn đằng sau những giọt lệ chợt ứa ra. "Thỉnh thoảng có những Người Vàng trong giòng họ của con, cũng có một số là Bạc, thậm chí còn có một cặp trong số các cặp sinh đôi, nhưng cặp song sinh tiên đoán vẫn chưa bao giờ xuất hiện, tâm trí em trai ta bắt đầu sụp đổ trước sức nặng của năm tháng."

"Nhưng chuyện gì xảy ra cho nhà Flamel? Tại sao họ lại tìm kiếm các cặp song sinh?"

"Một sai sót thôi, Sophie. Một cách hiểu sai. Có lẽ thậm chí một chút kiêu căng ngạo mạn. Vai trò của họ đơn giản chỉ là giữ gìn Cuốn Sách. Nhưng ở một thời điểm nào đó, nhà Flamel bắt đầu tin rằng nhiệm vụ của họ là tìm kiếm cặp song sinh huyền thoại."

Sophie cảm thấy như thể mọi hơi thở của mình đã bị rút cạn khỏi cơ thể. "Thế thì mọi việc họ đã làm... hóa ra đều vô giá trị."

Tsagaglalal mỉm cười ân cần. "Không, không phải là vô giá trị đâu. Mọi việc họ làm đều mang họ càng ngày càng đến gần với thành phố này hơn, với thời gian này, và cuối cùng, với hai đứa con. Vai trò của họ không phải là tìm kiếm cặp song sinh – mà đã có lời tiên tri rằng cặp song sinh sẽ tìm kiếm họ. Chính vai trò của họ là bảo vệ cặp song sinh ấy và làm cho hai người này được Đánh thức."

Sophie nghĩ đầu mình chắc nổ tung mất. Thật kinh khủng khi nghĩ rằng mọi thứ về cuộc đời mình từ giây phút chào đời đã được nhìn thấy từ mười ngàn năm trước. Một ý nghĩ bất chợt nảy ra. "Em trai của bà," Sophie nói nhanh. "Bây giờ đang ở đâu ạ?"

"Thoạt tiên chúng tôi đi đến Anh khi biết được rằng Scathach đang giúp sức đặt một người trẻ tên là Arthur lên ngôi. Em trai ta dần dà rất gần gũi với cậu bé trai đó; Arthur trở thành thân thiết như con trai của cậu ấy vậy. Khi cậu bé trai kia chết đi... vâng, em trai ta cũng bị suy sụp theo. Đầu óc cậu ấy bắt đầu bị đứt đoạn, cậu ấy thấy là rất khó để phân biệt quá khứ với hiện tại, thực tế với tưởng tượng. Cậu ấy tin rằng Arthur sẽ trở lại và sẽ cần đến mình. Cậu ấy chẳng bao giờ rời khỏi nước Anh. Và bảo rằng mình sẽ chết ở đó."

"Gilgamesh," Sophie thều thào.

"Vua Gilgamesh," Tsagaglalal thì thầm, "mặc dù ở nước Anh người ta biết cậu ấy bằng một cái tên khác." Nước mắt lăn dài xuống gương mặt nhăn nheo của bà và khu vườn tràn ngập mùi hương hoa nhài. "Bây giờ ta đã mất cậu ấy, mất lâu lắm rồi."

"Tụi con có gặp ông ấy," Sophie vội vàng vừa nói, vừa chồm tới sờ vào cánh tay Tsagaglalal. Luồng điện của cô nổ lốp bốp. "Ông ấy còn sống! Ở London." Cô chớp mắt xua đi những giọt nước mắt của mình, nhớ lại ông lão vô gia cư trông bẩn thỉu và rách rưới với đôi mắt màu xanh lơ lúc nào cũng như bàng hoàng mà cô lần đầu tiên gặp trong băng ghế sau của chiếc taxi.

Mùi hoa nhài nghe chua chua. Giọng Tsagaglalal cay đắng. "Ồ, Sophie, ta biết cậu ấy vẫn còn sống và đang ở London chứ. Ta có các bạn bè ở đó thường để mắt đến cậu ấy thay ta, những người chắc chắn rằng cậu ấy không bao giờ thiếu tiền và không bao giờ bị đói khát." Lúc này bà bật khóc, những giọt lệ thật to chảy nhỏ giọt xuống cằm, rơi tóe trên mặt cỏ. Những bông hoa nhài trắng nhỏ xíu xòe cánh, nở ra và cuộn lại ngay tại chỗ chỉ trong một tích tắc. "Cậu ấy không nhớ ta," Tsagaglalal thì thầm. "Không, không đúng: cậu ấy có nhớ ta chứ, nhưng là ta của ngày xưa, mười ngàn năm trước, trẻ trung và xinh đẹp. Cậu ấy không nhận ra ta bây giờ nữa rồi."

"Ông ấy nói mình sẽ viết lại mọi thứ," Sophie nói. Cô lau những giọt lệ bạc đọng trên mặt. "Ông ấy nói sẽ viết về con, để luôn nhớ đến con." Cô nhớ ông lão đã chỉ cho cô một bó giấy cột xâu vào với nhau. Có những mảnh giấy tập, bìa sách xé ra từ những cuốn sách bìa mềm, những mẩu báo, thực đơn và khăn ăn của nhà hàng, giấy da dê dày cui, thậm chí cả những mảnh da sống, những miếng đồng cực kỳ mỏng và mấy miếng vỏ cây. Hết thảy chúng đều được cắt, xé lởm chởm theo cùng một kích cỡ, và đầy kín những chữ viết nguệch ngoạc nhỏ xíu.

"Sự bất tử này là một lời nguyền," Tsagaglalal chợt nói, vẻ giận dữ. "Ta yêu quý chồng mình, nhưng có nhiều lần – quá nhiều lần – ta đã căm ghét ông ấy vì những gì ông ấy đã làm cho ta và em trai ta, và ta đã nguyền rủa tên ông ấy."

"Abraham viết rằng con sẽ nguyền rủa tên ông ấy bây giờ và mãi mãi muôn đời sau," Sophie nói.

"Nếu chồng ta có sai lầm, thì đó chính là ông ấy luôn nói ra sự thật. Và đôi khi sự thật rất khắc nghiệt."

Hơi thở Sophie nghẽn lại trong lồng ngực. Một số ký ức của Bà Phù thủy đang chảy nhỏ giọt vào ý nghĩ của cô, chúng khá quan trọng. Cô tập trung vào để hiểu xem. "Quá trình làm Gilgamesh bất tử có thiếu sót. Nhưng nếu sự bất tử của ông ấy bị lấy đi –" Cô ngưng lại.

"Con đang nhớ gì đó, cưng – Bà Phù thủy còn biết gì nữa?"

"Không, một việc Gilgamesh nhờ Josh làm."

"Cái gì vậy?"

"Ông ấy bắt em trai con phải hứa khi nào mọi việc này qua đi – nếu tụi con còn sống – tụi con sẽ quay lại London mang theo Cuốn *Codex*."

Bà lão cau mày, những vết nhăn hằn sâu thành từng lằn trước trán. "Tại sao?"

"Gilgamesh nói có một câu thần chú trên trang đầu tiên của Cuốn *Codex*." Cô vắt óc, cố nhớ chính xác từng chữ một của nhà Vua. "Ông ấy nói... ông ấy nói rằng ông ấy đang đứng bên vai Abraham và quan sát ông ấy chép câu thần chú ấy."

Tsagaglalal gật đầu. "Cậu em trai ta và Prometheus lúc nào cũng ở bên cạnh chồng ta hết. Ta thắc mắc không biết cậu ấy đã nhìn thấy gì nhỉ?"

"Công thức lời ban sự bất tử," Sophie nói. "Và khi con và Josh hỏi tại sao ông ấy muốn nó, vì ông ấy đã bất tử rồi mà —"

"Đảo ngược công thức," Tsagaglalal đáp. "Biết đâu sẽ có tác dụng. Cậu ấy sẽ trở lại thành người có thể chết, biết đâu thậm chí còn lấy lại được ký ức và nhớ ra ta," bà lão thều thào. "Chúng ta có thể trở lại thành người và chết trong an bình."

"Thành người trở lại?" Sophie hỏi. Cô chợt được nhắc nhớ một điều bà lão đã nói hồi nãy. "Bà không phải là Elder," cô nói, "và bà cũng không phải là Quan chấp chính hay Người Cổ đại. Vậy bà là gì?"

"Vì sao, Sophie," Tsagaglalal nói cùng với một nụ cười thật buồn, "tại sao con nghĩ Cuốn *Codex* được tạo ra để các Elder không thể được lợi lộc gì từ nó mà chỉ có giống người mới có thể hiểu thấu được? Ta và Gilgamesh đều là giống người. Chúng ta nằm trong số đầu tiên của những Người Đầu tiên được làm cho sống dậy bằng luồng điện của Prometheus trong Thành phố Vô danh trên bờ rìa thế giới. Hiện nay Người Đầu tiên không còn nữa. Chỉ còn lại mình ta và Gilgamesh. Và ta chỉ còn duy nhất một việc phải làm nữa thôi," bà lão nói thêm.

Cô gái nhỏ ngồi xuống trở lại, dựa vào thân cây táo, khoanh tay. Cô biết bà dì của mình sắp sửa đưa ra đề nghị. "Con có thể từ chối được không?"

"Có thể chứ," Tsagaglalal nói, khiến cô hết sức ngạc nhiên. "Nhưng nếu con làm thì hàng mười ngàn người sống và chết qua mọi thời để bảo vệ con hẳn đã chết vô ích. Hết thảy mọi người canh giữ Cuốn *Codex*, các thế hệ trước của cặp song sinh, các Elder và Thế hệ Kế tiếp theo phe giống người – hết thảy đều chết một cách vô ích hết."

"Và thế giới này sẽ kết thúc," Sophie nói thêm.

"Cũng vậy nữa."

"Mà chồng bà có hiểu thế không?"

"Ta không biết," Tsagaglalal nói. Viền mắt bà đỏ quạch, nhưng không còn chảy nước mắt nữa. "Quá trình Biến đổi đã dấy lên khắp cơ thể ông ấy trong những ngày cuối cùng đó, biến cơ thể kia thành vàng ròng. Những câu nói đều không thể. Ta chắc chắn ông ấy sẽ tìm cách để nói với ta... nhưng rồi Danu Talis bị phá hủy trong Trận chiến Cuối cùng." Tsagaglalal quay đi khỏi Sophie, ánh mắt bà dõi theo một con ong lớn mập ú mình đầy lông kêu vo vo khi nó vù vù bay quanh trảng trống, đáp lên cỏ nơi vài giây trước những đóa hoa nhài nở ra và tàn đi. "Abraham và Chronos đã nhìn thấy nhiều dòng lịch sử, và từng dòng ấy đều được tạo ra bởi những quyết định riêng lẻ. Thường thường không thể nói được – ngoại trừ trong phán đoán rộng nhất – là ai đã thực hiện cái gì. Đó là lý do tại sao lời tiên tri nguyên thủy rất mơ hồ – 'một giải cứu thế giới, một phá hủy nó.' Ta không biết người nào là con, Sophie à." Bà hất cằm chỉ ngược về phía ngôi nhà. "Có một phiến ngọc nữa trong chiếc hộp, đề tên người nhận là em trai con."

Sophie hổn hển bàng hoàng khi nhận thức bị chạm nọc.

Tsagaglalal gật gù. "Vâng, lẽ ra thật dễ dàng để có thể chính Josh là người ta đang nói chuyện bây giờ đây, trong khi Sophie Newman đang đứng bên cạnh Dee và Dare trên Alcatraz. Nhưng sẽ đến một lúc – chẳng bao lâu nữa – con phải chọn lựa. Và chọn lựa ấy khiến con sẽ định đoạt tương lai của thế giới này và vô số các Vương quốc Bóng tối." Bà nhìn thấy vẻ mặt bàng hoàng của Sophie nên với tay áp lòng bàn tay mình lên má cô. "Quên những gì con biết – hoặc nghĩ là mình biết – và hãy tin vào bản năng của mình. Hãy làm theo lời trái tim con mách bảo. Đừng tin ai hết."

"Nhưng Josh. Với nó thì sao? Con sẽ có thể tin nó chứ, phải không nào?" Sophie nói hết sức cảnh giác.

"Hãy làm theo lời trái tim con mách bảo," Tsagaglalal lặp lại. "Bây giờ, hãy nhắm mắt lại và để ta dạy cho con Pháp thuật Đất."

Chương bốn mươi tám

Virginia Dare ngồi trên những bậc thang to lớn trong sân giải trí của nhà tù Alcatraz, hướng mắt nhìn về phía thành phố qua những bức tường cao có cài dây thép gai trên đầu. Josh ngồi bên cạnh.

"Tôi tự hỏi không biết con Lotan đã đến gần lắm chưa," cậu nói.

Virginia lắc đầu. "Khó nói lắm, nhưng tin tôi đi, khi nó tới nơi tôi sẽ biết ngay. Tôi hình dung từ nơi đây chúng ta vẫn sẽ nghe được những tiếng kêu thét cho xem."

"Cô nghĩ nó sẽ lên bờ ở đâu?"

"Không biết. Nó to lớn, nhưng tôi nghĩ nó còn nặng nề nữa. Ở đây dòng nước chảy xiết lắm. Đó là một lý do nữa khiến nơi này được chọn làm nhà tù. Thậm chí một người có thể cố thoát ra khỏi xà-lim được, nhưng sẽ không sống sót nổi với làn nước." Ả chỉ về hướng Cầu Vịnh. "Tôi tưởng tượng con Lotan sẽ trườn về phía cây cầu rồi mới ráng bơi lên bờ."

"Nó sẽ gây ra lắm cảnh tàn phá trước khi các Elder đến chứ?" Josh hỏi.

Dare nhún vai, cử động ấy làm mái tóc dợn sóng buông xuống lưng. "Còn tùy thuộc vào việc họ chờ bao lâu rồi mới can thiệp vào." Rồi ả cau mày. "Ngày xưa, người ta sẽ triệu tập các Elder bằng cách cầu nguyện với họ, nhưng không ai tin các Elder nữa, vì thế không ai triệu tập họ cả. Thế thì đúng, khả năng sẽ có một chút hỗn loạn. Con Lotan kia sẽ ăn bất cứ gì là thịt trên đường đi của nó, mặc dù tôi không rõ nó có thể ăn tới chừng nào lận. Nó cũng sẽ uống luồng điện của bất kỳ Elder, Thế hệ Kế tiếp hay người bất tử nào đến quá gần. Cậu đã nhìn thấy chuyện gì xảy đến cho Billy rồi đấy."

Josh rùng mình nhớ lại và gật đầu.

"Nếu cậu không can thiệp, chắc hẳn nó sẽ rút cạn anh ta thành một lớp vỏ khô. Tuy nhiên," ả nói tiếp, "con Lotan có một quãng đời ngắn ngủi lắm. Nó có ba tiếng đồng hồ để sống tính từ lúc được thả ra – sẽ có bốn giờ nếu tiếp tục được cho ăn – rồi sau đó nó bắt đầu co rút trở lại vào lớp vỏ của mình."

Một mùi hôi thối chợt thoảng qua khoảnh sân, phủ lấp mùi của biển.

Bàn tay Virginia bắn vọt ra chụp lấy cánh tay Josh khi một sinh vật bước thẳng ra từ huyền thoại lẹp bẹp băng qua sân tập thể dục, móng vuốt lích kích lách cách trên mặt đá. Đó là con nhân sư, một con sư tử khổng lồ với đôi cánh đại bàng và cái đầu của một thiếu nữ xinh đẹp. Con nhân sư quay người nhìn Virginia và Josh, một cái lưỡi dài, đen thui, đong đưa thò ra khỏi miệng, nếm nếm không khí.

Josh thả tay xuống thanh kiếm đá cậu đặt trên mấy bậc thang, còn Virginia từ từ và thận trọng nâng ống sáo lên môi.

Con nhân sư quay người hấp tấp bỏ đi không nói một lời.

"Bây giờ," Virginia nói tiếp, như thể không có chuyện gì xảy ra. "Cậu muốn học Pháp thuật Không khí không?"

"Muốn."

"Tôi cần phải nói cho cậu biết," ả nói, "rằng trước nay tôi chưa bao giờ làm chuyện này. Nhưng tôi có nhìn thấy người ta làm."

"Và vận hành thế nào?"

"Vận hành tốt... hầu hết thời gian."

Josh nhìn ả thật nhanh.

"Tôi đã nhìn thấy một người bất tử – có thể là Saint-Germain – cố dạy một người bất tử khác Pháp thuật Lửa." Ả im bặt, rồi lắc đầu.

"Xảy ra chuyện gì?"

"Ừm, chúng ta phải nói là có chút không may."

"Saint-Germain đã dạy Sophie phép lửa đó," Josh nói.

"Mà cô không cháy bùng lên thành ngọn lửa sao?"

"Không."

"Vậy thì rõ ràng là ông ta đã giỏi hơn trước rồi. Còn ai dạy cậu?"

"Prometheus."

"Ấn tượng nhỉ," Virginia nói. Ả thả hai ống tay áo

xuống lại, nhặt ống sáo lên. "Nào, tôi biết có một công thức bằng lời nói được dùng khi các học trò đang được dạy các Pháp thuật Cơ bản, về cách làm thế nào để phép này mạnh hơn phép kia – nhưng tôi e là mình không biết mấy lời đó, và bằng cách nào đó cũng không tin chúng. Những gì cậu phải nhớ là bất kể có ai dạy cậu đi nữa, thì pháp thuật sẽ mạnh bằng với ý chí của người sử dụng và sức mạnh luồng điện của họ. Các xúc cảm – yêu, ghét, sợ – làm gia tăng tác dụng của mọi pháp thuật. Nhưng phải cẩn thận. Cũng những xúc cảm này lan ra khắp người cậu cũng có thể rút cạn luồng điện của cậu đấy. Và một khi luồng điện của cậu cạn kiệt, thì cậu cũng vậy thôi!" Đột nhiên, ả vỗ tay, âm thanh khiến lũ mòng biển bay vụt lên. "Bây giờ thì nhìn lên trời nào," ả ra lệnh.

Josh ngửa người, tựa cùi chõ lên bậc thang đằng sau, nhìn lên bầu trời buổi chiều.

"Cậu thấy gì?"

"Mây. Chim. Vệt hơi nước do máy bay để lại."

"Chọn một đám mây, bất kỳ đám mây nào...," ả nói, từng lời rung rung xuyên qua ống sáo với một chút âm thanh như tiếng huýt gió.

Josh tập trung vào một đám mây. Cậu nghĩ giống như một khuôn mặt... hay một con chó... hoặc có thể là gương mặt của một con chó...

"Pháp thuật được thực hiện với khả năng tưởng tượng," Virginia nói, từng lời của ả cất cao lên rồi hạ xuống theo nốt nhạc của ống sáo. Bầu không khí ngập tràn mùi hương cây xô thơm. "Cậu đã từng bao giờ gặp Albert Einstein chưa? Chưa, tất nhiên là chưa. Cậu còn quá trẻ mà. Ông ấy là một người phi thường, và chúng tôi vẫn là hai người bạn tốt trong suốt cuộc đời ông ấy. Ông ấy biết tôi là gì; có lần ông ấy nói với tôi rằng những câu chuyện tôi đã kể cho ông ấy nghe về sự bất tử của tôi và các Vương quốc Bóng tối đã tạo cảm hứng cho mối quan tâm của ông ấy về thời gian và thuyết tương đối."

"Ông ấy luôn là một trong các vị anh hùng của tôi," Josh nói.

"Vậy thì cậu sẽ biết rằng ông ấy đã nói khả năng tưởng tượng quan trọng hơn tri thức. Vì tri thức bị giới hạn đối với tất cả những gì chúng ta biết và hiểu, trong khi trí tưởng tượng bao quát cả thế giới này, và hết thảy những gì từng có sẽ chỉ là biết và hiểu." Ả bật cười, ống sáo hóa thành những âm thanh thật mỹ miều. "Tôi đã gợi ý tìm ai đó để làm cho ông ấy thành bất tử, nhưng ông ấy không quan tâm." Âm nhạc của Virginia thay đổi, trở thành hoang dã và kịch tính, như một cơn bão thổi qua đại dương. "Hãy nhìn vào đám mây ấy và nói tôi nghe xem cậu đang nhìn thấy gì."

Đám mây biến đổi, uốn éo. "Một chiếc thuyền buồm," Josh lào thào.

Âm nhạc dâng tràn và bay bổng.

"Với những con sóng tràn qua..."

Âm nhạc nín bặt.

"Đâu mất rồi." Josh chớp mắt ngạc nhiên. Cậu đang chăm chú nhìn đám mây xoắn vặn và khuấy đục trong không trung, chợt biến mất.

"Nhưng tôi đâu có làm nó biến mất," Virginia nói. "Cậu đã làm đấy. Âm nhạc cấy những hình ảnh vào não cậu và cậu nhìn thấy con thuyền trong giông bão, rồi trí tưởng tượng của cậu lấp đầy mọi thứ khác và khi âm nhạc dừng lại, cậu tưởng tượng con thuyền đã chìm rồi." Ả lấy ống sáo gỗ chỉ. "Thấy đám mây kia không?"

Josh gật đầu.

"Quan sát đi," Virginia Dare nói. Ấn ống sáo lên môi, ả thổi một bài hát ru con dài, chậm rãi, dịu dàng.

"Đâu có gì xảy ra."

"Chưa đó thôi," người bất tử nói. "Nhưng đó không phải lỗi của tôi. Của cậu đấy." Tiếng sáo vang đi, rồi vang trở lại trong đầu cậu, những nốt nhạc đánh vào vùng ký ức, gợi lên những đoạn bài hát cậu đã nghe trong quá khứ, nhiều khúc đối thoại từ các bộ phim và chương trình ti-vi cậu đã từng xem. Âm thanh bọc quanh cậu như một tấm mền, và cậu cảm thấy mắt mình nặng nặng và cứng đờ vì buồn ngủ. "Hãy nhìn vào đám mây lần nữa đi."

"Buồn ngủ quá," Josh làu bàu.

"Nhìn đi," Virginia ra lệnh.

Đám mây cuộn xoắn, vặn vẹo, và Josh nhận ra rằng nó đang hình thành nên những bức tranh trình bày các hình ảnh cậu đang thấy trong đầu mình, gương mặt của các ngôi sao điện ảnh, ca sĩ, nhân vật trong những trò chơi điện tử cậu vẫn chơi.

"Cậu đang làm điều đó," Virginia thều thào. "Bây giờ tập trung vào. Hãy nghĩ đến điều cậu căm ghét..."

Đám mây chợt lớn ra, tối đi, và ngay lập tức rơi ra khỏi bầu trời, một con trăn dài bò quằn quại.

Josh hét toáng lên, đám mây phân hủy ngay.

"Lần nữa đi," Virginia chỉ thị. "Thứ gì cậu yêu thích ấy." Âm nhạc uốn éo, hú hét.

Josh cố định hình khuôn mặt cô chị gái mình trong đám mây, nhưng không đủ để có thể trông thấy rõ, đám mây ấy kết thúc như một đốm màu. Cậu tập trung trở lại và đốm màu kia biến thành một trái cam, rồi lại biến thành một trái banh vàng, phẳng bẹt ra thành một trang giấy chi chít những kiểu chữ như que gậy nhỏ xíu biến đổi không ngừng...

"Rất tốt," Virginia nói. Ả hít thở một hơi thật sâu, một luồng gió rít ré ngang qua khoảng không gian mở, uốn éo trong không trung. "Hãy tưởng tượng một thứ," ả ra lệnh.

"Như cái gì?"

"Một con rắn," ả gợi ý.

"Tôi ghét rắn lắm."

"Vậy thì cậu có thể nhìn thấy chúng rất rõ trong trí tưởng tượng của mình đấy. Chúng ta luôn thấy rằng thật dễ dàng để hình dung những gì chúng ta sợ hãi; chính điều đó khiến chúng ta lúc nào cũng sợ bóng tối."

Josh nhìn vào lớp bụi uốn vặn đang cuộn xoắn, và ngay tức khắc nó thay đổi, tụ lại thành một sợi thừng dày lổn nhổn sạn uốn cong thành một con rắn garter[10] hoa văn hai màu đỏ đen. Josh nhớ mình đã nhìn thấy nó trong Sở thú San Francisco. Tức thì, con rắn tan rã thành một

---

[10]*Loại rắn ở Mỹ, không độc, đẻ con, có sọc dài trên sống lưng.*

con thú đặc biệt và biểu trưng hình thân cây của sở thú.

"Cậu cần phải tập trung chứ," Virginia nói kiên quyết. "Cậu đã tạo ra con rắn, rồi cậu nhớ tới nơi mình đã trông thấy nó; đó là lý do vì sao hình ảnh bị biến đổi."

Josh gật đầu. Tập trung. Cậu cần phải tập trung. Lập tức, biểu trưng kia xoắn trở lại thành hình thù con rắn. Cậu hình dung nó uốn cong người nuốt lấy cái đuôi của chính mình, và khắp khoảnh sân, cuộn bụi hình thành nên một vòng tròn khép kín.

"Ấn tượng nhỉ," Virginia nói. "Nhưng bây giờ, hãy để tôi nói cho cậu nghe bí mật vĩ đại nhất của pháp thuật không khí, điều mà tôi đánh cược là cả Bà Phù thủy Endor cũng không dạy cho chị cậu." Ả mỉm cười. "Và đừng nói với ông tiến sĩ rằng cậu biết chuyện này nhé."

"Tại sao không?" cậu hỏi.

Virginia thò tay chọc vào ngực Josh. Tiếng giấy sột soạt. "Hai chúng ta có bí mật của mình đấy, Josh."

Josh ấn bàn tay lên áo thun, giật mình. Bên dưới đó, trong một cái túi đeo quanh cổ mình, cậu mang hai trang cuối cùng của Cuốn *Codex*. Cậu bắt đầu hoảng sợ, tự hỏi không biết Dee có biết không, nhưng ngay lập tức cho rằng chắc hẳn Dare chưa nói với hắn đâu. "Cô biết bao lâu rồi?" cậu hỏi.

"Mới thôi."

"Cô chưa nói với Dee chứ?"

"Tôi chắc chắn cậu có lý do chính đáng để không kể cho ông ta nghe. Và tôi cũng chắc chắn cậu sẽ nói với ông ta khi đến đúng thời điểm."

Josh gật đầu lần nữa. Cậu vẫn hoàn toàn không rõ tại sao mình lại chưa nói cho Dee biết rằng cậu đang giữ hai trang sách bị mất. Cậu chỉ biết mình chưa sẵn sàng. Và bây giờ cậu lại thắc mắc không biết tại sao Virginia cũng không nói cho Dee biết.

"Một lần nữa, nhắm mắt lại đi," Dare ra lệnh.

Josh nhắm nghiền mắt lại. Âm nhạc thay đổi, trở nên nhẹ nhàng, dịu dàng, âm thanh của gió rì rào qua kẽ lá trong một ngày mùa hè.

"Cậu biết không khí có thể mạnh mẽ thế nào," Dare nói tiếp. "Đủ mạnh để quật ngã một tòa cao ốc. Cậu đã từng trông thấy những cơn bão tàn phá các thành phố, và những cơn bão táp xé toạc toàn bộ các thị trấn. Đó là sức mạnh của gió. Cậu đã từng trông thấy các vận động viên rơi tự do rơi từ trời xuống và cưỡi lên những đợt sóng nhiệt như những vận động viên lướt sóng. Chắc chắn cậu cần dùng đến những bình không khí nén để làm sạch bàn phím trong máy tính của cậu."

Vẫn với đôi mắt nhắm nghiền, Josh gật đầu.

"Chúng ta đang nói về sự nén không khí." Giọng người phụ nữ chợt nghe thật xa xăm, như thể ả đã đi xa khỏi cậu. "Và nếu cậu có thể định hình và kiểm soát sức ép ấy... vậy thì sao nào, Josh, cậu có thể làm mọi chuyện đấy chứ. Mở mắt ra."

Josh xoay qua Virginia, nhưng ả đã đi mất rồi. Sau đó, cậu lồm cồm đứng dậy, ngước nhìn lên không trung, miệng há ra vì sốc. Virginia Dare đang lơ lửng cách mặt đất đến ba mét trên khoảnh sân giải trí của tù nhân. Mái tóc dài của ả trải ra phía sau như một cây quạt, cánh tay giang rộng. "Áp lực không khí, Josh. Tôi đã hình dung một túi không khí nén nằm dưới chân mình."

"Tôi có thể làm như vậy được không? Tôi có thể bay chứ?"

"Việc đó cần phải luyện tập. Luyện tập rất nhiều," ả vừa nói, vừa từ từ trôi giạt xuống đất. "Nổi trước đã, rồi mới bay. Nhưng đúng, cậu có thể làm được đấy. Bây giờ, có điều cuối cùng tôi có thể làm cho cậu đây: cậu cần một vật mồi."

"Tôi biết đó là cái gì rồi – Flamel và Sophie đều có vết xăm trên cổ tay." Cậu giơ cao bàn tay trái, xòe rộng mấy ngón tay. Vết cháy đốt vào phần thịt trong lòng bàn tay cậu là một dấu vết hoàn hảo của một hòn đá mặt trời của người Aztec với một gương mặt chính giữa. "Prometheus đã cho tôi cái này."

"Chúng ta không cần bất cứ gì tầm thường cũ rích như thế." Ả gõ nhè nhẹ chiếc ống sáo vào cằm mình. "Cậu có xem bộ phim *Cuộc Gặp Gỡ Thân Mật Với Loài Thứ Ba* chưa?"

"Chắc chắn rồi – được chiếu trên ti-vi mỗi dịp Giáng sinh mà. Ba tôi còn có DVD."

"Tôi đoán là cậu đã xem. Cậu biết giai điệu được chơi vào lúc kết phim chứ?"

"Để giao tiếp với con tàu hả?" Cậu ép môi huýt sáo năm nốt dễ nhận ra.

"Chính xác," Virginia vừa nói, vừa bắt chước âm thanh đó trên ống sáo của mình, và Josh rùng mình khi một luồng không khí mát lạnh có mùi cây xô thơm cuốn qua người. "Đó là vật mồi của cậu. Bây giờ, bất cứ khi nào cậu cần gọi Pháp thuật Không khí, hãy cứ cất một đoạn huýt sáo!"

Josh nhìn qua bên kia khoảnh sân giải trí, huýt sáo năm nốt. Một thùng soda bị vứt bỏ bất thình lình xoay tròn bay vào không trung và dộng vào bức tường đá. "Thật là quá... tuyệt!"

"Và nhớ nhé, nổi lơ lửng trước đã rồi mới bay."

Josh cười toe. Ngay chính lúc đó, cậu đang ở rất gần với nỗ lực tạo ra một miếng đệm không khí dưới chân mình.

"Và một lời mách nước – cố ngồi xuống đi đã. Nếu cậu ngồi trên một tấm thảm hoặc tấm mền, cậu có thể tạo ra một tấm đệm không khí bên dưới đó, hệt như một con tàu di chuyển bằng đệm không khí vậy." Ả mỉm cười. "Cậu nghĩ những câu chuyện thảm bay xuất phát từ đâu nào?"

Đột nhiên, từ bên trong khối xà-lim vọng ra một tiếng thét cao thé tưởng chừng như máu cũng phải đông lại.

"Dee đấy," Virginia nói. Nụ cười toe thoải mái biến mất, và Josh chưa kịp phản ứng, ả đã lao xuống dãy cầu thang rồi.

Josh chụp lấy thanh Clarent, chạy theo ả, thanh kiếm lung linh lóe sáng trong tay cậu.

Chương bốn mươi chín

Chiếc vimana Rukma o o băng qua một vùng quang cảnh cực kỳ đẹp. Những khu rừng mênh mông xa ngút tầm mắt. Dòng sông uốn cong ngoằn ngoèo xuyên rừng cây, mở ra thành những mặt hồ rộng lớn, làn nước trong trẻo đến mức có thể nhìn thấy thật sâu dưới mặt nước.

Họ bay qua những đàn voi ma-mút, chăm chú nhìn lũ cọp răng kiếm đang len lén đuổi theo chúng trong vạt cỏ cao. Bầy gấu khổng lồ đen và nâu ở phía sau, trên những cẳng chân ục ịch khi chiếc vimana kêu o o trên đầu, đàn thằn lằn bay tán loạn khi con tàu xuất hiện.

"Quả thật là một quang cảnh đầy pháp thuật," William Shakespeare nói với Palamedes. "Tôi nghĩ chắc mình phải viết lại cuốn *Giấc Mộng Đêm Hè*."

Hiệp sĩ Saracen gật đầu nhưng rồi lại quay bạn mình về phía một trong những nòng súng đại bác đưa mặt ra phía sau. "Tuy nhiên, thế giới này đâu phải là không có thiếu sót," anh ta vừa làu bàu, vừa chỉ vào bầu trời đằng sau họ.

"Chúng ta có bạn đồng hành đấy," Scathach thông

báo, mắt ghé vào ô cửa sổ. "Nhiều và rất nhiều bạn đồng hành là khác."

"Tôi biết," Promtheus nói. Chiến binh tóc đỏ cao lớn chỉ vào màn hình bằng thủy tinh gắn vào mặt sàn gần như ngay trước mặt họ. Màn hình đầy nghẹt nhưng chấm đỏ đang lao đi.

Palamedes nhìn quanh con tàu. "Đây là tàu chiến mà. Có vũ khí không?"

Elder cao lớn từ bên bảng điều khiển cười toe, hàm răng trắng nổi bật trên bộ râu đỏ. "Ồ, có chứ, nhiều vũ khí lắm."

"Tôi e rằng mình sắp phải nghe một tiếng 'nhưng,'" William Shakespeare lẩm bẩm.

"Nhưng chúng không có tác dụng," Prometheus nói tiếp. "Những con tàu này quá cũ rồi. Không ai – thậm chí cả Abraham cũng không – biết làm sao để sửa. Hầu hết chúng chỉ vừa đủ để có thể bay được, và thường mỗi ngày một hoặc hai chiếc sẽ rơi ra khỏi bầu trời." Ông ta chĩa ngón cái về phía một bó đồ bên ngoài bọc vải nằm trong ghế bên cạnh mình. "Có thể các người muốn tự trang bị vũ khí. Tôi mạn phép đi tìm và lấy vũ khí về cho các người từ tay bọn anpu."

"À, bây giờ thì tôi vui lắm rồi," Scathach vừa nói, vừa trượt mấy thanh kiếm vào những chiếc vỏ rỗng đeo trên vai.

Saint-Germain và Joan đang ngồi với nhau, đầu chụm vào, cả hai đang nhìn chòng chọc ra một ô cửa sổ hình tròn. "Chúng tăng tốc nhanh quá," cô gái người Pháp nói. "Quá nhiều đếm không xuể."

"Chúng ta chỉ có một an ủi là cũng có rất ít trong số đó được kích hoạt vũ khí," Prometheus bảo họ.

Palamedes nhìn thấu qua Scathach. "Khi nào thì ông dùng từ 'ít...,'" cô mở lời.

"Một vài chiếc sẽ được trang bị vũ khí," Prometheus nói rõ.

"Đến rồi!" Saint-Germain hét lớn. "Hai chiếc trong số đó đã bắn hỏa tiễn."

"Ngồi xuống và tự cài dây vào," Prometheus ra lệnh. Cả nhóm lồm cồm trở vào chỗ ngồi phía sau ông, và ông nói thêm, "Chúng ta quá chậm không vượt qua chúng được, những chiếc nhỏ hơn sẽ dễ điều khiển hơn rất nhiều."

"Đó có phải là tin tốt không?" Scathach hỏi gặng.

"Tôi là người lái máy bay khéo nhất trong Danu Talis đấy," Elder nói.

Scathach mỉm cười. "Nếu bất cứ ai khác nói thế thì con sẽ nghĩ họ khoe khoang khoác lác. Nhưng cậu thì không, Cậu à."

Prometheus liếc nhanh sang Nữ Chiến binh. "Tôi phải nói với cô bao nhiêu lần – tôi không phải là cậu của cô."

"Dù sao thì cũng là chưa thôi," cô làu bàu trong họng.

"Mọi người thắt đai vào chưa?" Prometheus hỏi. Không chờ trả lời, ông ta đưa chiếc vimana tam giác bay thẳng lên trong không trung, rồi vụt trở lại, vì thế mặt đất ở ngay phía trên đầu, còn bầu trời lại ở phía dưới họ, sau đó ông mới bay là là và đất với trời trở lại vị trí bình thường.

"Tôi sẽ nôn thốc nôn tháo ra mất," Scatty càu nhàu.

"Đó sẽ là điều rất không may," Shakespeare nói. "Đặc biệt là khi tôi ngồi ngay đằng sau cô."

Joan với tay qua cầm lấy tay cô bạn mình. "Cô chỉ cần tập trung vào chuyện khác," cô ấy nói bằng tiếng Pháp.

"Như cái gì?" Scathach bụm một bàn tay lên miệng và khó khăn lắm mới nuốt xuống được.

Joan đưa tay chỉ.

Scatty nhìn thẳng ra phía trước và ngay lập tức tất cả mọi cơn buồn nôn của cô biến mất hết. Họ đang đối mặt với ít nhất phải đến một trăm chiếc vimana. Hầu hết là loại tàu tròn nhỏ họ đã thấy lúc nãy, nhưng những chiếc khác có hình chữ nhật rất to lớn, và Scatty có thể nhận ra hai chiếc vimana Rukma.

Mà Prometheus lại đang bay thẳng về phía chúng.

William Shakespeare ngồi tại chỗ nhưng bứt rứt đổi tư thế. "Nào, tôi chưa bao giờ là một chiến binh, và tôi biết rất ít về các mưu chước, nhưng không phải chúng ta nên bay theo một hướng khác sao?" Lúc này họ đã ở quá gần đủ để nhìn thấy tên anpu có đôi mắt to tướng trong con tàu gần nhất.

"Chúng ta sẽ làm thế," Prometheus nói. "Đúng ngay khi hỏa tiễn nổ."

"Hỏa tiễn nào?" Shakespeare hỏi.

"Hai cái ngay đằng sau chúng ta đấy." Prometheus kéo mạnh trở lại trên bảng điều khiển của chiếc vimana. Chúng nổ thành những quả banh lửa. Từng dải lửa cuốn tràn qua ba chiếc vimana khác, trong khi hai chiếc nữa đâm sầm vào nhau.

"Bảy chiếc bị hạ," Palamedes thông báo, ngay tức thì lại trở thành một chiến binh, báo cáo số quân thù ngã gục cho người chỉ huy.

"Chín mươi ba chiếc thoát," Saint-Germain vừa kết thúc câu nói, vừa nháy mắt với vợ. Joan cầm tay ông ta trong tay mình. Cô lật lên và vỗ nhẹ vào phía dưới cổ tay ông ta, nơi có hơn một chục con bướm nhỏ xíu được xăm vào da thịt. Cô nhướng cặp chân mày mỏng như kẻ chỉ, hàm một câu hỏi không lời.

"Tôi có một đề nghị," Saint-Germain gọi với lên Prometheus. "Tôi là Bậc thầy về Lửa. Tại sao mình không cứ mở cửa ra đi, rồi tôi sẽ kéo xuống một chút lửa?"

Prometheus cười khẩy. "Thử đi," ông ta nói. "Thử gọi luồng điện lên xem."

Saint-Germain bật ngón tay tanh tách. Đòn phép của ông khiến ngón trỏ cháy bùng. Nhưng không có gì xảy ra cả. Ông ta chùi mồi lửa hình con bướm vào lưng cổ tay mình rồi thử lại. Từ dưới móng tay, một cụm khói đen uốn éo bốc lên.

"Bất kỳ quá trình nào giữ cho những chiếc vimana trong không trung đều không chấp nhận sự tồn tại luồng điện của ông," Prometheus nói. "Thực tế, Abraham tin rằng vimana bay được là do chúng rút dòng năng lượng từ luồng điện của phi công."

"Vậy là chúng ta không thể sử dụng luồng điện của mình," Saint-Germain nói, "chúng ta không có vũ khí mà chúng ta cũng không thể chạy nhanh hơn chúng. Chúng ta *có thể* làm gì được?"

"Chúng ta có thể bay nhanh hơn chúng."

Chiếc vimana Rukma tách ra khỏi bầu trời. Palamedes và Saint-Germain reo hò, trong khi Shakespeare và Scathach kêu thét lên. Chỉ có mình Joan vẫn yên lặng, điềm tĩnh.

Mười chiếc vimana tách khỏi hạm đội khổng lồ, bám theo nó.

Prometheus hạ chiếc Rukma xuống thật thấp, tiếng o o vang sát mặt đất, đủ gần đến mức chém đứt những bông hoa và đám cỏ bị thổi rạp. Một chiếc vimana sáp vào và họ có thể nhìn thấy bọn anpu bên trong đang chuẩn bị vũ khí. Prometheus lái chiếc vimana qua một khoảnh cây. Ông khoan thai hướng nó vào một thân cây nhỏ, nhưng vào giây phút cuối lại ghếch mũi lên để thân cây kia không gãy nhưng cong oằn – và rồi bật ngược ra sau, chĩa thẳng vào chiếc vimana đang bám theo. Giật mình, tay phi công mất kiểm soát. Con tàu tròng trành rồi cày rẽ cả mặt đất.

"Một chiếc nữa bị hạ," Palamedes nói.

"Một thủ thuật tinh xảo," Saint-Germain tán thành, "nhưng tôi không chắc ông có thể lặp lại như thế."

Chín chiếc vimana còn lại áp sát vào rất nhanh.

"Nóc đã mở," Saint-Germain báo cáo. "Chúng đang gắn lắp gì đó lên mái trông như mấy khẩu súng trường."

"Tonbogiri," Prometheus vừa nói, vừa hướng con tàu sang trái, rồi sang phải khi hai khẩu súng trường bắn ra. "Chúng còn gọi là máy cắt." Kim loại rít văng ra khỏi chiếc vimana, sau đó có một tiếng bùm chắc nịch, rồi một cú động làm thủng một lỗ phía hông con tàu sát bên Scathach. Một trái banh méo mó lăn tới chân cô. "Đừng chạm vào," Prometheus cảnh báo vừa khi Nữ Chiến binh khom xuống. "Mấy trái banh đó sắc như dao cạo ấy. Nếu cô thả nó vào tay mình, nó sẽ lún vào bên da thịt này rồi lòi ra phía bên kia trước cả khi cô cảm thấy."

Elder hạ chiếc Rukma bay qua một cái hồ rồi khéo léo nhúng vào nước. Một vòi nước nổi bọt lạnh như nước đá bắn vọt lên đằng sau con tàu, tràn vào cái nóc đang để mở của chiếc vimana gần nhất. Bị sốc, tên phi công giật tay khỏi bảng điều khiển. Con tàu lắc lư đâm thẳng vào phần trước của chiếc đang bay phía sau, ngay lúc tên anpu bắn tỉa vừa nổ súng. Trái banh tonbogiri lạng thẳng xuyên qua hộp điều khiển của chiếc vimana và con tàu rơi xuống, chìm dưới hồ.

"Chỉ còn khoảng chín mươi hai chiếc thoát thôi," Hiệp sĩ Saracen nói.

Prometheus lạng một vòng tròn trịa trên hồ, khuấy tung mặt nước. Một chiếc vimana đuổi theo kịp bên cạnh họ, tên anpu nhắm khẩu tonbogiri. Prometheus ngắt nguồn năng lượng, chiếc Rukma rơi xuống như một khối đá. Nó dộng xuống mặt nước làm nổi tung bọt như xà-phòng và chìm nghỉm trong đám bọt bong bóng ấy. Ngay lập tức nước bắt đầu thấm quanh lớp đệm niêm ở cửa sổ và cửa ra vào, và chảy xiết qua lỗ thủng bên hông trái con tàu do khẩu tonbogiri bắn lúc nãy. Elder rít lên tuyệt vọng. "Trước nay chưa bao giờ phải xử lý thế này. Thường thì bạn có thể lái thẳng vào khoảng không kìa," ông làu bàu.

Tiếng kim loại kêu lanh canh trên mái, họ ngước lên nhìn xuyên qua màn nước. Có thể thấy bóng của chiếc vimana tròn tròn phía trên đầu. Nó được theo sau bởi chiếc thứ hai, rồi chiếc thứ ba. Những quả banh tonbo-giri bắt đầu rơi vào hồ, từng vệt bong bóng dài thượt, chỉ mất tốc độ khi gặp lực cản của nước. Chúng chầm chậm chìm theo đường xoắn ốc, một số đáp xuống với một tiếng thụp nhè nhẹ trên nóc con tàu, số khác bị cuốn nhanh đến tận đáy hồ.

Thình lình, một tiếng bụp vang lên, tấm pa-nô từ dưới mặt sàn dâng lên. Nước lạnh băng cuồn cuộn chảy vào xung quanh chân Joan. "Chúng ta bị nước rò!"

"Lên đi!" Hiệp sĩ Saracen hét lớn. "Chúng ta cần phải lên cao trước khi quá nặng không lên được nữa."

"Một phút nữa," Prometheus nói. Ông hất đầu về phía màn hình đặt dưới chân mình. Hai chấm đỏ đang tiến đến rất nhanh.

"Làm thế nào chúng ở đằng sau chúng ta được vậy?" Saint-Germain hỏi.

"Bên dưới chúng ta chứ," Prometheus sửa lại. "Và không phải chúng đâu. Chúng ta đã đánh thức một thứ từ dưới sâu."

"Ông làm khéo lắm mà," Scathach kết tội Elder, "đó là lý do tại sao ông khuấy tung mặt nước lên."

"Bất kể đó là thứ gì, nó đang sáp gần đến nhanh, rất nhanh..." Palamedes chỉ vào màn hình. "Và sắp đến tới nơi rồi."

"Tôi có thể thấy gì đó ở bên ngoài – đang di chuyển

trong nước," Saint-Germain vội vàng nói. "Cái gì đó..." Ông ta im bặt, tự dưng nói không thành tiếng. "To tướng... với hàm răng... nhiều răng lắm."

Prometheus đập vào bảng điều khiển, chiếc Rukma dâng lên. Nó văng ra khỏi nước, theo sau là hai sinh vật khổng lồ giống như cá mập. Con thứ nhất đâm mạnh vào hai trong số những chiếc vimana đang lượn vòng, hất chúng xoay tròn vào hồ, trong khi con thứ hai thật sự đã cắn vào con tàu thứ ba, hầu như cắn tách ra làm hai, và kéo nó xuống.

Thêm ba sinh vật gớm ghiếc nữa chọc vỡ mặt nước, hàm răng nghiến trèo trẹo. "Cá mập," Scathach nói.

"Megalodon," Prometheus miệng loan báo, tay kéo cho chiếc Rukma cao lên, cao lên, những dòng nước nhỏ chảy tràn ra từ những lỗ rò hai bên hông.

"Ít nhất chúng dài phải đến chín mười mét!" Scathach nói.

"Tôi biết mà," Elder đáp. "Chắc chúng chỉ mới là thú con thôi."

Chương năm mươi

"Có những người sẽ nói với con," Tsagaglalal mở lời, "rằng Pháp thuật Lửa hoặc Nước, hoặc ngay cả Không khí là pháp thuật mạnh mẽ nhất hết thảy. Một số không đồng ý – sẽ nói rằng Pháp thuật Đất vượt qua tất cả mọi thứ khác. Họ sai hết."

Sophie vẫn đang ngồi dựa lưng vào gốc cây táo, lòng bàn tay phẳng bẹt ra chống lên mặt cỏ.

Tsagaglalal thở ra. "Kỳ thực," bà lão nói tiếp, "ta nghĩ tất cả các pháp thuật đều ngang bằng với nhau và tương tự nhau. Cả quãng đời nghiên cứu đã khiến ta tin rằng hết thảy chúng đều giống nhau hết."

"Nhưng những yếu tố cơ bản," Sophie nhấn mạnh, "không khí, nước, lửa và đất thì lại khác nhau."

Tsagaglalal gật đầu. "Tuy nhiên sức mạnh kiểm soát các yếu tố cơ bản đó lại giống nhau. Năng lượng con sử dụng để kiểm soát lửa cũng giống với năng lượng con sử dụng để định hình nước và đóng khuôn không khí." Bà vỗ nhẹ xuống đất. "Và đất cũng vậy. Năng lượng đó đến từ bên trong: đó là sức mạnh luồng điện của con."

Cả khu vườn tràn ngập hương hoa nhài, Tsagaglalal xoa lòng bàn tay bà xuống đất. Một đám hoa cúc tươi màu hiện ra. "Nào, đó có phải là phép đất không?"

Sophie không chắc lắm, nhưng cô gật đầu. "Vâng..."

Tsagaglalal mỉm cười. "Con chắc không? Tại sao không phải là phép nước?" Những cây hoa này cần nước để sống mà. Hoặc có thể đó là phép khí – chúng cũng cần ô-xi vậy, phải không nào?"

"Còn lửa?" Sophie hỏi, hơi cười cười.

"Chúng đúng là cần hơi ấm để phát triển chứ," Tsagaglalal nói.

"Con bối rối lắm. Vậy thì Pháp thuật Đất là gì? Bà đang nói rằng không có gì như thế?"

"Không. Ta đang nói rằng không có gì là pháp thuật riêng lẻ. Sẽ không có sự phân biệt giữa đất, không khí, lửa và nước. Và tại sao dừng lại nơi bốn loại đó? Tại sao không có phép gỗ hoặc phép lụa, hoặc phép cá?"

Sophie ngây ra nhìn bà.

"Hãy để ta nói cho con nghe bí kíp do chồng ta hé lộ cho ta." Bà lão cúi sát vào, bọc lấy Sophie trong mùi hương dịu dàng từ luồng điện của bà. "Không có gì là pháp thuật. Đó chỉ là một từ ngữ. Một từ ngữ ngờ nghệch, ngu ngốc, bị lạm dụng. Chỉ có luồng điện của con mà thôi... hoặc người Trung Hoa có một từ đúng hơn: chân khí. Sức mạnh sống. Năng lượng. Đây là năng lượng chảy trong người con. Nó có thể được định hình, được đóng khuôn, được điều khiển." Bà bứt một cọng cỏ, cầm lên giữa ngón cái và ngón trỏ. "Con nhìn thấy gì?" bà hỏi.

"Một cọng cỏ."

"Gì nữa?"

"Nó... màu xanh," Sophie lưỡng lự nói.

"Nhìn lại đi. Nhìn sâu hơn. Sâu nữa vào," Tsagaglalal ra lệnh.

Sophie chòng chọc nhìn vào cọng cỏ đang đong đưa, để ý thấy hoa văn nhàn nhạt chạy dọc theo mặt dưới, đầu nhọn nâu nâu...

"Sử dụng luồng điện của mình, Sophie. Nhìn vào cọng cỏ."

Sophie để luồng điện mình bọc quanh một ngón trỏ như ngón tay của một chiếc găng bạc.

"Nhìn vào đó," Tsagaglalal hối thúc. "Xem đi."

Sophie chạm vào cọng cỏ... và tức thì cô nhìn thấy...

... cấu trúc của cỏ, lớn dần, lớn thật lớn, mở ra như toàn bộ một khu vườn... lớp ngoài cùng bóc ra trở lại để lộ những mao mạch và dạng sợi bên dưới... và rồi những thứ này phân hủy đi bày ra các tế bào... và bên trong chúng là các phân tử... còn bên kia là nguyên tử...

Đột nhiên, cô cảm thấy như thể mình đang rơi, nhưng lên hay xuống? Có phải cô đang bay vào không gian, hay là rơi xuống sâu hơn...

... vào các proton có kích thước bằng hành tinh này... còn các neutron và electron như những vầng trăng xoay tít... và thậm chí còn nhỏ hơn nữa, các hạt vi lượng và hạt cơ bản dấy lên như sao chổi...

"Ta không thể dạy con phép đất," Tsagaglalal nói.

Giọng bà nghe có vẻ thật xa xăm, nhưng bất chợt Sophie lao trở lại về phía âm thanh ấy, nhìn xem mọi thứ đều đảo ngược lại, thu nhỏ thành tí xíu, tí xíu nở dần thành nhỏ... cho tới khi cô đang nhìn vào cọng cỏ trở lại. Thoáng chốc, dường như nó lớn bằng cả một tòa nhà chọc trời, rồi Tsagaglalal kéo xa khỏi mặt cô gái nhỏ, cọng cỏ trở lại kích cỡ bình thường.

"Con vừa nhìn thấy những gì định hình nên chúng ta, một và tất cả. Ngay cả ta, người được tạo ra từ bụi đất và được làm cho sống bằng luồng điện của Prometheus, cũng có cùng cấu trúc ấy sâu tận bên trong mình."

Đầu Sophie quay cuồng, cô ấn bàn tay vào hai bên thái dương. Ngay khi cô nghĩ mình đã nhìn thấy được mọi thứ, thì cô lại bị một thứ mới đập vào, và quá nhiều không sao tiếp nhận hết.

"Nếu muốn phép nước, con dùng khả năng tưởng tượng của mình định hình các nguyên tử hidrogen và oxigen và rồi tác động ý chí của con lên đó." Tsagaglalal chồm tới trước, nắm tay Sophie trong tay bà. "Pháp thuật không là gì khác ngoài khả năng tưởng tượng. Nhìn xuống đi," bà ra lệnh.

Sophie nhìn xuống đất, giữa hai cẳng chân đang dang ra.

"Hãy hình dung mặt đất phủ đầy những bông hoa màu xanh lơ..."

Sophie dợm lắc đầu, nhưng Tsagaglalal siết chặt mấy ngón tay cô đau nhói. "Làm đi."

Cô gái nhỏ xoay xở cố tạo ra hình ảnh những đóa hoa màu xanh lơ trong đầu mình.

Hai cánh hoa chuông bé xíu hiện ra.

"Tuyệt lắm," Tsagaglalal nói. "Bây giờ làm lại lần nữa. Nhìn thấy chúng rõ hơn. Mường tượng ra chúng. Tưởng tượng chúng đang tồn tại."

Sophie tập trung. Cô biết những cánh hoa chuông trông thế nào. Cô có thể nhìn thấy chúng rõ hơn trong con mắt của tâm trí mình.

"Bây giờ, hãy tưởng tượng cỏ đang biến thành những đóa hoa chuông. Thay đổi nó trong đầu con ấy... buộc nó phải thay đổi... *tin* nó sẽ thay đổi. Con phải tin, Sophie Newman. Con sẽ cần phải tin, để tồn tại."

Sophie gật đầu. Cô kiên quyết tin đám cỏ bây giờ đang phủ đầy những cánh hoa chuông.

Và khi cô mở mắt ra, chính là thế.

Tsagaglalal vỗ tay vui mừng. "Xem kìa. Tất cả những gì con phải làm, đó là có lòng tin."

"Nhưng đây không phải là phép đất sao?" Sophie hỏi.

"Đó là bí kíp của *tất cả mọi* pháp thuật. Nếu con có thể tưởng tượng, nếu con có thể nhìn thấy rõ rành rành, và nếu luồng điện của con, chân khí của con mạnh đủ, thì con sẽ đạt được thôi."

Tsagaglalal cố đứng lên. Sophie nhanh nhảu nhổm dậy giúp bà lão đứng lên. "Bây giờ, sao con không chạy lên nhà và thay quần áo đi. Mặc quần jeans dày và mang giày bốt đi bộ đường dài, khoác thêm áo ấm vào."

"Con sắp đi đâu ạ?"

"Đến thăm em trai con," Tsagaglalal nói.

Vào lúc này, đối với Sophie, không gì nghe có vẻ hấp dẫn hơn. Cô hôn thật nhanh lên má bà dì của mình rồi mới phóng qua khu vườn.

"Và ta không nghĩ đó sẽ là một cuộc sum họp vui vẻ gì đâu," Tsagaglalal làu bàu.

Chương năm mươi mốt

Prometheus chỉ thẳng ra phía trước tới một tháp pha-lê sáng bóng nhô lên khỏi mặt biển. "Đó là nơi chúng ta hướng đến."

Palamedes vặn người nhìn hạm đội vimana bám theo đằng sau. Đội tàu của kẻ thù đã bắt đầu thận trọng hơn kể từ khi chúng bị mất ba chiếc vào miệng lũ cá mập megalodon và có ý muốn lùi lại, rõ ràng là bằng lòng lái theo chiếc Rukma đi đến điểm đến của nó.

"Ngọn tháp đang bị tấn công," Scathach vừa nói, vừa ngồi trong ghế, người chồm tới trước để nhìn rõ hơn.

Một chiếc Rukma hình tam giác lớn hơn đang bay lượn trên ngọn tháp. Những sợi dây thừng dài quét từ chiếc Rukma kia xuống tới một mặt sân gần sát nóc tháp, nơi một chiến binh duy nhất mình bọc trong lớp giáp sắt cùng với một thanh kiếm và một cái rìu chiến canh giữ một cánh cửa để mở, đánh lại hơn một chục tên anpu đang hú hét, chúng chém phạt vào anh ta bằng những ngọn giáo mác và những cây kiếm kopesh cong cong như lưỡi liềm. Ít nhất mười tên anpu đã nằm ình quanh anh ta, và bằng một ánh thép vung lên, anh ta đã khiến một tên nữa loạng choạng từ mặt sân rơi xuống làn nước bên dưới, nước văng tung tóe. Và trong khi các món vũ khí của anh ta tối sẫm vì dính máu của bọn anpu, thì bộ giáp xám bị nứt gãy của anh ta, cũng tươi một màu máu đỏ lòm. Một tên anpu xuất hiện trong cánh cửa của chiếc vimana Rukma, bắn một quả tonbogiri xuống người chiến binh. Anh ta hụp người né tránh, trái banh kim loại kia dộng mạnh vào bức tường pha-lê, bắn ra những tia lửa xanh lè, mặt đất xung quanh người chiến binh vằn vện những vết thẹo trắng hõm xuống.

"Bây giờ, *có* một chiến binh," Palamedes nói với vẻ khâm phục.

"Không gì khả quan hơn," Prometheus tán đồng. "Kiên trì lên, anh bạn cũ," ông nói nhẹ nhàng, "chúng tôi đang đến đây."

Một tên anpu to lớn với một thanh kiếm lưỡi cong khổng lồ chém vào chiến binh mặc đồ xám, chộp lấy một bên đầu anh ta, giật chiếc nón bảo hiểm đi và ném nó xoay tròn trên không trung.

Phải mất một lúc những người bất tử trong chiếc Rukma mới nhận ra anh ta. Họ chỉ từng biết ông khi đã già và rách rưới, đãng trí và điên khùng, nhưng ở đây, ông ta đang trong thời kỳ vinh quang nhất – đó chính là Vua Gilgamesh, đang hú hét cười từng tràng, răng nhe ra, mình vấy đầy máu khi ông chiến đấu chống lại những cú bồi thêm không trúng đích. Thêm mấy tên anpu nữa được lệnh ra khỏi chiếc Rukma đang bay lởn vởn.

Scathach chồm người ra khỏi ghế. "Đưa chúng tôi xuống đó!"

"Tôi đang làm hết sức đây," Prometheus lầm bầm.

Đằng sau ông ta, hạm đội vimana đã áp sát.

"Đưa chúng ta đến gần đi, tôi sẽ nhảy," Bóng Tối nói. Cô rút hai thanh đoản kiếm ra khỏi vỏ đang đeo trên lưng.

"Không," Hiệp sĩ Saracen nói. Anh ta chỉ vào chiếc Rukma đang lượn lờ. "Hạ xuống trên nóc nó đi. Chúng ta xuống bằng chính mấy sợi thừng đó."

Shakespeare không giấu sự dè dặt. "Tôi không phải là chiến binh," ông ta nói với Prometheus. "Nhưng các bạn là thế. Hãy cho tôi biết mình phải làm gì, và tôi sẽ cố giữ chiếc xe ngựa này ở đúng chỗ."

Prometheus đưa chiếc Rukma của họ gần như đến ngay trên nóc của chiếc đang bay lượn trên tháp. Ngay cả khi ông chưa vào đúng vị trí, Scathach đã bật mở tung cánh cửa và thả mình rơi đến ba mét lên con tàu thứ hai. Cô dộng mạnh vào nó và lăn mình đứng dậy. Tên anpu bắn tỉa thò đầu ra khỏi khe hở, thắc mắc không biết đó là tiếng động gì, thế là Scathach chộp lấy cổ họng hắn, nhấc cả người hắn kéo ra khỏi con tàu và ném vào không trung. Tiếng kêu thét vang lên khi hắn rơi tòm xuống biển.

"Tôi cho rằng không phải hết thảy chúng đều bị câm," cô lẩm bẩm.

Cô chụp được mấy sợi thừng đang lủng lẳng, quấn một cánh tay và một cẳng chân quanh một sợi và trượt xuống mặt sàn bên dưới, đáp ngay giữa bọn anpu đang lảo đảo.

"Ta là Scathach!" cô hú hét lên, thanh kiếm múa dồn,

làm mờ cả tên anpu trước mặt. "Ta từng được gọi là Kẻ Giết Quỷ và là Người Tạo lập Vua." Ba tên anpu tấn công đồng loạt. Cô chúi người xuống, chém trúng một tên, dồn một tên vào vũ khí của đồng bọn, buộc tên thứ ba phải ra ngoài rìa mặt sàn. Nó loạng choạng, và rồi cánh tay quay tít, ngã ra khỏi bờ rìa. "Ta từng được gọi là Nữ Chiến binh và là Bóng Tối." Cô dộng bằng nắm đấm, đá bằng chân, hai thanh kiếm giang thẳng ra khua rin rít. "Hôm nay, ta đang thêm tên Kẻ Giết Anpu vào bảng chức danh của mình."

Tên anpu bàng hoàng ngã ngửa ra sau, để lại một mình Scathach với Gilgamesh. "Rất mừng được gặp lại ông, người bạn cũ. Ông thật cừ."

Người chiến binh nhìn cô với đôi mắt màu xanh lơ đầy bối rối. "Tôi biết cô sao?"

Một đợt anpu tấn công, hú lên những tiếng kêu xuất trận kinh khủng.

"Chúng không được vào trong," Gilgamesh nói. Ông ta lẩm bẩm khi một cây kiếm kopesh chém gãy miếng giáp che ngực của ông. "Abraham đang hoàn tất Cuốn Sách."

Hai thanh kiếm của Scathach chẻ một cây kopesh nữa ra làm hai, rồi chém tên chiến binh đang cầm nó. Tên anpu thét thất thanh, quay đi mất.

"Cô tới một mình hả?" Gilgamesh hỏi.

Và ngay lúc đó, bốn hình dáng tuột xuống giữa đám ồn ào bằng mấy sợi dây thừng.

Nữ Chiến binh mỉm cười. "Tôi mang theo vài người bạn."

Prometheus chộp lấy hai tên anpu – mỗi tay một tên – ném chúng ra khỏi bệ, trong khi thanh kiếm của Joan múa nhanh đến hoa cả mắt, hất một tên khác lảo đảo văng tới bờ rìa. Saint-Germain đánh nhau bằng hai cây dao găm dài, tốc độ và sự nhanh nhẹn cho thấy không cách gì chống lại đòn tấn công của ông ta cả. Prometheus giáng cú đấm như búa nện của ông để mở đường đến đứng cạnh bên Gilgamesh.

"Ông bạn," Prometheus nói, "có bị thương không?"

"Chỉ đơn thuần là những vết cào xước thôi."

Scathach dồn tên anpu cuối cùng ra bờ rìa. "Hãy ra khỏi đây và –" cô cất tiếng, nhưng Prometheus túm lấy cô, quật cô xuống đất – ngay khi ba quả tonbogiri nện vào bức tường pha-lê ngay phía trên đầu cô. "– đi vào trong," cô nói dứt câu.

Để mặc quả banh tonbogiri lăn tròn và kêu rít xung quanh mặt sân, họ bò toài vào trong tháp.

Một thiếu nữ xinh đẹp mặc bộ giáp bằng gốm trắng đang giữ hai cây kopesh kim loại đối diện với họ. Cô ta lập tức thủ thế sẵn sàng chiến đấu khi nhìn thấy những kẻ lạ đi qua lối cửa, và chỉ buông lỏng ra lúc Prometheus và Gilgamesh chúi đầu vào.

"Xin được giới thiệu với các bạn đây là chị tôi, Tsagaglalal," Gilgamesh nói với vẻ tự hào. "Nếu bọn anpu bước qua tôi, chị ấy sẽ đứng vào phòng tuyến cuối cùng bảo vệ cho Abraham."

"Xin lỗi vì em đã về trễ." Ông ta hất đầu ra phía cửa hông. "Anh ấy gần xong chưa?"

"Đang ở mấy hàng cuối," Tsagaglalal nói.

Scathach liều lĩnh phóng tầm mắt ra bên ngoài. "Shake-speare đang ở vị trí một mục tiêu dễ trúng lắm đấy."

Trong khi họ đang chiến đấu với bọn anpu, hạm đội vimana đã áp sát. Chiếc Rukma, do Shakespeare điều khiển, đang lao xuống dưới lằn đạn bắn ra liên tục. Họ có thể nhìn thấy những dấu thủng khắp trên mình con tàu, và đúng lúc họ đang chăm chú nhìn, đột nhiên có một tiếng bùm, khói đen bắt đầu đổ ra từ đầu cánh trái, đánh nghiêng con tàu thành một góc nhọn rất gắt.

Palamedes quay mình phóng ra ngoài. "Chúng ta phải đến –" anh ta mới nói nửa chừng, nhưng Prometheus và Saint-Germain đã kéo anh ta lại vừa lúc mấy quả banh tonbogiri bắn như mưa xuống khung cửa nơi anh ta vừa đứng chỉ vài giây trước, xé tan nó ra thành từng mảnh.

Một chuyển động bất ngờ trên chiếc Rukma và Shake-speare xuất hiện, đu mình lên khỏi phần mái vòm kia. Những trái banh tonbogiri cắt từng miếng đứt rời khỏi con tàu xung quanh ông, ông đang bò ra trên chiếc cánh tam giác nghiêng nghiêng, rồi giang rộng cánh tay, thả mình trượt ra khỏi con tàu, rơi thẳng xuống chiếc Rukma ở ngay bên dưới. Ông len người vào khe hở của chiếc vimana thứ hai và lát sau lại xuất hiện bên ngoài, tay nắm chặt tên anpu bắn tỉa tonbogiri.

"Ông ấy chưa bao giờ bắn một cây súng nào trong đời," Palamedes nói. "Ông ấy ghét cay ghét đắng mấy thứ vũ khí."

Khi Palademes còn đang nói, cả nhóm đã có thể nhìn

thấy Shakespeare đặt khẩu tombogiri lên vai, rồi giật mạnh ba lần.

Hai chiếc vimana đang tấn công xoáy tít mất kiểm soát, cả hai chiếc đổ sầm vào hai chiếc khác. Bốn con tàu bốc lửa xoắn theo đường trôn ốc rơi xuống biển.

"Nhưng rồi ông ấy luôn đầy những điều ngạc nhiên," Palamedes nói thêm.

Shakespeare bắn hết lần này tới lần khác, phá hủy thêm hai con tàu nữa. Một chiếc bay vào hông ngọn tháp pha-lê, toàn bộ tòa nhà rung vang lên như chuông gõ.

Nhưng càng lúc càng nhiều chiếc vimana lao đến, với những con tàu chiến Rukma lớn hơn và chiếc vimana hình chữ nhật dẫn đường bay phía trước.

"Chúng sẽ được trang bị vũ khí cho xem," Prometheus nói. "Chúng sẽ bắn ông ấy rơi khỏi trời rồi quay vũ khí trên chúng ta."

"Chúng ta có thể thoát ra bằng dây thừng – vào chiếc vimana và bỏ...," Scathach nói.

"Bọn chúng sẽ lần lượt bắn gục chúng ta từng người một ngay khi chúng ta trèo lên. Hơn nữa," ông nói thêm, "Abraham không thể trèo được."

Saint-Germain đánh liều nhìn quanh thật nhanh. Shakespeare đã lái bọn bắn tỉa đi. "Tôi nghĩ chúng ta có thêm rắc rối đang đến."

Họ tụ tập quanh cửa và chăm chú nhìn lên bầu trời tối đen. Một chiếc vimana khác đang tới, một con tàu pha-lê mỏng mảnh trông sáng bóng và mới tinh. Mặt trời đang lặn phết lên một bên hông màu vàng ấm, để lại bên kia hầu như trong suốt.

"Thế thì người mới đến là ai vậy nhỉ? Chỉ huy hạm đội chăng?" Scathach hỏi.

Prometheus cau mày. "Tôi chưa bao giờ nhìn thấy cái gì như thế – chỉ có thành viên của một trong số các Bộ tộc Nắm quyền mới có thứ này thôi – Aten, có lẽ, hoặc Isis. Aten sẽ không làm chuyện này đâu – ông ấy sẽ không có động thái chống lại Abraham. Nhưng bọn anpu là các tạo vật của Anubis, và con quỷ đầu chó ấy hết sức tùng phục mẹ hắn. Hắn thực hiện những gì bà ta bảo. Tuy nhiên, bất kể người đó có là ai" – ông lắc đầu – "thì đây cũng không phải là tin tốt."

Một chuỗi các chấm nhỏ xíu nhấp nháy quanh bờ vành con tàu pha-lê, và hơn một chục chiếc vimana, kể cả một chiếc Rukma, nổ bùng thành ngọn lửa.

"Hoặc là có thể tôi sai chăng," Prometheus thừa nhận.

Chiếc vimana pha-lê quét ngang qua, và trong tích tắc, tất thảy họ đều nhìn thấy người đang lái con tàu. Marethyu vẫy chiếc móc câu chào rồi mới lao vào giữa trung tâm hạm đội vimana. Gần như ngay tức thì, hơn một chục con tàu nở ra thành hình ngọn lửa và hạm đội tan rã ra thành một mớ hỗn loạn. Chiếc vimana đâm sầm vào vimana khi chúng cố trốn thoát. Vài con tàu có vũ khí cố đưa mình chống đỡ chiếc vimana pha-lê kia, nhưng nó quá nhanh, bọn chúng chỉ có thể thành công trong việc bắn vào những con tàu của phe mình.

Marethyu quét xuyên qua hạm đội không biết bao nhiêu

lần, nhắm vào chiếc vimana Rukma và con tàu hình chữ nhật, hất chúng, đang lúc cháy phừng phừng, xuống vùng biển bên dưới.

Khi hạm đội vimana cuối cùng tán loạn hàng ngũ, chỉ còn lại chưa đầy một nửa. Không con tàu lớn nào còn bay trên bầu trời, và mặt biển cùng những bờ đá xung quanh ngọn tháp pha-lê rải rác đầy những mảnh kim loại sáng lóa và các mảnh vụn tối đen.

Marethyu đưa chiếc vimana pha-lê vào và đáp trên mặt sân. Ông ta ngồi yên bên trong, không động đậy.

Scathach là người đầu tiên ra khỏi cửa. Cô tìm đường băng ngang qua mặt sân, tránh những miếng kim loại và gốm sứ từ chiếc Rukma rơi xuống. Khi đến được con tàu pha-lê, cô nhìn vào bên trong, rồi gật đầu và quay đi. Cô đã nhìn thấy Marethyu đang ngồi, bàn tay phải che mắt, hai vai rung rung, và cô biết ông ta đang khóc cho sự chết chóc và tàn phá mình đã gây ra. Điều đó là cần thiết, cô biết, và cô chắc chắn rằng ông ta đã cứu mạng họ. Nhưng trong giây phút đó, nhìn thấy ông khóc vì những gì mình đã làm, cô tin ông hơn bất cứ lúc nào trong quá khứ. Rồi cô biết rằng bất kể ông là gì – bất kể ông là ai – thì ông đã không hề mất nhân tính.

Chương năm mươi hai

Diều hâu Đen đưa thuyền cập sát cầu tàu, quăng một vòng dây thừng tròng qua cọc gỗ một cách thành thạo. Anh ta hất đầu về phía chiếc thuyền máy đắt tiền mà Dee và Josh đã dùng để đến đảo. Chiếc thuyền máy tuột khỏi cột neo và có nguy cơ bị trôi giạt ra biển. "Ừm, chí ít chúng ta cũng biết là họ vẫn còn ở đây."

Mars nhảy ra khỏi thuyền, quay người lại chìa tay ra cho Hel. Bà ta ngần ngừ, như thể ngạc nhiên, rồi nắm lấy. "Cám ơn," bà nói trệu trạo.

Odin bước lên cầu tàu, rồi ngoái lại nhìn người bất tử. "Anh sẽ đi với chúng tôi chứ?"

Diều hâu Đen cười phá lên. "Ông mất trí, hay ông nghĩ là tôi mất trí vậy? Một người bất tử và ba Elder, hướng lên một hòn đảo toàn quỷ sứ. Tôi biết ngay ai là người một đi không trở lại."

Mars quay đầu qua bên này rồi qua bên kia, cho cổ bớt cứng đơ. "Anh ta nói đúng đấy – anh ta chỉ làm chúng ta chậm đi thôi."

"Tôi sẽ ở ngay đây," Diều hâu Đen nói, "để khi mọi người kêu thét quay trở lại, tôi sẽ đưa mọi người ra khỏi hòn đảo này."

Ngay cả Hel cũng phải bật cười. "Chúng tôi sẽ không kêu thét với anh đâu."

"Cứ làm việc của các người. Tôi sẽ ở đây. Dù sao, cũng một lúc thôi," anh ta nói thêm kèm theo một nụ cười nhăn nhở.

"Tôi tưởng anh sẽ muốn giải cứu anh bạn Billy của mình chứ," Mars nói.

Diều hâu Đen lại cười lớn. "Tin tôi đi, Billy không bao giờ cần giải cứu đâu. Thường thì người ta cần anh ta đến giải cứu thì có."

Chương năm mươi ba

Tiến sĩ John Dee đứng giữa khối xà-lim, hú hét giận dữ. Đằng sau hắn, một con nhân sư bờm xờm, dơ bẩn chằm chằm nhìn hắn với vẻ chán ghét lộ rõ trên mặt.

Virginia và Josh lao vào tòa nhà, Dee xoay tròn người lại chào đón họ, gương mặt hắn méo mó vì tức giận. "Vô dụng!" hắn la lớn. "Vô dụng, vô dụng, vô dụng!" Hắn quăng cả xấp giấy lên không trung, tất cả rơi xuống trở lại như hoa giấy.

"Cái gì vô dụng?" Virginia vừa hỏi, vừa giữ giọng mình điềm tĩnh, mắt chĩa về phía con nhân sư. Sinh vật ấy đánh đánh cái lưỡi hướng về Dare, lúc này đang sờ vào chiếc ống sáo. Cái lưỡi kia biến mất.

Josh lượm lên hai mảnh giấy của một trang đã bị xé, ráp chúng lại. "Mấy cái này trông giống như được lấy từ lăng mộ của người Ai Cập ấy nhỉ." Cậu lật trang giấy qua. "Trông chúng quen quen. Tôi nghĩ ba tôi đã có những bức ảnh chụp một thứ tương tự thế này trên tường trong phòng làm việc của ông."

"Nó được lấy từ kim tự tháp của Unas, người trị vì Ai

Cập hồi bốn ngàn năm trước," Machiavelli nói vọng ra từ căn xà-lim ngay phía sau cậu. "Chúng thường được gọi là Bản văn Kim tự tháp, nhưng ngày nay người ta gọi chúng là..."

"... Cuốn sách Chết," Josh nói dứt câu. "Ba tôi *đúng là* có những tấm hình này. Đây là cách ông sẽ đánh thức các sinh vật này hả?"

Machiavelli, bám chặt vào những chấn song xà-lim, mỉm cười mà không nói gì.

Virginia đứng trước mặt Dee, nhìn chằm chặp vào mắt hắn, dùng ý chí làm hắn dịu xuống. "Vậy ra ông đã cố dùng những trang giấy này để đánh thức các sinh vật. Nói tôi nghe xem chuyện gì đã xảy ra nào."

Dee thọc mạnh một ngón tay vào căn xà-lim gần nhất. Căn xà-lim trống không. Virginia bước tới gần hơn và phát hiện ra một đống bụi trắng trắng trong góc."

"Thậm chí tôi còn không biết cái gì trong xà-lim này – một thứ kỳ quái có cánh. Loài dơi khổng lồ chắc, tôi nghĩ vậy. Tôi đọc lời đó lên, sinh vật kia mở mắt và ngay lập tức tan thành bụi."

"Có thể ông nói sai chăng?" Virginia gợi ý. Ả giật lấy một mẩu giấy từ tay Josh. "Ý tôi là, trông có vẻ khó."

"Tôi rành lắm mà," Dee cáu kỉnh.

"Ông ta là thế đấy," Machiavelli nói, "tôi sẽ nhận xét ông ta như thế. Và giọng ông ta cũng tốt lắm, mặc dù có phần không tốt bằng tôi."

Dee xoay trở lại căn xà-lim giam Machiavelli. "Nói tôi nghe xem có gì không ổn."

Machiavelli dường như đang cân nhắc; rồi y lắc đầu. "Tôi không nghĩ vậy."

Dee chĩa ngón tay cái vào con nhân sư. "Ngay bây giờ mụ ta đang hút lấy luồng điện của ông đấy, bảo đảm rằng ông không thể dùng bất cứ câu thần chú nào chống lại tôi. Nhưng mụ ta sẽ thật là vui thích khi được ăn thịt ông cho xem. Có đúng không nào?" Hắn vừa nói, vừa ngước nhìn vào gương mặt thiếu nữ của sinh vật ấy.

"Ồ, tôi thích người Ý," mụ ta nói nghe ầm ầm. Mụ rời khỏi Dee, dìm đầu xuống nhìn vào căn xà-lim đối diện. "Cho tôi người này đi," mụ ta nói, mặt hất về phía Billy the Kid. "Gã ta sẽ là một bữa ăn xế ngon lành." Cái lưỡi dài đen thui chẽ nhánh thò ra thụt vô trong không khí trước mặt người sống ngoài vòng pháp luật, ngay tức khắc, gã túm lấy, kéo giật nó tới phía trước rồi thả bật trở lại như một dải băng đàn hồi. Mụ ta thét lên, bật ho, và cùng một lúc kêu quác quác.

Billy cười toe. "Chắc chắn là tôi sẽ làm nghẹt cổ mụ trên đường đi xuống cho xem."

"Có lẽ khó làm được vậy lắm nếu người không có vũ khí," con nhân sư nói có vẻ nặng nề, cái lưỡi đánh tới đánh lui.

"Tôi sẽ khiến mụ khó tiêu hóa đấy."

Dee nhìn Machiavelli. "Nói tôi nghe xem," hắn nói lần nữa, "bằng không tôi sẽ thảy anh bạn trẻ người Mỹ của ông cho thú dữ ăn thịt."

"Đừng nói gì với hắn," Billy hét.

"Đây là một trong những dịp tôi có cùng ý kiến với Billy. Tôi sẽ không nói gì với ông hết."

Tay Pháp sư nhìn từ bên xà-lim này sang bên kia. Rồi hắn nhìn Machiavelli. "Chuyện gì xảy ra với ông vậy? Ông là một trong số những tay chân cao quý nhất của các Elder Đen tối trong Vương quốc Bóng tối này kia mà. Có nhiều lần ông đã khiến tôi trông như bọn nghiệp dư ấy."

"John, ông luôn là một tên nghiệp dư." Machiavelli mỉm cười. "Sao, bây giờ cứ nhìn vào đống lộn xộn ông đang vướng mắc mà xem."

"Đống lộn xộn? Đống lộn xộn gì? Tôi có mắc vào đống lộn xộn nào đâu." Hai con mắt Dee bắt đầu nhảy nhót điên cuồng, và một tràng cười khúc khích sùng sục từ lồng ngực hắn bùng lên. "Ông không biết tôi đã hoạch định cái gì đâu. Thật là bậc thầy, không đặt thêm được đến một chấm hết sức nhỏ trên đó nữa ấy chứ."

"Thói kiêu căng ngạo mạn của ông sẽ quật ngã ông đấy, John ạ," Machiavelli nói. Y quay đi khỏi cửa xà-lim, đến nằm xuống trên một chiếc giường cũi nhỏ.

"Tôi sẽ giết tên sống ngoài vòng pháp luật kia," bất chợt Dee nói. "Tôi sẽ thảy gã ta cho con nhân sư ăn thịt."

Machiavelli vẫn nằm trên giường, chăm chăm nhìn lên trần.

"Ông muốn tôi làm thế chứ?" Dee hét toáng lên với Machiavelli. "Ông muốn tôi giết chết Billy the Kid sao?" Hắn tựa người vào xà-lim, nhìn vào Machiavelli. "Cái gì! Không có nỗ lực đến phút cuối cùng để cứu người bạn mới của ông nữa à?"

"Tôi có thể cứu Billy và kết tội hàng ngàn người phải chết, hoặc tôi có thể kết tội Billy và cứu được hàng ngàn," tay người Ý nói khẽ. "Anh nghĩ tôi nên làm gì, Billy?" y la lớn lên.

Người sống ngoài vòng pháp luật bước đến thanh chấn song xà-lim. "Hồi tôi còn đi học – một việc tôi làm trong thời gian rất ngắn – chúng tôi được dạy một câu nói thật sự làm tôi nghĩ ngợi. 'Một người chết cho nhiều người tốt hơn là cả đất nước phải diệt vong.'"

Niccolò Machiavelli gật đầu. "Tôi thích câu đó. Đúng, tôi rất thích câu đó." Rồi y ngoảnh đầu khỏi Dee. "Ông có câu trả lời rồi đó."

Dee xoay người qua con nhân sư trở lại. "Gã ta là của mụ đó."

Cái lưỡi dài của sinh vật kia vọt bật ra, quấn quanh cổ họng Billy, kéo gã dính cứng vào các chấn song. "Bữa trưa đây," con nhân sư nói nghe kèn kẹt.

Một nốt nhạc nguyên tuyền vang lên trong khối xà-lim, con nhân sư đổ gục xuống thành một đống vụng về lóng ngóng trên mặt sàn. "Không," Virginia lào thào.

Billy đâm sầm vào xà-lim trở lại, hai tay giữ chặt cổ, lúc này đã có một đường đỏ lòm hằn rõ vòng quanh. Gã hổn hển thở để lấy không khí.

Dee giận không nói một lời. Miệng hắn há ra rồi ngậm lại, nhưng không có âm thanh nào phát ra ngoài tiếng thở rin rít.

"John, biết điều chút đi," Virginia nói. "Tôi quen biết Billy đã lâu lắm rồi, chúng tôi đã có những cuộc phiêu lưu cùng với nhau rất tuyệt. Anh ta thân thiết với tôi như một người bạn. Khi nào anh ta mà có bị chết đi, sẽ là thế, chỉ là sớm hay muộn, bởi vì có thể là anh ta quá ngu ngốc," ả nói thêm, mắt trừng trừng nhìn anh chàng bất tử người Mỹ, "thì cũng nên có chút phẩm cách chứ, còn hơn là bị *cái thứ* này... *cái thứ* này ăn thịt."

"Cám ơn," Billy thở khò khè.

"Không có chi. Và anh nợ tôi đấy."

"Tôi sẽ nhớ mà."

Virginia quay lại Dee. "Tôi sẽ tiến hành một cuộc thương lượng nhé."

"Về cái gì?" hắn hỏi gặng.

"Về mạng sống của Billy," ả nói giọng đều đều.

"Cô quên mình đang thương lượng với ai à?" Dee càu nhàu.

"Thế còn *ông*?" ả hỏi khẽ.

Tiến sĩ John Dee hít vào một hơi thật sâu đến rùng mình. Hắn lùi lại một bước, đụng vào con nhân sư đang nằm chình ình một đống và khó khăn lắm mới ngồi xuống đất được kế bên chân mụ ta. Một mùi xạ nồng nồng đầy chướng khí quyện lên quanh hắn. "Một cuộc thương lượng...," hắn bật ho.

"Một cuộc thương lượng."

"Cô có thể đề nghị gì với tôi nào?"

Virginia quay ống sáo trong mấy ngón tay, chuyển động bất ngờ ấy ngân lên bốn nốt nhạc lùa qua ống sáo. Bốn nốt nhạc nặng trịch lơ lửng trong không trung.

Và rồi chuyển động ấy xào xạc xuyên từng xà-lim một.

Dee vụt đứng lên. Hắn lao từ bên khối xà-lim này sang

tới bên kia. Tất thảy mọi sinh vật đều xôn xao. "Cô có thể làm được việc này sao? Cô có thể đánh thức chúng à?"

Virginia quay nhanh ống sáo. "Tất nhiên. Thường thì tôi đưa mọi thứ vào giấc ngủ, nhưng cũng với bài hát đó, đảo ngược đi, lại làm chúng thức dậy. Đây rõ ràng chẳng có gì hơn là một câu thần chú ngủ Somnus đơn giản thôi."

Josh bước xa khỏi Virginia, săm soi nhìn vào xà-lim gần nhất. Có gì đó vừa có lông thú, vừa có lông vũ, và cả vảy nữa, nằm cuộn tròn một đống. Nhưng ngay khi cậu chăm chú quan sát, một chuyển động rùng rùng chạy thấu qua người nó.

"Virginia," Billy vội vàng nói. "Đừng làm vậy."

"Im đi, Billy."

"Hãy nghĩ đến những người ở San Francisco."

"Tôi không biết người nào ở San Francisco hết," Virginia đáp, rồi dừng lại một chút. "Ừm, quả thật là có, nhưng tôi không thích họ. Mà tôi thích anh, Billy, và tôi sẽ không cho phép anh kết thúc đời mình như một bữa ăn trưa cho cái thứ quỷ sứ sư tử dơ bẩn bờm xờm này."

"Con nhân sư mà," Machiavelli chỉnh lại. Y đang đứng nơi mấy chấn song. "Quý cô Dare," tay người Ý thận trọng nói. "Tôi hoàn toàn hoan nghênh cô vì những gì cô muốn làm cho anh bạn của mình. Nhưng tôi nài nỉ cô hãy nghĩ đến một hình ảnh lớn hơn."

"Ồ, nhưng ông lầm rồi, ông người Ý ơi," Dee nói ngay. "Virginia *đang* nghĩ về một hình ảnh lớn hơn đấy chứ. Phải không nào, cô gái yêu quý?"

Virginia mỉm cười. "Ông tiến sĩ đã hứa sẽ cho tôi thế

giới này," ả nói rất khẽ khàng. "Thực tế, ông ta còn hứa cho tôi *hết thảy mọi* thế giới lận kìa."

Sau đó, ả đưa ống sáo lên miệng, mùi hương cây xô thơm thoang thoảng khắp khối xà-lim khi một giai điệu du dương, nhẹ nhàng, và lâng lâng vang ra từ mấy bức tường.

Josh cảm thấy thanh Clarent lắc lư theo nhịp nhạc, rung rung, phập phồng theo nhịp điệu cổ xưa ấy. Và rồi thanh Durendal, vẫn được buộc sau lưng cậu, bắt đầu đập nơi da thịt cậu như một quả tim.

Và Josh có cảm giác mình đói kinh khủng, đi kèm theo đó là cơn thịnh nộ dữ dội, thiêu cháy toàn thân cậu. Cơn thịnh nộ chảy tràn khắp thân thể cậu, cho tới khi một làn sương màu đỏ quạch thật sự trôi giạt qua mắt cậu, và cậu nhìn vào thế giới này qua một tấm phim mờ mờ sắc đỏ thẫm. Luồng điện của cậu lóe sáng, một màu vàng kim với những vệt đỏ như máu. Những tia lửa nổ lốp bốp khắp các thanh chấn song xà-lim, phun phì phì, rít ré văng khỏi lớp kim loại, nổ tanh tách cùng nhịp với âm nhạc kỳ quái của Virginia.

Sau đó, hết thảy mọi sinh vật trong các xà-lim đồng loạt thức giấc.

Chương năm mươi bốn

Gió quất quanh ngọn tháp pha-lê lạnh buốt và ô uế vì mùi kinh tởm của cuộc chiến và kim loại gãy nát, nhưng dường như trong nhóm người đang đứng trên mặt sân toàn những vết thẹo chiến tranh và vằn vện những vệt máu không ai cảm thấy lạnh cả.

Pháp sư Abraham, một thể chất nhiều vàng hơn da thịt, đang đứng nơi ngưỡng cửa đã bị sứt mẻ, một cuốn sách bọc đồng nằm trong tay phải áp sát vào ngực ông. Bàn tay trái đông cứng lại thành vàng ròng buông bên hông. Tsagaglalal đứng cạnh, hỗ trợ ông. Khi ông mỉm cười, chỉ có một nửa khuôn mặt cử động, và chất lỏng màu vàng nhàn nhạt chảy rỉ ra khỏi con mắt duy nhất có màu xám của ông.

"Các bạn của tôi," ông nói, rõ ràng là rất đau đớn. "Tôi cảm thấy mình có thể gọi các bạn như thế. Mặc dù đây là lần thứ nhất tôi được gặp một số các bạn bằng da bằng thịt, ô kìa, tôi đã từng nhìn thấy hết thảy các bạn nhiều thế kỷ nay rồi chứ nhỉ. Tôi đã dõi theo các bạn suốt thời hiện tại và đã vào đến tương lai của các bạn. Tôi biết trò đùa của số phận và lời giễu cợt của hoàn cảnh đã mang các bạn tới đây. Và thực lòng, tôi có trách nhiệm về một số trong đó." Ông hít vào một hơi thở rời rạc không đều, lồng ngực cử động thật chậm.

"Prometheus – ông bạn già nhất của tôi: ông đã mang rất nhiều những món quà tuyệt vời vào cuộc đời tôi, kể cả người vợ yêu quý này, Tsagaglalal, cùng cậu em trai đầy nhiệt huyết, Gilgamesh. Tôi xem cả hai người là anh em của chính mình, là gia đình mà tôi chưa bao giờ có được. Cả hai người biết hẳn đã thực hiện việc gì rồi đó."

Hai người cúi chào, không xấu hổ vì những giọt nước mắt giàn giụa trên mặt.

Nửa gương mặt của Abraham cử động thành một nụ cười. "Tôi đang và sẽ biết ơn mãi mãi." Mặc dù cổ ông vẫn cứng đơ, nhưng hai mắt ông chuyển động. "Joan Arc... lịch sử cô nắm giữ mới hay làm sao. Cuộc sống mà cô đã sống mới tuyệt vời làm sao."

Cô gái người Pháp khẽ cúi đầu, mắt vẫn dán chặt vào khuôn mặt của Abraham.

"Chẳng bao lâu nữa cô sẽ chiến đấu cho hết thảy những người mình yêu quý, và cô sẽ buộc phải chọn lựa, những chọn lựa đe dọa sẽ xé tim cô thành từng mảnh. Hãy vâng theo trái tim mình, Joan. Hãy mạnh mẽ như cô luôn là thế."

Joan thò tay nắm lấy tay chồng, siết mạnh.

"Còn anh thì sao, Saint-Germain? Tôi còn nhớ khi lần đầu tiên mình phát hiện ra cuộc đời anh kết giao với cuộc đời của Joan, tôi đã nghĩ đó là một sai lầm. Tôi đã mất cả tháng kiểm tra đi kiểm tra lại các dữ liệu của mình, tìm kiếm xem đã sai sót chỗ nào. Nhưng không có gì hết. Anh là, bằng cả trái tim mình, một con người đơn giản, Saint-Germain. Anh là một tên ma cà bông, và anh biết điều đó. Nhưng đây mới là điều tôi biết một cách chắc chắn – anh đã luôn yêu thương Joan bằng trọn cả con người của mình."

Saint-Germain gật đầu và Joan liếc xéo qua ông ta, siết tay ông ta một lần nữa.

"Anh sẽ biết phải làm gì khi đến thời đến buổi. Đừng ngần ngại."

"Hiệp sĩ Saracen Palamedes và William Shakespeare. Một cặp đôi không ai nghĩ đến, và một lần nữa tôi lại nghĩ công trình nghiên cứu của mình không đúng. Nhưng khi kiểm tra, tôi mới khám phá ra rằng cả hai người đều tìm kiếm cùng một thứ – gia đình – tôi đã biết mình không lầm. Hai người có mặt ở đây hôm nay bởi vì chẳng bao lâu nữa tôi sẽ cần đến các kỹ năng đặc biệt của hai người: khả năng tưởng tượng của ông, nhà Đại Thi hào, và Pala-medes, ông ấy cần có anh để bảo vệ ông ấy. Tôi biết anh sẽ dâng tặng cả cuộc đời mình cho ông ấy." Abraham hơi ngẩng đầu về phía chiếc Rukma vẫn lảng vảng trên trời. "Y hệt như ông ấy sẵn sàng hiến tặng cả cuộc đời mình cho hết thảy các bạn."

Shakespeare dìm đầu xuống, tháo cặp kính ra và lia lịa lau đến bóng loáng, để không ai nhìn thấy hai má ông đỏ bừng.

"Và Scathach. Bóng Tối. Suốt mười ngàn năm nay tôi đã dõi mắt canh chừng cô. Tôi có thể lấp đầy một thư viện bằng những chuyến phiêu lưu của cô cũng như lấp đầy một thư viện khác bằng những lỗi lầm của cô. Chắc chắn, cô là người hay tức giận điên cuồng, không chịu trách nhiệm với ai, là người nguy hiểm, trung thành và dũng cảm mà tôi từng đối mặt. Thế giới này sẽ là nơi nghèo nàn biết mấy nếu không có cô. Cô đã tặng ban cho giống người quá nhiều, mà họ không cho cô lại nhiều như cô đáng được. Nhưng tôi có một món quà cho cô. Món quà ấy có hai phần, phần thứ nhất tôi sẽ chia sẻ với cô ngay bây giờ. Phần thứ hai..., vâng, phải đợi đến một không gian khác và một thời gian khác. Đây là món quà của tôi: chị gái cô vẫn còn sống. Bây giờ cô ấy đang bị giam cầm trong một Vương quốc Bóng tối cùng với Quan chấp chính Coatlicue. Cô nên biết rằng cô ấy đã tự nguyện đến đó, hy sinh chính bản thân mình để giữ cho cô được an toàn."

Khó khăn lắm Bóng Tối mới nuốt xuống được, hai nắm tay mở ra khép lại thật chặt. Da cô trắng bệch như phấn và đôi mắt lấp lóa màu xanh lá.

"Cô là nguồn hy vọng được giải cứu duy nhất của cô ấy. Hãy nhớ điều đó. Hãy chú ý điều đó, ngay cả khi mọi người dường như mất hết. Cô phải sống."

Scathach gật đầu.

"Bây giờ các người phải lên đường thôi," Abraham nói dứt câu. "Hãy trở lại Danu Talis và phá hủy thế giới này." Sau đó, lặng lẽ hệt như khi xuất hiện, ông quay người, và được Tsagaglalal và Gilgamesh đỡ hai bên, ông biến mất trở lại vào trong tháp."

Không nói một lời, Prometheus đu lên sợi dây thừng đang lủng lẳng để vào trong chiếc vimana Rukma. Con tàu lắc lư, rồi chầm chậm dìm xuống cho tới khi ngang tầm với bờ rìa của mặt sân. Từng người một, bốn người bất tử đi lên cánh và trèo vào con tàu.

Chỉ còn lại mình Scathach. Cô day mặt về hướng nam, nơi những ngọn đèn của thành phố Danu Talis xa xa thắp sáng cả những áng mây. Bộ tộc của cô, Bộ tộc Ma cà rồng, được cho là không có khả năng cảm xúc thật sự và chắc chắn là không có khả năng chảy nước mắt, thế thì tại sao, có gì đó ươn ướt trên hai gò má cô? Đó chỉ có thể là bụi nước từ mặt biển xa tít bên dưới kia, cô quyết định là thế. Chùi hết đi, cô quay người, trèo lên cánh và nhảy vào con tàu.

"Đi thôi," cô vừa nói, vừa thắt đai cho mình. "Hãy để chuyện này kết thúc và qua đi. Tôi còn có một người chị gái phải giải cứu nữa."

Chương năm mươi lăm

"Trước nay tôi chưa ở đây bao giờ," Nicholas Flamel thú nhận. Ông dừng lại, ngước nhìn lên tấm bảng hiệu phía trên đầu mình.

BẾN TÀU 14

"Ồ, Nicholas, tôi đã bảo mình mà, mình cần phải ra khỏi tiệm thường xuyên hơn mới được." Perenelle chuồi cánh tay mình vào cánh tay chồng khi họ thả bộ dưới cổng vào màu xám được làm bằng cách chất từng khối lên nhau, dẫn đến bến tàu mới. "Nó đã được mở cửa gần cả năm nay rồi. Và đó là một trong những nơi ưa thích nhất của tôi trong thành phố này."

"Mình chưa bao giờ nói với tôi cả," ông nói, nghe có vẻ ngạc nhiên.

"Thậm chí sau ngần ấy năm, chúng ta vẫn làm cho nhau ngạc nhiên mà," bà trêu chọc.

Ông chồm qua, hôn nhanh lên má bà. "Thậm chí sau ngần ấy năm," ông nói. "Vậy thì mở mắt cho tôi xem nào – thế nào gọi là mình đã thường đến nơi này?"

"Năm, có lẽ sáu lần một tuần."

"Ối?"

"Mỗi buổi sáng khi rời khỏi tiệm, tôi thường thả bộ xuống Bến Tàu thủy, thong thả dạo chơi và kết thúc bằng việc đi bộ dọc theo bến tàu này. Mình có nghĩ tôi làm như thế hết một tiếng đồng hồ không?"

"Tôi nghĩ mình tạt ngang qua đường uống cà-phê chứ."

"Trà, Nicholas." Perenelle nói bằng tiếng Pháp. "Tôi uống trà. Mình biết tôi ghét cà-phê mà."

"Mình ghét cà-phê ư?" Nicholas nói. "Từ khi nào vậy?"

"Chỉ khoảng tám chục năm gần đây hay khoảng đó thôi."

Nicholas nhấp nháy, đôi mắt màu xanh nhàn nhạt phản chiếu mặt biển xanh lơ. "Tôi nghĩ mình đã biết thế mà."

"Mình đang chọc tôi đấy chắc."

"Có lẽ," ông thừa nhận. Rồi nhìn xuống bến tàu. "Bến tàu này đẹp thật. Dài nữa."

"Rộng bốn mét rưỡi, cách bờ biển một trăm chín mươi bốn mét," bà nói như đang truyền đạt một điều đặc biệt lắm.

"À," Flamel gật gù như hiểu ra. "Mưu mẹo sẽ là ngăn con Lotan thậm chí còn không lên được bờ nữa kia."

"Nếu nó lên tới đất liền, chúng ta sẽ thua mất," Perenelle nói. Bà chỉ qua bên trái, đến nơi Alcatraz bị che khuất bởi đường cong của vịnh. "Dòng nước chảy rất xiết quanh hòn đảo. Bất cứ thứ gì đi vào nước đều sẽ bị cuốn xuống đây, vào trong vịnh. Tôi không thể hình dung nó lên bờ xa tít tắp ngoài bờ biển đâu."

"Nếu đúng là thế…," Nicholas mào đầu.

"Nếu đúng là thế, chúng ta sẽ xử lý nó," Perenelle nói dứt câu. Rồi bà mỉm cười khi nhận ra sự sắc sảo trong lời nói của mình. "Nếu dòng nước đẩy nó về phía cây cầu, thì có cơ hội tốt, nó sẽ kết thúc ở phía bên kia vịnh, ở Alameda, có lẽ. Đến đó vào buổi chiều thế này, trong dòng xe cộ, sẽ mất một lúc. Nó có thể gây ra thiệt hại lớn trước khi chúng ta đến được đó."

"Vì thế phải bảo đảm là chúng ta chặn nó ở ngay đây," ông nói.

"Chính xác. Đúng, mình đã bảo tôi đưa mình tới càng gần nước càng tốt. Tôi đồ rằng mình đã có một kế hoạch chăng?"

"Mình yêu, lúc nào mà tôi chẳng có kế hoạch."

Họ nghe có tiếng chân lích kích phía sau nên quay lại, Prometheus và Niten đang vội vã đi tới. Cả hai đều vác cần câu cá trên vai. Anh chàng người Nhật mảnh khảnh cười toe. "Đừng có hỏi thuê mấy cái này hết bao nhiêu nhé," anh ta nói.

"Bao nhiêu?" Nicholas hỏi.

"Nhiều lắm," Prometheus trả lời với vẻ cáu tiết. "Tôi có thể mua trọn một chiếc ngư thuyền, hoặc chí ít cũng một bữa ăn tối với cá rất ngon, tương đương với giá thuê mấy cái cần câu này chỉ trong vài giờ," ông ta cằn nhằn. "Cộng với tiền cọc phòng trường hợp chúng tôi không mang cần câu về."

"Kế hoạch là gì?" Niten hỏi. Anh ta chìa ra một cái xô trống không. "Thật sự không thể đi câu được. Chúng tôi đâu có mồi."

"Ồ, chúng ta có đấy chứ." Nicholas mỉm cười. "Hai người là con mồi của chúng ta."

Niten và Prometheus đứng cạnh nhau, chồm qua thanh chắn hình bán nguyệt, nhìn điểm cuối của Bến tàu 14. Với hai chiếc cần câu uốn cong nhoài ra trên mặt nước, trông họ giống hệt như những người câu cá khác, khe khẽ tán chuyện với nhau, không quan tâm đến quang cảnh thành phố, cây cầu, Đảo Châu báu và Bến Tàu thủy.

Nicholas và Perenelle ngồi trên ghế đằng sau họ. Nhà Giả kim phát hiện ra rằng những chiếc ghế này có thể xoay tròn, và ông tự giải trí bằng cách ngoặt tới ngoặt lui. Chiếc ghế kêu cót ca cót két mỗi đợt xoay tròn. Cuối cùng Prometheus quay qua trừng mắt nhìn người bất tử. "Nếu ông làm thế một lần nữa, chính tôi sẽ mang ông cho con Lotan ăn thịt đấy."

"Và tôi sẽ giúp sức," Niten nói thêm.

Perenelle bất ngờ đứng dậy. "Có gì đó đang đến," bà nói khẽ.

"Tôi có thấy gì đâu...," Nhà Giả kim nói, và rồi ông chợt thấy. Một con sóng cuộn tròn, một vật chẳng theo quy luật gì bơi trong làn nước vịnh. Ông quay lại với Elder và chàng Kiếm sĩ. "Hai người biết phải làm gì rồi đó."

Họ gật đầu và quay về với cần câu cá của mình.

"Perene lle," Nicholas nói.

Nữ Phù thủy gật đầu. Chồm lên thanh chắn, bà liếc nhìn những người đang thả bộ dọc theo bến tàu. Một số rõ ràng là du khách – máy chụp ảnh quay phim luôn là một gợi ý dễ đoán ra – trong khi một bà mẹ với một đứa bé đi chập chững có lẽ là người địa phương. Có hai người câu cá lớn tuổi dường như đang dán chặt mắt vào tay vịn, và ba thanh niên đang luyện kỹ năng tung hứng với cam và táo.

Perenelle tập trung, tóc bà kêu tanh tách toàn tĩnh điện.

Ngay lập tức, hai người câu cá cuộn cần câu lại, dọn xô và thong thả bước đi, vẫn không nói năng gì. Nhóm du khách đột nhiên mất đi sự quan tâm vào cảnh vật thành phố và vịnh, còn đứa bé trong xe tập đi bắt đầu khóc nhi nhai, quyết định đã đến lúc phải về nhà. Chỉ còn lại ba người tung hứng.

"Họ đang mải tập trung vào động tác tung hứng," Nicholas cằn nhằn. "Đó là lý do vì sao mình không thể gây ảnh hưởng trên họ."

"Tất nhiên rồi," Perenelle bật cười. "Tôi già rồi nên hơi chậm."

Một con mòng biển sà xuống, giật phắt một quả táo khỏi tay một người tung hứng khi anh ta quăng lên không trung. Con mòng biển thứ hai cắm vào một quả cam, và bất thình lình bốn con chim to tướng chúi xuống quanh mấy cậu trai, mổ vào họ, làm người họ lấm lem đầy phân chim hôi thối. Các cậu trai quăng mấy thứ trái cây còn lại xuống biển, vội vã xuống trở lại bến tàu.

"Làm giỏi lắm," Nicholas nói. "Bây giờ bảo đảm là không còn ai ở gần đây."

Perenelle gật đầu.

Nhà Giả kim nhìn Elder và người bất tử. "Prometheus, Niten. Đến lúc rồi đấy."

Bầu không khí đột nhiên dày đặc mùi trà xanh dìu dịu, rồi gay gắt hơn với mùi hoa anise. Một ánh sáng đỏ mờ nhạt hình thành quanh bàn tay Prometheus và xoắn ra theo đường trôn ốc dọc theo chiều dài chiếc cần câu cá. Luồng sáng nổ tanh tách, kêu xì xì, rồi chìm xuống đi dọc theo sợi dây câu và xì xì đi vào làn nước.

Luồng điện xanh lơ thẫm của Niten bò qua bàn tay anh ta như một vết xăm. Luồng điện ấy chảy lên theo chiều dài của chiếc cần câu làm bằng sợi carbon, làm đổi màu chiếc cần câu, rồi nhỏ như những giọt mực rơi xuống sợi dây câu khiến làn nước dưới bến tàu nhuốm màu xanh đậm.

Và hình dáng tối tối dưới mặt nước kia thình lình đổi hướng.

"Con Lotan sẽ bị luồng điện của hai người thu hút," Nicholas nói. "Nó sẽ nếm luồng điện trong nước y như cách một con cá mập đánh hơi mùi máu. Chúng ta cần phải để nó lại gần, càng gần càng tốt, nhưng cả hai người phải hết sức cẩn thận. Chúng tôi không muốn nó ăn kiệt hai người đâu đấy."

"Nó đến rồi đây," Niten nói. Tròng trắng trong mắt anh ta, hàm răng và lưỡi đều hóa thành màu xanh lơ.

"Sẵn sàng," Prometheus nói.

Nicholas Flamel sờ vào con bọ hung màu xanh lá lúc này đang đeo quanh cổ và cảm thấy nó ấm dần trong tay mình. Câu thần chú là một lời thật đơn giản, một lời ông đã nói lên cả ngàn lần trước đây, mặc dù chưa bao giờ trên quy mô lớn thế này.

Một cái đầu da đỏ lòm nhô lên khỏi mặt nước... theo sau bởi cái thứ hai... thứ ba... rồi xuất hiện cái đầu thứ tư, đen nhánh và lớn gấp đôi mấy cái đầu kia. Bất thình lình, cả bảy cái đầu kéo thành vệt thành đường tiến về phía họ.

"Hy vọng không ai quay phim cảnh này," Niten lầm bầm.

"Dù sao cũng sẽ không có ai tin đâu." Prometheus cười toe. "Con quỷ bảy đầu đơn giản là không tồn tại. Nếu có ai nhìn thấy, họ sẽ nói là được xử lý bằng Photoshop thôi."

"Tôi có thể cảm nhận được nó," Niten nó. "Nó đang hút luồng điện của tôi."

"Tôi cũng vậy," Prometheus tán thành.

"Để nó tới gần hơn chút nữa," Nicholas lầm bầm. Ông đặt hai tay mình lên hai bên vai họ, và luồng điện của họ thoáng pha màu xanh lá.

"Nhà Giả kim," giọng Niten căng thẳng.

"Thêm một hai mét nữa. Càng gần càng tốt.

"Nicholas," Perenelle cảnh báo.

Những vết loang màu đỏ và xanh lơ trong nước bây giờ chảy về phía sinh vật kia như những mạt sắt bị hút về phía nam châm. Họ quan sát trong lúc thân mình dài mập của con Lotan nhô lên cao hơn trong làn nước.

"Nó sắp nhảy lên!" Prometheus la lớn.

Niten nghiến răng không nói năng gì.

Con Lotan hút chút phần cuối cùng luồng điện của họ, rồi phóng thẳng lên khỏi mặt nước, nhô hẳn lên trên cái đuôi là bảy cái miệng há rộng hoác, hàng trăm cái răng tàn ác sẵn sàng...

Mùi bạc hà tràn ngập bầu không khí, nặng trịch, dày ken và ngòn ngọt giả tạo.

Một tiếng nổ bốp vang lên... theo sau là một vụ nổ toàn màu xanh lá, đỏ và xanh lơ bao phủ ba người trong một màn sương đầy những sắc màu đượm hương thơm.

Nicholas bắn vọt nắm tay ra, bắt chụp được một quả trứng nhỏ có những đường mạch màu xanh rơi vào lòng bàn tay ông.

Prometheus và Niten lảo đảo lùi trở lại, đổ sụm xuống những thanh chắn kim loại. Cả hai đều hít thở rất nặng nề, nhiều đường nhăn xuất hiện trên khuôn mặt. Những sợi bạc mọc nhú lên trên đôi lông mày rậm của Niten. Nicholas Flamel giơ cao quả trứng nhỏ giữa ngón cái và ngón trỏ. "Chú ý con Lotan," ông nói.

Prometheus thở hổn hển. "Ấn tượng thật. Ông đã làm gì vậy?"

"Khi luồng điện của hai người thu hút nó đến bến tàu, tôi để cho nó ăn vào bụng một chút luồng điện của tôi. Một khi luồng điện của tôi đã ở trong cơ thể nó, tôi mới dùng một câu thần chú Biến hóa đơn giản, biến đổi một nguyên tố này thành nguyên tố khác. Đây là một trong những nguyên tắc cơ bản của thuật giả kim." Ông cười toe toét. "Tôi biến con Lotan trở thành hình dáng nguyên thủy của nó."

"Một quả trứng." Prometheus trông rất ngạc nhiên.

"Nơi khởi đầu của tất cả chúng ta," Flamel nói. Ông ném lên không trung quả trứng có những đường mạch màu xanh lơ... một con mòng biển chụp được, ngoẹo đầu nuốt trọn.

Chương năm mươi sáu

Ngay khi bà còn đang nói, Sophie đã thay quần jeans, giày bốt đi bộ đường dài, áo bằng bông màu đỏ có mũ trùm, rồi trở xuống tầng dưới. Cô tìm thấy Tsagaglalal trong bếp, đang thả đĩa vào máy rửa bát đĩa.

"Thế này được chưa ạ?"

Tsagaglalal nhìn cô từ trên xuống dưới. "Hoàn hảo đối với nơi con sẽ đến."

"Có ai đến đón con không?" Sophie hỏi.

Bà lão lờ đi câu hỏi ấy. "Có khả năng," Tsagaglalal nói, "là ta sẽ không bao giờ gặp lại con nữa."

Sophie bàng hoàng nhìn bà lão. Cô há miệng định cãi, nhưng Tsagaglalal giơ bàn tay lên, và Sophie để ý thấy mỗi đầu ngón tay bà đều láng mướt – bà không có dấu vân tay.

"Nhưng ta muốn con biết ta tự hào về con thế nào. Và cả em trai con nữa," bà nói thêm, "dù ta luôn cho rằng cậu ấy đã chọn con đường khó khăn." Tsagaglalal chuồi cánh tay mình qua cánh tay Sophie, dẫn cô ra vườn. "Ta đã canh chừng con từ ngày con mới chào đời. Ta đã ẵm con trên cánh tay mình khi con mới sinh ra chỉ vừa vặn một tiếng đồng hồ, ta đã nhìn vào mắt con, và ta biết với con – cuối cùng – lời tiên tri sẽ được ứng nghiệm."

"Tại sao bà không nói gì?"

"Nói gì, mà nói với ai?" Tsagaglalal cười khúc khích. "Liệu các con có tin ta không nếu thậm chí chỉ một tuần trước ta đưa chuyện này ra?"

Sophie lắc đầu.

"Ta đã chờ con xuất hiện suốt mười ngàn năm nay. Ta đã được chuẩn bị để đợi thời cơ đến. Một thiên niên kỷ nữa hoặc đâu khoảng đó sẽ không làm nên khác biệt gì mấy. Bây giờ, có thể con nghĩ rằng cuộc hành trình của mình đang dần tới đoạn cuối, nhưng Sophie, ta e rằng chỉ là mới bắt đầu. Tất cả những gì con đã học được, tất cả những gì con đã trải qua, đơn giản chỉ để chuẩn bị cho con trong giai đoạn kế tiếp này thôi."

"Con sẽ đến nói chuyện với Josh được chứ?"

"Đúng, ta có thể bảo đảm điều đó."

"Khi nào con đi ạ?"

"Con có giữ phiến ngọc bên mình không?"

Sophie kéo mở túi của chiếc áo khoác bông, kéo phiến ngọc ra. Cô định trao cho Tsagaglalal, nhưng bà lão lắc đầu. "Nó duy nhất được dành cho một mình con thôi. Nếu có nhìn đến, ta cũng không thể đọc được đâu."

Một lần nữa, Sophie lại di di bàn tay lên mặt ngọc láng mướt. Các từ ngữ, các chữ tượng hình, và các chữ viết như vẽ mà lúc nãy cô mới đọc nay đã biến mất sạch, bề mặt chỉ còn là một tấm gương soi trơn láng, mát lạnh.

"Con nhìn thấy gì?" Tsagaglalal hỏi.

"Con thấy hình phản chiếu của mình."

"Nhìn sâu hơn nữa xem."

Mỉm cười, Sophie bắt đầu chòng chọc nhìn vào mặt kính. Cô nhìn thấy hình phản chiếu của chính mình, hình nền là cây cối, mái nhà...

Cô nhìn thấy Dee.

Cô nhìn thấy Virginia Dare, ống sáo đặt trên môi, đang chạy ngón.

Thế giới đổi dời, xoắn vặn, xoay vần, và Sophie nhận ra mình đang nhìn qua đôi mắt của Josh.

Cô nhìn thấy các sinh vật đang xôn xao trong xà-lim của chúng, vươn vai, thức dậy, những móng cùng vuốt xuất hiện trên các thanh chấn song...

Thế giới lại xoáy tít.

Và đây là Mars, oai vệ trong bộ giáp đỏ của mình, cùng với Odin mặc toàn màu xám và đen, theo sau là Hel trong áo giáp mắc xích kềnh càng khiến bà trông còn giống loài thú hơn nữa, tất cả đang phóng về phía các sinh vật kia, vũ khí cầm sẵn trong tay...

Biến đổi, chuyển dời.

Một cánh cửa xà-lim bật mở, xuất hiện con quái thú khổng lồ, kềnh càng, trông giống loài gấu. Mars quai búa lên một cú duy nhất, con quái thú ngã lăn ra đất.

Lúc này Josh di chuyển rất nhanh, cảnh vật trông xa cứ giật nảy liên tục khiến dạ dày Sophie muốn đảo lộn.

... hết cánh cửa này tới cánh cửa kia bật mở ra, để lũ quỷ sứ

kia tràn vào hành lang, một số quá thất kinh đến không dám nhìn, khiến cô còn thấy buồn nôn hơn.

Một con nhân sư xuất hiện, ngay lập tức, Mars, Odin, cùng với Hel quay đi. Từng con một, tất cả các sinh vật gớm ghiếc trong dãy hành lang đều dồn hết sự chú ý lên ba Elder ấy.

Lũ quỷ sứ ra đòn tấn công. Các Elder quay người chạy xuống hành lang, theo sau là cả một bộ sưu tập quái thú đặc biệt khác thường.

Mọi vật biến đổi, vặn xoắn không dễ chịu chút nào. Nhìn qua đôi mắt Josh, Sophie nhìn thấy có gì đó rơi ra khỏi túi của Mars. Cô nhận ra đó là phiến ngọc của ông ấy, liền chuyển sự quan sát qua em trai mình...

... lao tới trước, chạy lắt léo tránh phân thú để lấy lại nó.

Và khi cậu lượm phiến ngọc lên, nhìn vào đó, lật qua lật lại trong hai bàn tay mình, gương mặt cậu chỉ còn cách mặt cô có vài phân. Rồi cô nhìn thấy sự thay đổi, thấy vẻ dứt khoát, không khoan nhượng nơi cặp mắt cậu, nét uốn vặn tàn ác của đôi môi. Josh mà cô từng biết chưa bao giờ giống thế này.

"Ôi, Josh," Sophie hổn hển. "Em đã làm gì?"

Josh Newman phóng vọt vào sân giải lao, hít thở từng ngụm không khí trong lành mát lạnh. "Mọi thứ đều được thả trên tầng này..."

Dee và Dare đang đứng ngay giữa sân. Tay Pháp sư đã sắp xếp hai trong bốn Thanh kiếm Quyền lực thành hình chữ L ngược trên mặt đất. "Đưa tôi mấy thanh kiếm của cậu," hắn đòi.

Ngay lập tức, Josh ném cho hắn thanh Durendal, nhưng giữ lại thanh Clarent, miễn cưỡng không muốn trao thanh kiếm này.

Tay Pháp sư thêm thanh kiếm thứ ba vào kiểu mẫu nằm trên đất. Bây giờ chỉ còn cạnh bên trái của hình vuông là mở hoác ra. Dee xòe bàn tay mình.

Josh cảm thấy thanh Clarent phập phồng trong bàn tay mình đang nắm chặt.

"Nhanh lên!" Dee rít lên, và Josh nhận thấy người bất tử đang kinh sợ. "Đó là Mars, Odin, và Hel. Kẻ thù không đội trời chung cả đấy."

"Rõ ràng là bọn họ đã bỏ qua một bên những sự khác biệt để dồn ông vào đường cùng." Virginia cười xếch đến mang tai.

"Ông được an toàn mà," Josh nói. "Tôi mới vừa nhìn thấy bọn họ đang bị con nhân sư và mấy con quái thú khác truy đuổi xuống hành lang rồi."

Cánh cửa ra vào đằng sau lưng ba người bật mở tung, Mars xuất hiện. Vừa nhận ra Dee, ông ta liền hét lên tiếng thét xung trận kinh khủng của mình và lao thẳng đến hắn. Ông ta đang mang một cây kiếm to bản dài bằng cả người mình, đầu kiếm kéo lê trên mặt đất, từng tia lửa bắn ra khỏi mặt đá.

"Thanh kiếm, Josh!"

Cậu thiếu niên giật mạnh thanh Clarent ra và quăng cho Dee, hắn khéo léo chụp lấy và đặt vào khoảng hở cuối cùng của hình chữ nhật kia.

Cử động bất ngờ hất phiến ngọc lục bảo ra khỏi túi Josh, rơi xuống đất.

Sau đó, Dee đổ luồng điện đáng kể của mình vào bốn thanh kiếm, làm cho chúng, lần lượt từng thanh một, lóe sáng hồi sinh.

"Đi, Sophie," Tsagaglalal nói.

"Đi ạ? Mà đi đâu?"

"Phiến ngọc này hoạt động như một tấm gương cổng tuyến." Bà vỗ nhẹ vào hình ảnh trên phiến ngọc. "Đến đó đi. Đến với em trai con đi."

"Bằng cách nào?"

"Ta đã nói gì với con nào?" Tsagaglalal hỏi gặng.

"Khả năng tưởng tượng và ý chí."

"Con có muốn ở bên em trai mình không?'

"Dạ có."

"Muốn hơn hết mọi thứ khác trên thế gian này chứ?'

"Dạ phải."

"Vậy thì đi đi."

Và Sophie Newman nắm chặt lấy đường viền của phiến ngọc, một lớp bạc tràn lên bề mặt ấy, biến nó thành một tấm gương hoàn hảo.

... và trên Alcatraz, phiến ngọc lục bảo trên đất trở thành miếng bạc, còn bầu không khí ngập tràn mùi hương vanilla không lẫn vào đâu được.

"Soph?" Josh xoay tròn đúng lúc nhìn thấy cô chị gái

nhấp nháy hiện ra ngay đằng sau mình. Cậu nhìn cô chằm chằm, điếng người đến chết lặng.

Một cái hố xuất hiện trên mặt đất, một hình chữ nhật, vọt lên trên bốn cạnh kết bằng những thanh kiếm đang cháy rực, không có gì ngoài một màu đen thui đang đổi vần, như một khối hắc ín đặc sôi sùng sục.

"Josh!" Dee hét toáng lên, nhảy vào cái hố kia.

Ngay lập tức Josh quay sang Dee.

"Đừng đi!" Sophie nài nỉ.

"Josh," Virginia Dare gọi. Ả bước, hầu như hết sức khéo léo, vào khối màu đen ngay sau Dee, và bị nuốt chửng ngay tức khắc.

"Em phải đi," Josh vừa nói, vừa quay về phía cái hố trên mặt đất. Những ngọn lửa cháy dữ dội trên bốn thanh kiếm đá đã bắt đầu ngún tắt.

"Không!"

Josh đặt một chân vào khối màu đen như mực kia, Sophie chụp lấy bàn tay cậu, cố kéo cậu trở lại. Gương mặt cậu biến thành một chiếc mặt nạ xấu xí trong lúc vặn người thoát ra. "Em sẽ không trở lại đâu. Em đã nhìn thấy người ta làm gì chị rồi."

"Josh, bọn họ lừa đảo em. Bọn họ đang lợi dụng em."

"Em không phải là người đang bị lợi dụng," cậu cáu kỉnh. "Chị cần phải mở mắt ra. Nhà Flamel đang lợi dụng chị thì có. Họ sẽ vắt chị đến cạn kiệt – hệt như đã làm với mọi người khác." Cậu lắc đầu. "Em phải đi. Dee và Virginia đang cần em. Chứ chị đâu cần."

"Chị cần chứ," cô nói. "Chị đang đến với em đây." Và thay vì kéo lại, cô đẩy tới, cả hai chị em ngã nhào vào khoảng không trống rỗng.

Không hề có cảm giác đang chuyển động.

Không có gì hết.

Điểm tập trung duy nhất trong khoảng không trống rỗng này là hơi ấm từ bàn tay của cậu em trai trong tay cô.

Sophie không trông thấy gì, mặc dù mắt cô đang mở to. Không nghe được gì, và khi cô kêu thét, không có đến một âm thanh nào phát ra.

Và mặc dù có vẻ như đi đến mãi vô tận, nhưng có lẽ kéo dài không hơn một tích tắc.

Có một đốm ánh sáng.

Bé xíu.

Bằng một đầu đinh ghim phía trước hai chị em. Hai đứa nhỏ đang rơi vào đó, hay thứ đó đang lao về phía này?

Bây giờ thì cô đã có thể nhìn thấy.

Cô thấy gương mặt kinh khiếp của Josh, và biết đó tấm gương phản chiếu của chính mình. Cậu nhìn cô, và trong thoáng chốc, cậu trở lại là thằng em trai của cô, cho tới khi nét mặt ấy đanh lại và ngoảnh đi. Nhưng cậu không giật tay mình ra khỏi tay cô.

Ánh sáng kia nuốt chửng lấy hai đứa nhỏ.

Cảm giác quay về, cảnh tượng sao mà đau đớn và âm thanh sao mà khổ sở, hình như có như sỏi đá dưới chân, mùi xạ của loài thú, chút hương xa lạ đọng trong miệng.

Sophie mở mắt. Trên cỏ, bị nghiến dưới mặt cô, là những đóa hoa chưa bao giờ cô thấy mọc trên trái đất, các sinh vật nhỏ xíu bằng sợi thủy tinh và nhựa cứng.

Khi lăn qua, cô mới phát hiện ra hai chị em có khách. Cô lấy khuỷu tay thúc cậu em trai sinh đôi. "Tốt hơn là dậy đi thôi."

Cậu lích kích mở mắt ra, ngáp dài, và rồi, khi nhận ra mình vừa nhìn thấy cái gì hạ thấp xuống, cậu tỉnh ruội bật ngồi thẳng dậy. "Đó là một..."

"... cái đĩa bay," cô nói.

"Một chiếc vimana đấy," Dee thều thào. "Tôi chưa bao giờ nghĩ cả đời mình mình lại được nhìn thấy một chiếc." Hắn đang quỳ trên cỏ, nhìn chằm chằm vào vật ấy với vẻ hết sức kinh sợ. Virginia Dare ngồi xếp bằng bên cạnh hắn, chiếc ống sáo gỗ cầm lỏng lẻo trong tay ả.

Chiếc vimana hạ xuống, bầu không khí đầy những tiếng o o dưới âm tốc, sau đó phần nóc bật mở và một cặp đôi xuất hiện. Họ mặc bộ giáp bằng sứ trắng, kẻ viền bằng những hoa văn và chữ tượng hình gần giống chữ La Mã. Họ cao và gầy, màu da rám nắng hoàn toàn tương phản với bộ giáp đang mặc. Mái tóc người phụ nữ cắt sát, trong khi đầu người đàn ông cạo trọc, mắt họ một màu xanh lơ sáng quắc.

Dee cúi rạp xuống đất, cố thu mình nhỏ lại hết sức. "Thưa các chủ nhân," hắn nói. "Xin tha thứ cho tôi."

Cặp đôi phớt lờ hắn. Họ đang nhìn chòng chọc vào cặp song sinh.

"Sophie," người đàn ông nói.

"Josh," người phụ nữ nói thêm.

"Mẹ... ba," cặp song sinh đồng thanh reo lên.

Cặp đôi cúi như chào. "Ở nơi này, ba mẹ được gọi là Isis và Osiris. Chào mừng đến với Danu Talis, các con ạ. Chào mừng đã về nhà."

Hết quyển năm

Chú thích của tác giả về những chiếc Vimana và ước mơ được bay bổng

Cũng như mọi chi tiết khác trong bộ truyện này, những chiếc vimana bắt nguồn từ truyện thần thoại, đặc biệt trong các bản văn thần thoại cổ xưa của Ấn Độ. Trong áng thơ thiên anh hùng ca viết bằng tiếng Phạn *Mahabharata*, xuất hiện ít nhất cũng hai ngàn năm trăm năm trước, có mô tả rất chi tiết về một chiếc vimana chu vi mười hai cubit, với bốn bánh xe mạnh mẽ. (Một cubit là một đơn vị đo lường có chiều dài từ đầu xương cùi chỏ đến đầu ngón tay giữa.) Chiếc vimana nổi tiếng nhất trong toàn bộ truyền thuyết Ấn Độ là chiếc vimana Rukma – một cỗ xe bay của thần Rukma. Cỗ chiến xa này được miêu tả trông như một "đám mây sáng ngời."

Mặc dù là chiến xa bay, nhưng bánh xe và những tấm thảm được mô tả trong truyện thần thoại và truyền thuyết từ bên kia thế giới, các chi tiết trong những áng thơ thiên anh hùng ca vừa cụ thể lại vừa phi thường. Trong một bài thơ tiếng Phạn khác nữa, bài *Ramayana* (cũng được viết ra lần đầu tiên đâu đó khoảng hai ngàn năm trăm năm trước), những chiếc vimana đều rất thông dụng. Bài thơ kể về các vị thần và các anh hùng chiến đấu trong những trận không chiến bằng vimana, tấn công các thành phố. Chiều dài, chiều cao, và trọng lượng của con tàu này thậm chí còn được nêu rõ.

Có nhiều biến thể của bốn loại vimana căn bản – Rukma, Sundara, Tripura, và Sakuna – và các mô tả về con tàu này cũng khác nhau. Một số bằng gỗ, một số làm từ kim loại huyền bí có hai màu đỏ và trắng; một số mang hình tam giác, với ba bánh xe, trong khi số khác lại có hình tròn hoặc bầu dục; số khác nữa còn được miêu tả là cao đến ba tầng.

Tất nhiên, không mô tả nào trong số này trở thành bằng chứng cho thấy từng có máy bay trong quá khứ cổ xưa, nhưng cũng là một dấu hiệu nói lên rằng ngay từ thời khai thiên lập địa, loài người đã luôn ngước mắt nhìn lên bầu trời.

Giấc mơ được bay bổng đã đan xuyên suốt lịch sử và lùi về thời rất xa mà con người có thể nghĩ ra được. Đại thể, mọi người chấp nhận sự kiện anh em nhà Wright đã bay lên trời vào tháng Mười hai năm 1903 trong chiếc máy bay đầu tiên được kiểm soát và được trang bị động cơ nặng hơn khối không khí mà nó chiếm lấy. Nhưng những nghiên cứu gần đây nhất cho rằng không phải như vậy. Vào năm 1894, Hiram Maxim đã cất lên khỏi mặt đất trong một thời gian ngắn bằng một chiếc máy bay nặng ba tấn một trăm bảy mươi lăm ki-lô-gam, và vào năm 1896, Samuel Langley đã đưa một chiếc máy bay không người lái lên đến độ cao chín trăm mười bốn mét.

Suốt thế kỷ mười chín, tàu lượn và khinh khí cầu đã bay khắp bầu trời nước Mỹ, châu Âu, Ấn Độ, và Nam Phi. Chẳng hạn như, từ năm 1895, đã có nhiều báo cáo ghi nhận một chiếc máy bay được thiết kế bởi Shivkar Bapuji Talpade đã bay ở Bombay, và năm 1871, người mang cái tên đáng khâm phục Goodman Household đã lái một chiếc tàu lượn lên cao khoảng chín mươi mốt mét ở Natal, Nam Phi. Nhưng chuyến bay có trang bị động cơ nặng hơn lượng không khí mà chiếc máy bay ấy chiếm lấy đã khởi hành tại nước Anh, năm 1848, được ghi nhận khi John Stringfellow cố đưa một chiếc máy bay một lớp cánh lên cao khỏi mặt đất ba mét. Đó là một loại động cơ chạy bằng hơi nước.

Nếu thế kỷ mười chín là kỷ nguyên của tàu lượn, thì thế kỷ mười tám thuộc về khinh khí cầu. Các cuộc bay thử nghiệm lên đến cực điểm khi Etienne Montgolfier bay lên trời vào mùa đông năm 1783 trong một chiếc khinh khí cầu chứa không khí nóng được trang trí hoành tráng, cao khoảng hai mươi ba mét, có đường kính chừng mười lăm mét.

Trở lại xa hơn trong lịch sử, Leonardo da Vinci đã sáng tạo ra những thiết kế nổi tiếng rõ ràng là về một chiếc trực thăng nguyên mẫu. Các sổ tay ghi chép của ông cũng đầy những thiết kế về các loại máy móc bay, tàu lượn và những cặp cánh nhân tạo. Trong cuốn nhật ký năm 1483, ông đã vẽ một thiết kế của chiếc dù đầu tiên. (Vào tháng Sáu năm 2000, mô hình của chiếc dù này, được làm ra chỉ dùng công cụ, kết cấu giàn khung, và chất liệu có vào thời da Vinci, đã thành công trong việc đưa một người thực lên đến độ cao ba ngàn mét.)

Trở lại xa hơn nữa, vào thế kỷ thứ chín, có một báo cáo ghi nhận nhà phát minh vĩ đại Berber và nhà thơ Abbas Ibn Firnas đã buộc cánh vào lưng mình và lướt bay. Năm trăm năm trước đó, người Trung Quốc đã mô tả chiếc máy bay làm bằng tre và lông vũ.

Khi quay lại đúng thời điểm, vào khoảng thời gian mà lịch sử và thần thoại pha trộn vào nhau, chúng ta thấy đề cập nhiều đến những loại xe cộ bay. Bay bổng là chuyện tầm thường trong thần thoại. Hầu hết các thần đều có thể bay, thường thì không cần một hỗ trợ phụ thêm nào. Nhưng trong một vài truyền thuyết cổ, các vị thần bay với sự trợ lực của đôi cánh, và những hình ảnh này xuất hiện trên các công trình chạm khắc trên đá, trên các bức vẽ trong đền thờ khắp nơi trên thế giới. Tuy nhiên, trong thần thoại và truyền thuyết, cũng có các báo cáo ghi nhận những phương tiện nhân tạo và các con tàu bay được.

Nhà Vua Ba Tư Kai Kawus đã buộc bốn cây cọc cao vào bốn góc ngai vàng mình, và xích mấy con đại bàng vào đỉnh mỗi cọc. Khi chim bay, chúng mang theo chiếc ngai vàng vào không trung cùng với mình. Thuật ngữ *chiến xa bay* xuất hiện khắp truyền thuyết Trung Quốc, và có nhiều câu chuyện về vị hoàng đế đầu tiên của Trung Quốc, Shun, được mang lên không trung – thậm chí ông từng thoát khỏi một tòa nhà đang bốc cháy bằng cách dùng chiếc nón khổng lồ của mình như một chiếc dù.

Có lẽ câu chuyện về ước mơ bay bổng nổi tiếng nhất là chuyện kể về Icarus, cha của ông, Daedalus, đã làm cho ông một đôi cánh nhân tạo. Daedalus là nhà phát minh vĩ đại của nhiều kỳ quan, trong đó có Mê cung, được tạo ra cho Vua Minos vùng Knossos. Các chi tiết trong câu chuyện thuật lại việc Daedalus tìm cách làm sao bay cho bằng được rất thú vị: chúng ta thấy Daedalus loại bỏ tơ lụa vì vật liệu này quá nhẹ, còn vải bạt được dùng để làm buồm vì quá dày. Cuối cùng, ông ta dựng một khung gỗ, phủ lên đó lông chim được giữ dính bằng sáp ong. Cũng như mọi nhà phát minh và nhà khoa học lỗi lạc, Daedalus thực hiện nghiên cứu của mình: ông chỉ dẫn rõ ràng cho con trai không được bay quá cao, và không được sà thấp xuống khi bay qua vùng biển, bằng không bụi nước ngậm muối sẽ làm cánh bị ẩm và hư hỏng. Icarus bay vút lên trời nhưng lại bay quá cao, và mặt trời nóng gắt của vùng Địa Trung Hải đã làm tan chảy chất sáp ong kết dính lớp lông vũ vào với nhau. Rủi thay, tới lúc ấy Daedalus vẫn chưa tạo được một chiếc dù.

Được cung cấp nhiều chi tiết đến thế, người ta không thể không tự hỏi, như trong nhiều chuyện thần thoại, chẳng biết có một chút hạt giống sự thật nào trong câu chuyện này chăng. Cũng đáng để nhớ lại rằng có những sự việc ngày xưa từng được xem là pháp thuật thật sự thì ngày nay chúng ta đã chấp nhận như là những thực thể hết sức bình thường.

THE ENCHANTRESS
YÊU NỮ

Quyển thứ sáu và là quyển cuối cùng
trong bộ truyện

Bí mật của Nicholas Flamel bất tử

Phát hành vào mùa hè năm 2012

Tôi là huyền thoại.

Có lần, tôi từng bảo rằng thần chết sẽ không đến đòi tôi, bệnh tật sẽ không thể chạm đến tôi. Điều đó nay không còn đúng nữa. Bây giờ tôi đã biết ngày chết của mình, cũng là của vợ mình nữa: đó là ngày hôm nay.

Tôi sinh ra vào Năm Trị vì của Nhà Vua chúng tôi, 1330, hơn sáu trăm bảy mươi năm trước. Tôi đã có một cuộc sống tốt đẹp, một cuộc sống dài đằng đẵng, và từng nắm giữ nhiều vai trò trong thời của mình: thầy thuốc và đầu bếp, người bán sách và chiến binh, thầy dạy ngôn ngữ và hóa học, vừa là nhân viên luật pháp lại vừa là tên trộm.

Và tôi còn là Nhà Giả kim.

Được tặng ban – hay là mắc lời nguyền phải chịu? – bất tử, tôi và Perenelle chiến đấu chống lại sự xấu xa của các Elder Đen tối, dồn họ vào đường cùng trong khi tìm kiếm cặp song sinh huyền thoại, Vàng và Bạc. Chúng tôi luôn nghĩ rằng cặp song sinh ấy sẽ giúp chúng tôi bảo vệ hành tinh này.

Nhưng chúng tôi đã lầm.

Bây giờ, thời tận số đang đè nặng trên chúng tôi, còn cặp song sinh đã biến mất, đã đi ngược trở lại đến thời kỳ của Hòn đảo Danu Talis, trở lại mười ngàn năm trước, trở lại đến điểm khởi đầu...

Hôm nay là ngày tận thế.

Hôm nay, tôi và Perenelle sẽ chết.

Nhưng tôi sẽ không ngã xuống mà không chiến đấu.

Bởi vì tôi là Nicholas Flamel bất tử.

Trích từ Nhật ký của Nicholas Flamel, Nhà Giả kim
Viết vào hôm nay, thứ Năm, ngày 7 tháng Sáu,
tại San Francisco, thành phố đã cưu mang tôi

Lời tri ân

Chẳng có tác phẩm nào ra đời từ chân không. Xung quanh tác giả là một mạng lưới dày đặc những người, bằng rất nhiều cách thức, đã giúp đỡ hình thành nên tác phẩm. Tôi đặc biệt cần phải gởi lời tri ân của mình đến:

Beverly Horowitz, Krista Marino, và Colleen Fellingham, cùng tất cả mọi người trong nhóm làm việc ở Delacorte Press.

Một lời tri ân thật đặc biệt, như luôn là thế, xin gởi đến Barry Krost và Richard Thompson.

Tôi cũng cần tri ân Alfred Molina và Jill Gascoine vì nơi trú ngụ thoải mái và mãn nguyện như chính ngôi nhà của mình.

Một lời tri ân chân thành xin gởi đến Michael Carroll, Patrick Kavanagh, Colette Freedman, Julie Blewett Grant và Jeffrey Smith, Brooks Almy và Maurizio Papalia, Sonia Schormann và đặc biệt là Vincent Perfitt.

Với lòng tri ân đặc biệt, xin gởi đến Melanie Rose và Claudette Sutherland, tất nhiên rồi.

Về tác giả

Michael Scott là một trong những tác giả thành công nhất của đất nước Ireland, một chuyên gia có uy tín về thể loại thần thoại và văn hóa dân gian. Là bậc thầy về khả năng tưởng tượng, khoa học giả tưởng, kinh dị, và nghiên cứu về truyền thống lâu đời của cộng đồng, ông đã từng được tờ *Irish Times* tôn vinh là "Vua Tưởng tượng trên Quần đảo." *Ảo Thuật gia* là quyển thứ năm trong bộ truyện *Bí Mật của Nicholas Flamel Bất Tử*. Mời các bạn tìm đọc quyển một, Nhà Giả kim; quyển hai, Pháp sư; quyển ba, Nữ Phù thủy, và quyển bốn, Kẻ Chiêu hồn, tất cả đều đã được Delacorte Press phát hành.

Độc giả có thể dõi theo Michael Scott trên trang Twitter @ flameauthor và gặp gỡ trực tuyến với ông tại DillonScott.com.

ẢO THUẬT GIA
Bí mật của Nicholas Flamel bất tử

Michael Scott
Thanh Tuyền *dịch*

Chịu trách nhiệm xuất bản: NGUYỄN MINH NHỰT
Chịu trách nhiệm nội dung: NGUYỄN THẾ TRUẬT
Biên tập: XUÂN THIỀU
Xử lý bìa: BÙI NAM
Sửa bản in: THỦY TÚ
Trình bày: THANH HÀ

NHÀ XUẤT BẢN TRẺ
161B Lý Chính Thắng – Quận 3 – Thành phố Hồ Chí Minh
ĐT: 39316289 – 39316211 – 38465595 – 38465596 – 39350973
Fax: 84.8.38437450 – E-mail: nxbtre@hcm.vnn.vn
Website: http://www.nxbtre.com.vn

CHI NHÁNH NHÀ XUẤT BẢN TRẺ TẠI HÀ NỘI
Số 21 dãy A11, khu Đầm Trấu, p. Bạch Đằng, q. Hai Bà Trưng, Hà Nội
ĐT: (04)37734544 – Fax: (04)35123395
E-mail: chinhanh@nxbtre.com.vn
Website: www.nxbtre.com,vn

Khổ: 13,2 cm x 21 cm, số: 74-2012/CXB/124-351/Tre
Quyết định xuất bản số 183A/QĐ-Tre, ngày 27 tháng 03 năm 2012
In 2.000 cuốn, tại Xí nghiệp In Nguyễn Minh Hoàng
In xong và nộp lưu chiểu quý II năm 2012